കടൽ പ്രണയങ്ങൾ

Kadal pranayangal
Stories

Beena Sajeev

CHINTHA PUBLISHERS
Thiruvananthapuram

First Edition
May 2017

Second Impression
November 2021

Published & Typesetting
Chintha Publishers, Thiruvananthapuram

Cover Design
Vinod Mangoes

ISBN - 978-93-86364-89-0

CO - 2522 / 4360

₹ 200

Email: chinthapublishers@gmail.com
Website: www.chinthapublishers.com

Distribution
DESHABHIMANI BOOKHOUSE
H O Thiruvananthapuram 695035

Branch
Head Office Kunnukuzhi • Statue Thiruvananthapuram •
KSRTC Bus Station Thiruvananthapuram
KSRTC Bus Station Alappuzha • KSRTC Bus Station Ernakulam •
Machingal Lane Thrissur • IG Road Kozhikode •
Mavoor Road Kozhikode • NGO Union Building Kannur •
Central Bus Terminal Complex Thavakkara Kannur

കടൽ പ്രണയങ്ങൾ

(കഥകൾ)

ബീന സജീവ്

ചിന്ത പബ്ലിഷേഴ്സ്
തിരുവനന്തപുരം-695 035
വില : ₹ 200

ബീന സജീവ്

കൊല്ലം ജില്ലയിലെ കൊട്ടാരക്കരയിൽ ജനിച്ചു. അച്ഛൻ: ശ്രീ. എൻ സി കൊട്ടാരക്കര. അമ്മ: എം കമലാക്ഷിയമ്മ

വിദ്യാഭ്യാസം: പൊളിറ്റിക്കൽ സയൻസിൽ ബിരുദാനന്തര ബിരുദം.

കൃതികൾ: *മലമുകളിലെ ദൈവങ്ങൾ, എല്ലാ പകൽപ്പക്ഷികൾക്കും, കടൽ പ്രണയങ്ങൾ* (കഥാസമാഹാരങ്ങൾ).

ഭർത്താവ് : സി സജീവ് (ഡെപ്യൂട്ടി കളക്ടർ)
മക്കൾ : ഗ്രീഷ്മ, ആരോമൽ
വിലാസം : ഗ്രീഷ്മശ്രീ,
ഓടനാവട്ടം പി ഒ
കൊട്ടാരക്കര 691 512
ഫോൺ : 9400863591
E-mail : sajeevebeena@gmail.com

ഉള്ളടക്കം

സമർപ്പണം

നിലാവിലേകയായി വിടരുന്ന നിശാഗന്ധിപ്പൂവിനും
കരിമ്പനക്കൂട്ടങ്ങളിൽനിന്ന് എന്നെ തേടിയെത്തുന്ന,
ഉന്മാദങ്ങളുടെ കാറ്റിനും

പ്രസാധകക്കുറിപ്പ്

മനുഷ്യഭാവനയുമായും, ചിന്തയുമായും ഏറെ അടുത്തു നിന്നു സംവദിക്കുന്ന പഴക്കമേറിയ ജനപ്രിയ മാധ്യമമാണ് കഥ. കഥയുടെ സാംസ്കാരികമായ പ്രബുദ്ധതയിലേക്ക് നമ്മെ ഉണർത്തുന്ന കഥകളാണ് ബീനാ സജീവിന്റേത്. ജന ശ്രദ്ധ നേടിക്കഴിഞ്ഞ ബീനാ സജീവിന്റെ മൂന്നാമത്തെ കഥാ സമാഹാരമാണ് ഇപ്പോൾ ഞങ്ങൾ പ്രസിദ്ധീകരിക്കുന്ന *കടൽപ്രണയങ്ങൾ* എന്ന ഈ പുസ്തകം. ആത്മവിശ്വാസ ത്തോടും വിനയത്തോടുമുള്ള ബീനാ സജീവിന്റെ എഴുത്ത് ഏറെ പ്രതീക്ഷയുണർത്തുന്നതാണ്. അവർ തെളിഞ്ഞ ആശയങ്ങളും തീവ്രമായ അനുഭവങ്ങളും ഹൃദ്യമായ ഭാഷ യിൽ അവതരിപ്പിക്കുന്നു.

ബീനാ സജീവിന്റെ കഥകൾക്ക് സമകാലിക സാഹിത്യ ത്തിൽ സജീവമായ ഒരിടമുണ്ട്. ഗഹനമായ ആശയങ്ങൾ ആറ്റിക്കുറുക്കി ലളിതമായി ചുരുക്കിയെഴുതുന്ന ബീനാ സജീ വിന്റെ *കടൽപ്രണയങ്ങൾ* അഭിമാനത്തോടെ അവതരിപ്പി ക്കുന്നു.

ചിന്ത പബ്ലിഷേഴ്സ്

വൈകാരികഭാവങ്ങളുടെ സൂക്ഷ്മതകൾ

വൈശാഖൻ

മലയാള ചെറുകഥ ആശയ പ്രാധാന്യത്തോടൊപ്പം അനുഭവ പ്രാധാന്യവും തിരിച്ചുപിടിക്കുകയാണ്. ജീവിതയാഥാർത്ഥ്യങ്ങൾക്ക് അഭിമുഖം നല്കുന്ന കലാമാധ്യമം എന്ന നിലയിൽ ചെറുകഥയ്ക്ക് വായനക്കാരും സാമൂഹ്യപ്രസക്തിയും ഏറെയാണ്. കഥയിൽ പുതിയ പ്രസ്ഥാനങ്ങൾ വലിയ കുതിച്ചുചാട്ടങ്ങൾക്ക് കളമൊരുക്കി. നിരവധി പരീക്ഷണങ്ങൾ കഥയുടെ രൂപത്തിലും ഭാവത്തിലും അരങ്ങേറി. പ്രമേയത്തിലും ആവിഷ്കാര രീതിയിലുമൊക്കെ പുതുക്കിപ്പണിയലുകൾ നടന്നു. കഥയ്ക്ക് ആദിമദ്ധ്യാന്തപ്പൊരുത്തമുള്ള ഒരു കഥ തന്നെ വേണ്ടെന്നായി. ഇങ്ങനെയൊക്കെയാണെങ്കിലും കഥയുടെ വായനാമൂല്യം ഒട്ടും കുറഞ്ഞില്ല. നവീനമായ സൗന്ദര്യശാസ്ത്രപദ്ധതികൾകൊണ്ട് കഥകൾ വിലയിരുത്തപ്പെട്ടു. ഇവയെല്ലാം കഥയെന്ന മാധ്യമത്തെ ഏറെ കരുത്തുറ്റതാക്കി.

അവസാനിക്കാത്ത ഉദ്വേഗവും വഴിത്തിരിവുകളിലെ വിസ്മയക്കാഴ്ചകളും കാത്തുസൂക്ഷിച്ചുകൊണ്ട് കഥയുടെ ഗതിവിഗതികൾ തുടരുകയാണ്. വലിയ വിസ്ഫോടനങ്ങൾക്ക് സാക്ഷിയായിക്കൊണ്ടാണ് കഥ മുന്നേറുന്നത്. മനുഷ്യഭാവനയുമായും ചിന്തയുമായും ഏറ്റവും അടുത്തുനിന്ന് സംവദിക്കുന്ന ഏറെ പഴക്കമേറിയ ജനപ്രിയമാധ്യമമാണ് കഥ. അനുഭവങ്ങളുടെ എത്ര വിശാലമായ തുറസ്സുകൾക്കും അപരിചിതമായ വൻകരകൾക്കും കഥയിൽ ഇടമുണ്ട്. പ്രമേയസ്വീകരണത്തിലും ഇതിവൃത്തഘടനയിലും വൈവിദ്ധ്യമാർന്ന, എണ്ണമറ്റ കഥകൾ എഴുതപ്പെടുന്നു. സാഹിത്യ വിമർശകരേക്കാൾ വിവേകവും പക്വതയുമുള്ള സാധാരണവായനക്കാർ അവയെ ഹൃദയംകൊണ്ട് സ്വീകരിക്കുന്നു. കഥയുടെ ഭാവി അവരുടെ കൈകളിൽ ഭദ്രമാണ്.

മനുഷ്യജീവിതഗന്ധിയായ ഉള്ളടക്കമുള്ള കഥകളെയാണ് ബഹുഭൂ

രിപക്ഷം വായനക്കാരും ഇഷ്ടപ്പെടുന്നത്. വൈകാരികമുഹൂർത്തങ്ങളും പരിണാമഗുപ്തിയും പരിസമാപ്തിയും നിറഞ്ഞ കഥകളാണ് നവോത്ഥാന കാലഘട്ടത്തിലെ മഹാപ്രതിഭകളുടെ മാസ്റ്റർപീസ് രചനകൾ. ഇവ ഇപ്പോഴും വായിക്കപ്പെടുന്നു. ചർച്ച ചെയ്യപ്പെടുന്നു. അവയ്ക്ക് മറ്റു കലാ മാധ്യമങ്ങളിൽ പുനർജ്ജന്മം ഉണ്ടാകുന്നു. കഥാവായന സാമൂഹ്യജീവിതത്തിന്റെ മുറിച്ചുമാറ്റാനാവാത്ത ഭാഗമായത് ക്ലാസിക് കഥകളുടെ നിത്യനൂതനത്വം കൊണ്ടുതന്നെയാണ്. പുതിയ കാലത്ത് നവ സാങ്കേതിക വിനിമയങ്ങളുടെ അപാരസാദ്ധ്യതകൾ ഉപയോഗപ്പെടുത്തുന്ന എഴുത്തിന് പ്രസക്തിയേറി. ബ്ലോഗെഴുത്തിലൂടെ ലോകം മുഴുവനും വായനക്കാരെ നേടിയെടുക്കാൻ ന്യൂജനറേഷനു കഴിയുന്നു. ഫെയ്സ് ബുക്കും വാട്ട്സ്ആപ്പ് കൂട്ടായ്മകളും എഴുത്തിന്റെ സാമ്പ്രദായിക ചിട്ടവട്ടങ്ങളെ അട്ടിമറിച്ചു. പത്രപംക്തികളിൽ നിറഞ്ഞുനില്ക്കുന്നവരും അല്ലാത്തവരുമായ നിരവധി പ്രഗത്ഭമതികൾ പുതിയ തലമുറയിൽ ഉണ്ടാകുന്നുണ്ട്.

ഇത്രയും കുറിച്ചത് മലയാളകഥയുടെ സമകാലികാവസ്ഥയുടെ നഖചിത്രം കോറിയിടാനാണ്. കഥയുടെ സാംസ്കാരികമായ പ്രബുദ്ധതയിലേക്ക് നമ്മെ ഉണർത്തുന്ന ബീനാ സജീവിന്റെ കഥകൾ ഇപ്പോഴത്തെ രചനകളുടെ കുത്തൊഴുക്കിൽ വേറിട്ടു കാണാവുന്ന ശാന്തശീതളമായ ഒരു പ്രവാഹമാണ്. ആനുകാലികങ്ങളിലൂടെ നമ്മുടെയെല്ലാം ശ്രദ്ധ നേടിയ ഈ കഥാകാരിയുടെ മൂന്നാമത് പുസ്തകമായ *കടൽപ്രണയങ്ങൾ* സഹൃദയസമക്ഷം അവതരിപ്പിക്കാൻ എനിക്ക് സന്തോഷമേയുള്ളൂ. ആത്മവിശ്വാസത്തോടും വിനയത്തോടും കൂടിയുള്ള ബീനാ സജീവിന്റെ എഴുത്തിനെ ഏറെ പ്രതീക്ഷകളോടുകൂടിയാണ് ഞാൻ നോക്കിക്കാണുന്നത്.

'കടൽ പ്രണയങ്ങൾ' എന്ന കഥ അപാരതയുടെ നേർക്കുള്ള മനുഷ്യാത്മാവിന്റെ സ്വയം സമർപ്പണത്തിന്റെ സ്നേഹഗാഥയാണ്. നഷ്ടപ്രണയികൾക്കുമാത്രം അനുഭവിച്ചറിയാവുന്ന ഏകാന്ത നൊമ്പരത്തെയും പ്രാപഞ്ചികമായ സൗന്ദര്യാനുഭൂതിയെയും തൊട്ടുണർത്തുന്നുണ്ട് ഈ കഥ. ഉന്മാദികളെ എന്നും കാത്തിരുന്നു സ്വീകരിച്ച വിക്ഷുബ്ധമായ കടൽത്തീരമാണ് കഥയുടെ ഭൂവിടം. ഹൃദയസ്പർശിയും ആലോചനാമൃതവുമായ ഈ കഥ ഒരു നെടുവീർപ്പോടെ മാത്രമേ വായിച്ചുതീർക്കാനാവൂ.

'ഹിമക്കാറ്റിന്റെ അവസാനം' എന്ന കഥയിൽ ഷോപ്പിങ് മാളിന്റെ വർണ്ണപ്രപഞ്ചം നമുക്ക് കാണാം. വേണ്ടാത്തതും വേണ്ടതുമെല്ലാം വാങ്ങി ട്രോളിയിൽ നിറയ്ക്കുന്ന ഭാര്യ സുനിത. രമേശന്റെ തലച്ചോറിൽ ഭൂകമ്പം, ഭ്രമാത്മക സഞ്ചാരം. ഉപഭോഗാർത്തി പൂണ്ട സമൂഹത്തിൽ ഒറ്റപ്പെടുന്ന മനുഷ്യന്റെ കൊടിയ ദുഃഖമാണ് ഈ കഥയിൽ ആവിഷ്കരിക്കുന്നത്. 'വാതിലുകളും ജനാലകളും' എന്ന കഥയിലെ ഭാര്യയോട് ഒരു പരിഗണനയും കാണിക്കാത്ത സുകുമാരൻ നമ്മുടെ നാട്ടിലെ ദാമ്പത്യബന്ധങ്ങളിലെ പൊരുത്തമില്ലായ്മയുടെ ഒരുദാഹരണമാണ്. പുതിയ വീട്. കാത്തിരിക്കാനാരുമില്ല. സുകുമാരൻ വീട്ടിൽനിന്ന് പുറത്തിറങ്ങുന്നില്ല. സുഹൃ

ത്തുക്കളോടുപോലും ആശയവിനിമയം ചെയ്യുന്നില്ല. ദുഃഖിതയായ ഭാര്യ സംവദിച്ചിരുന്നതും കരഞ്ഞിരുന്നതും നെടുവീർപ്പിടുന്നതുമെല്ലാം വാതിലുകളിലോ ജനാലകളിലോ പിടിച്ചുനിന്നാണ്. ഇപ്പോൾ സുകുമാരനും അങ്ങനെ ചെയ്യുന്നു. അയാൾ ഗതകാലത്തിൽ നഷ്ടപ്പെട്ടതൊക്കെ തിരിച്ചുപിടിക്കാൻ വ്യഥാശ്രമം തുടരുകയാണ്.

നേത്രശസ്ത്രക്രിയയ്ക്ക് വിധേയനാവുന്ന പ്രകൃതിസ്നേഹിയായ ഒരു സാധാരണക്കാരന്റെ വിചാരങ്ങളാണ് 'ഹരിതാഭം' എന്ന കഥ. ശസ്ത്രക്രിയയുടെ സമയത്ത് അയാളുടെ ചിന്തകൾ വിഹരിക്കുന്നു. താൻ കണ്ണുതുറക്കുമ്പോൾ കാണേണ്ടത് പച്ചത്തണ്ടുള്ള ഒരു ചെടിയെ ആവണമെന്ന് അയാൾ മോഹിക്കുന്നു. സൂക്ഷ്മധ്വനിയും സൂചനയും രചനയിൽ സന്നിവേശിപ്പിക്കുന്നതിൽ കഥാകാരി വിജയിക്കുന്നു. രോഗാതുരമായ ശരീരവുമായി ജീവിക്കുന്ന കുഞ്ഞാപ്പി എന്ന വൃദ്ധന്റെ ആസന്നമരണചിന്തകൾ ഹൃദയസ്പർശിയായി വരച്ചുവെക്കുന്നു 'മണ്ണ്' എന്ന കഥ. അംഗപരിമിതരായവർ പലപ്പോഴും അഭിമുഖീകരിക്കുന്ന ആത്മനിന്ദയും സ്വയംപരിഹാസവും ഈ കഥ പകർത്തിവെക്കുന്നു. 'ആകാശഗന്ധങ്ങൾ' എന്ന ചെറിയ കഥ ജീവന്റെ അസ്തിത്വത്തെപ്പറ്റി എത്രയോ ഗഹനമായ ആശയങ്ങളാണ് ലളിതമായി ചുരുക്കിയെഴുതുന്നത്. ആറ്റിക്കുറുക്കി എഴുതാനുള്ള ബീനാ സജീവിന്റെ കൈയൊതുക്കം ഈ കഥകളെ ഭാവസുന്ദരമാക്കുന്നുണ്ട്. ആവശ്യത്തിനുമാത്രം വാക്കുകൾ ഉപയോഗിക്കുന്ന മിതത്വം ഈ കഥാകാരിയുടെ പക്വതയ്ക്ക് നിദർശനമാണ്.

വൈകാരികഭാവങ്ങളുടെ സൂക്ഷ്മതലങ്ങളെ ഒപ്പിയെടുക്കുമ്പോഴാണ് കഥയെഴുത്ത് സാർത്ഥകമാവുക. ബീനാ സജീവിന്റെ കഥകൾക്ക് സമകാലിക സാഹിത്യത്തിൽ സവിശേഷമായ ഒരിടമുണ്ട്. തെളിഞ്ഞ ആശയങ്ങളും തീവ്രമായ അനുഭവങ്ങളും ഹൃദ്യമായ ഭാഷയിൽ ആവിഷ്കരിക്കുന്ന ബീനാ സജീവിന് എല്ലാ ആശംസകളും നേരുന്നു.

കടൽ പ്രണയങ്ങൾ

കരയും കടലും പ്രണയിക്കുന്നത് എനിക്കെന്റെ മുറിയിലിരുന്ന് കാണാമായിരുന്നു. കരയുടെ മാറുകൾ നിരന്തരം തിരമാലകൾകൊണ്ട് ചുംബിക്കുന്ന കടലിന് ഒരിക്കലും ഒടുങ്ങാത്ത കാമമുണ്ടെന്ന് എനിക്ക് തോന്നി. രാത്രിയുടെ നിശ്ശബ്ദതയിൽ പലപ്പോഴും കടലിന്റെ മൂളൽ കേട്ട് ഞാൻ ഉണർന്നിരിക്കുകയും കടലിലേക്ക് തുറക്കുന്ന ജനാലയ്ക്കരികിൽ നിന്ന് ഇരുൾമൂടിക്കിടക്കുന്ന കടലിന്റെ അനന്തതയിലേക്ക് മിഴികളൂന്നി നില്ക്കുകയും ചെയ്തിട്ടുണ്ട്. അപ്പോഴെല്ലാം എന്റെ ഹൃദയത്തിലൂടെ, തലച്ചോറിലൂടെ ഒഴുകിപരക്കുന്ന കടൽ പ്രണയങ്ങളായിരുന്നു. കടലിനെ പ്രണയിക്കാത്ത കാമുകീകാമുകന്മാരില്ലെന്ന് ഞാൻ ഓർക്കാറുണ്ട്. അപ്പോഴെല്ലാം അതിവിചിത്രതയോടെ എന്റെ മുന്നിൽ തിളങ്ങി നിന്നിരുന്ന മുഖം ജിബ്രാന്റേതായിരുന്നു. ജിബ്രാന് കടൽ കാമുകി മാത്രമായിരുന്നില്ല. ഒരിക്കലും നിർവ്വചനം കൊടുക്കാൻ കഴിയാത്ത ഏതെല്ലാമോ ബന്ധങ്ങൾ ജിബ്രാനും കടലിനും തമ്മിലുണ്ടെന്ന് എനിക്ക് തോന്നിയിരുന്നു. അയാളുടെ തിളങ്ങുന്ന കണ്ണുകളിൽ, നീണ്ട നാസികയിൽ, ഉയർന്ന തലയെടുപ്പിൽ ഒരുപാട് കടലുകൾ ഒരുമിച്ചിരമ്പുന്നത് എത്രയോ പ്രാവശ്യം കണ്ടിരിക്കുന്നു.

വിവാഹം കഴിഞ്ഞ് ആദ്യത്തെ പത്തുദിവസങ്ങൾ കടൽത്തീരത്തുള്ള സുഖവാസകേന്ദ്രത്തിൽ തന്നെയാകണമെന്നത് ജിബ്രാന്റെ മോഹമായിരുന്നു. ജിബ്രാന്റെ കൈകളിൽ തൂങ്ങി, കടൽത്തീരത്തിലെ ആൾക്കൂട്ടത്തിനിടയിലൂടെ ഒഴുകി നടന്നപ്പോൾ താൻ ജീവിതത്തിന്റെ ഏതോ അജ്ഞാത മേഖലകളിലേക്ക് തുഴഞ്ഞ് പോവുകയാണെന്ന് എത്രയോ പ്രാവശ്യം ചിന്തിച്ചുപോയിട്ടുണ്ട്. കടൽ പ്രണയമാണ്, ഈ പ്രണയമാണ് സത്യവും. കടലിനഗാധതകൾ മുത്തുകളുടെയും ചിപ്പികളുടെയും മാത്രമല്ല സ്വപ്ന

ങ്ങളുടെയും തീരാക്കലവറകളാണെന്ന് എന്നോട് ആദ്യം ചൂണ്ടിത്തന്നത് ജിബ്രാനാണ്. അന്ന് അയാൾ തന്റെ തിളങ്ങുന്ന കവിളുകളിലേക്കും നീല നിറമുള്ള കണ്ണുകളിലേക്കും ഉറ്റുനോക്കി പതിയ ചെവിയിൽ മന്ത്രിച്ചത് കടലിനഗാധതകളിലേക്കുള്ള സ്വപ്ന സഞ്ചാരങ്ങളെക്കുറിച്ചാണ്.

"തനിക്കറിയാമോ ഹെൽമാ, എന്റെ ജീവിതം തന്നെ കടലാണ്. ഈ കടലിനെ സ്നേഹിക്കുന്നതുപോലെ എനിക്ക് മറ്റൊന്നിനെയും ഈ ലോകത്ത് സ്നേഹിക്കാൻ കഴിയുകയില്ല." അതയാൾ പറഞ്ഞത് കടൽത്തീരത്തുള്ള പാറക്കെട്ടിനരികിൽ ഇരുന്നുകൊണ്ടാണ്. അപ്പോൾ ഒരു ഭീമൻതിര കരയെ ലക്ഷ്യമാക്കി പാഞ്ഞുവരുന്നുണ്ടായിരുന്നു. ആ തിര കരയെ പുണർന്ന് ഒടുങ്ങാത്ത വേദനയോടെ തിരികെ മടങ്ങിയപ്പോൾ എന്റെ കവിളുകളിൽ നുള്ളിയാണ് ജിബ്രാൻ അത് പറഞ്ഞത്. ഹൃദയം മുഴുവൻ അപ്പോൾ കടലുകളുടെ ആർത്തിരമ്പലുകളായിരുന്നു. ആ ആർത്തിരമ്പലുകൾക്കിടയിലൂടെയെല്ലാം ജിബ്രാന്റെ വാക്കുകൾ കാതുകളിലുണ്ടായിരുന്നു. "നിന്നോടൊത്ത് എനിക്ക് കടലിനഗാധതകളിലേക്ക് തുഴയണം. അവിടെ പണിയുന്ന സ്വപ്നക്കൊട്ടാരങ്ങളിൽ ഞാൻ നിന്നെ പ്രണയം കൊണ്ട് മൂടും. തിരമാലകളുടെ ഹൃദയങ്ങളിലെ ഉപ്പുരസം ഊറ്റിയെടുത്ത് ഞാൻ നിന്റെ മിഴികളിലേക്ക്, കനൽ പൂക്കുന്ന കവിളുകളിലേക്ക് കടഞ്ഞെടുത്ത് ഒഴിക്കും." ജിബ്രാന്റെ മടിയിൽ കിടന്ന്, ആകാശത്തിലെ നക്ഷത്രങ്ങളെ നോക്കി ഞാൻ പതിയെ മന്ത്രിച്ചത്. അല്ലെങ്കിൽ ഉറക്കെ ചിന്തിച്ചത് ജിബ്രാനോടുള്ള അഗാധ പ്രണയമായിരുന്നു.

എത്രയോ തിരമാലകൾ തീരങ്ങളെ ചുംബിച്ച് മടങ്ങിയിരിക്കാം. ജിബ്രാൻ എന്ന കടൽക്കാമുകൻ സ്വപ്നങ്ങളിൽനിന്ന് സ്വപ്നങ്ങളിലേക്ക് വഴുതി പോകുന്നത്, ചൂളമരച്ചോടുകളിലിരുന്ന് വീശുന്ന കാറ്റിനോട് സല്ലപിക്കുന്നത്, നോക്കിയിരിക്കുമ്പോഴെല്ലാം കൂർത്ത മുഖമുള്ള വിനായക് എന്ന, തന്റെ ജീവിതത്തിൽനിന്നും പടിയിറങ്ങിപ്പോയ ഭർത്താവിനെ വെറുതെയെങ്കിലും ഓർത്തു. വിനായക് ഒരിക്കൽപ്പോലും തന്റെ ഹൃദയകവാടത്തിലെ നൊമ്പരങ്ങളിലേക്ക്, വീണുറങ്ങുന്ന സ്വപ്നങ്ങളിലേക്ക് എത്തിനോക്കിയിരുന്നില്ല. അയാളുടെ വഴികൾ എപ്പോഴും തനിക്ക് അജ്ഞാതമായിരുന്നുവല്ലോ. അജ്ഞാതമായ വഴികളിലൂടെ തിരകളിലൂടെ നടന്നകലുന്ന അയാൾക്കുമുന്നിൽ ഹെൽമ എന്ന പെൺകുട്ടിയോ അവളുടെ സ്വപ്നങ്ങളോ ഇല്ലായിരുന്നു. തങ്ങൾക്കിടയിലൂടെ ജ്വലിച്ചുയർന്ന അഗ്നിക്കാറ്റുകളിൽ ചിറക് കരിഞ്ഞൊരു പക്ഷിമാത്രമാവുകയായിരുന്നു താൻ. ഹൃദയാകാശം നിറയെ കരിമേഘങ്ങൾ കൊണ്ട് നിറയുമ്പോൾ എല്ലാ ജാലകങ്ങളും വാതിലുകളും വലിച്ചടച്ച് ശൂന്യമായ ഭിത്തികളുടെ നിറം കെടലുകൾക്ക് മാത്രം കാതോർത്ത് അറിയാതെ ഉറക്കെ കരഞ്ഞിട്ടുണ്ട്. അടഞ്ഞ മുറിയിലെ നേരിയ ശ്വാസങ്ങൾക്കുപോലും കാതോർത്ത്, ഒരെറുമ്പിന്റെ ചലനത്തിന് പോലും മിഴിനട്ട്, ഒരു കുഞ്ഞുപക്ഷിയുടെ നേരിയ മൂളലിന് പോലും ചെവിയോർത്ത്, ഒടുങ്ങാത്ത നൊമ്പരങ്ങളുടെ കയങ്ങളിലേക്ക് അറിയാതെ അറിയാതെ വഴുതിവീണപ്പോഴെല്ലാം വല്ലാതെ മനസ്സ്

കൊതിച്ചത് അപാരതകളിലേക്കുള്ള പ്രണയത്തിലേക്കായിരുന്നു. ഒടുവിൽ, ഒടുവിൽ വിവാഹമോചനം എന്ന രക്ഷാമാർഗ്ഗത്തിന്റെ ഇടനാഴിയിലൂടെ തുറന്ന ലോകത്തിന്റെ വാതായനങ്ങളിൽ എത്തിനിന്നപ്പോൾ നഷ്ടപ്പെട്ടത് നാലുവയസ്സുകാരന്റെ കിളിക്കൊഞ്ചലായിരുന്നു. വിനായകന്റെ കൈകളിൽ തൂങ്ങി നടക്കുന്ന, അയാളോട് കൊഞ്ചിക്കുഴയുന്ന, അയാൾ വാങ്ങി കൊണ്ടുവരുന്ന കളിസാമാനങ്ങളിൽ സ്വയം മറക്കുന്ന ജിത്ത് എന്ന നാലു വയസ്സുകാരൻ എന്തുകൊണ്ടോ തന്റെ അമ്മയെ സ്നേഹിക്കാനേ പഠിച്ചി രുന്നില്ല.

കടലിരമ്പം വീണ്ടും കാതുകളിലേക്കെത്തുന്നുണ്ടായിരുന്നു. അപാ രതകളിലൂടെ ഇഴഞ്ഞുനീങ്ങുന്ന കൊച്ചുവള്ളങ്ങൾ മിന്നാമിനുങ്ങുകൾ പോലെ അകന്നകന്നു പോകുന്നത് നോക്കിനിന്നപ്പോൾ വീണ്ടുമറിഞ്ഞു. കലണ്ടറിൽ ഒരു ദിനംകൂടി മാഞ്ഞുപോയിരുന്നിരിക്കാം, ഒരിക്കലും മടങ്ങി വരാതെ കാലത്തിനഗാധതകളിലേക്ക് വീണു മറഞ്ഞിരിക്കാം. കടൽ അപാ രതകളിലൂടെ ജിബ്രാന്റെ മുഖം എപ്പോഴോ തനിക്ക് നേരെ നീണ്ടുവരു ന്നത് ഹെൽമ കാണുന്നുണ്ടായിരുന്നു. അവൾ വീണ്ടും ഓർത്തു, ആ ദിവ സങ്ങളെ ജിബ്രാൻ സമ്മാനിച്ച വിവാഹത്തിന്റെ ആദ്യ പത്തു ദിവസങ്ങളെ കടൽത്തീരത്തിന്റെ ഒഴിഞ്ഞ ഒരു കോണിലിരുന്നപ്പോഴായിരുന്നു ആദ്യ മായി ജിബ്രാൻ ഹെൽമയെ കണ്ടിരുന്നത്. ഒരുപാട് നേരം സംസാരിച്ചിരു ന്നതിനിടയിൽ അയാൾ പതിയെ പറഞ്ഞു. “കേട്ടോ ഹെൽമ ഞാനീ കട ലിന്റെ സന്തതിയാണ്. കടലിനെയാണ് ഞാൻ പ്രണയിക്കുന്നത്. കടൽ എന്റെ അമ്മയും കാമുകിയുമാണ്. ഒരിക്കൽപ്പോലും കടലിന് കരയെ വാരി പുണരാൻ കഴിയുന്നില്ലല്ലോ, വെറുതെ തൊട്ടു തലോടി മടങ്ങാനല്ലാതെ.”

ജിബ്രാന്റെ കണ്ണുകളുടെ നക്ഷത്രത്തിളക്കവും നീണ്ട കൈകാലുക ളുടെ ബലിഷ്ഠതയും, ഉയർന്ന ശിരസ്സും അശ്വത്തിന്റെ ഗാംഭീര്യം ഓർമ്മി പ്പിക്കുന്നതാണെന്ന് ഹെൽമയ്ക്ക് തോന്നിയിരുന്നു. എത്ര സായാഹ്നങ്ങ ളിൽ, എത്ര മഴച്ചാറ്റലുകളിൽ, ജിബ്രാന്റെ തോളോട് ചേർന്ന്, കടൽത്തീര ങ്ങളിലെ മണൽത്തരികളോട് മന്ത്രിച്ച് നടന്നിട്ടുണ്ട്. ഒടുവിലെപ്പോഴോ ജിബ്രാൻ തന്നെയാണ് പറഞ്ഞത്. “നിനക്കെന്റെ ജീവിതത്തിലേക്ക് വരാമോ? എന്റെ കടൽ കാമുകിക്കൊപ്പം നിന്നെയും എന്റെ ജീവിതത്തി ലേക്ക് ചേർത്തുവയ്ക്കട്ടെ.” മറിച്ചു ചിന്തിക്കാനൊന്നുമില്ലായിരുന്നു. ജീവി തത്തിന്റെ കണക്ക് അവസാനിപ്പിച്ചുപോയ ഭർത്താവിന്റെ മുഖമോ, തന്റെ നേരെ മുഖം തിരിക്കുന്ന മകന്റെ മുഖമോ ഓർക്കാതെ തന്നെ താൻ ജിബ്രാ നിലേക്ക് ഒഴുകുകയായിരുന്നുവല്ലോ. വിവാഹപ്പാർട്ടി കടൽത്തീരത്തെ റസ്റ്റോറന്റിൽ വച്ചുതന്നെയായിരുന്നു. തന്റെ കവിളുകളിൽ റൂഷ് പുരട്ടിയ പ്പോൾ, മിഴികളിൽ കരിയെഴുതിയപ്പോൾ, ചുണ്ടുകളിൽ ചായം തേച്ചപ്പോൾ ജിബ്രാൻ കാതുകളിൽ മന്ത്രിച്ചു. “നീ സുന്ദരിയാണ്– ഹെൽമാ നീ സുന്ദ രിയാണ്. നീ കടലിനോളം സുന്ദരിയാണ്. ഞാനെന്റെ അനുരാഗം മുഴു വൻ ഒളിപ്പിച്ചുവച്ചിരിക്കുന്നത് കടലിനഗാധതകളിലാണ്. അവിടത്തെ വർണ്ണക്കൊട്ടാരത്തിലെ സ്വപ്നസുന്ദരിയാണ് നീ. നിന്നോടൊപ്പമെനിക്ക്

കടൽ മുത്തുകളിലേക്ക് കടൽപ്പവിഴങ്ങളിലേക്ക്, കടലിന്റെ ഒരിക്കലും തീരാത്ത പ്രണയങ്ങളിലേക്ക് ആണ്ടിറങ്ങണം." താൻ വല്ലാതെ പൊട്ടിച്ചിരിച്ചിട്ടുണ്ട്. ജിബ്രാന്റെ കൈകളെടുത്ത് മെല്ലെ തലോടി പതുക്കെ പറഞ്ഞിട്ടുണ്ട്. ജിബ്രാൻ നിങ്ങളോടെനിക്ക് അഗാധപ്രണയമുണ്ട്. നമ്മുടെ കണ്ടുമുട്ടൽ, പ്രകൃതിയുടെ അനിവാര്യത തന്നെയാണ്. നിങ്ങൾ പ്രകൃതിയാണ്, ഞാനും പ്രകൃതിയാണ്. നമ്മൾ രണ്ടുപേരും ചേർന്നാൽ, ലോകത്തിന് നിർവ്വചനം കൊടുക്കാനാവാത്ത അപാരസൗന്ദര്യങ്ങളായിരിക്കും കടലുകളിൽനിന്ന് കരകളിൽനിന്ന്, ആകാശങ്ങളിൽനിന്ന് പെയ്തിറങ്ങുന്നത്.

എപ്പോഴോ കടൽപ്പരപ്പിലൂടെ കാറ്റ് ചൂളമടിച്ച് ഉയരുന്നത് ഹെൽമയറിഞ്ഞു. ഹെൽമയുടെ കണ്ണുകളിൽ അറിയാതെ നീർത്തുള്ളികൾ നിറയുന്നുണ്ടായിരുന്നു. മുറിയിലെ ചുവരിലെ ക്ലോക്കിൽ രണ്ട് എന്നടിച്ചു. ഹെൽമ തന്റെ നിശാവസ്ത്രം നേരെയാക്കി, പതിയെ എഴുന്നേറ്റ് ബാത്ത്റൂമിലേക്ക് നടന്നു. തണുത്ത വെള്ളം മുഖത്തേക്ക് തെറിച്ചപ്പോൾ അറിയാതെയെങ്കിലും കരളും ഹൃദയവും തലച്ചോറും മിഴികളുമെല്ലാം ഒരുപോലെ തേങ്ങുകയായിരുന്നു. ആർക്കും മനസ്സിലാകാത്ത ശബ്ദത്തോടെ, എല്ലാ അവയവങ്ങളിൽനിന്നും എന്തിന്റെയൊക്കെയോ തേങ്ങൽ വീണുടയുന്നുണ്ടായിരുന്നു. അപ്പോഴും ഹെൽമയുടെ ഹൃദയത്തിലിരുന്ന് ജിബ്രാൻ എന്തോ മന്ത്രിക്കുന്നതുപോലെ ഹെൽമയ്ക്ക് തോന്നി.

"ഹെൽമ നീ എന്നാണ് എന്നിലേക്ക്, എന്നിലേക്ക് ഒഴുകിയെത്തുന്നത്. ഞാനിവിടെ തനിച്ച് ഒരു കൊട്ടാരത്തിൽ, എന്റെ കടൽ കാമുകിയെയും പുണർന്ന്—"

ഹെൽമ മിഴികളടച്ചു. അടഞ്ഞ മിഴികൾക്കു മുന്നിലൂടെ ആ നിലാവില്ലാത്ത രാത്രി പരന്നൊഴുകുന്നുണ്ടായിരുന്നു. അന്ന് തങ്ങളുടെ വിവാഹത്തിന് ശേഷമുള്ള പത്താമത്തെ രാത്രിയായിരുന്നു. ആ രാത്രിയിലായിരുന്നു അത്താഴത്തിന് ശേഷം ജിബ്രാൻ പറഞ്ഞത്. "ഹെൽമാ നമുക്ക് കടൽത്തീരത്തേക്ക് പോകാം. കടൽത്തീരം ഇപ്പോൾ തികച്ചും വിജനമാണ്, കടലിന്റെ ഇരമ്പമല്ലാതെ മറ്റൊന്നുമില്ല. കടൽ ഹൃദയത്തിന്റെ തേങ്ങൽ, ഒടുങ്ങാത്ത പ്രണയം എല്ലാം എനിക്കറിയാം." ജിബ്രാന്റെ കൈകളിൽ തൂങ്ങിയാണ് നിലാവില്ലാത്ത കടൽ തീരത്തുകൂടെ താൻ നടന്നുനീങ്ങിയതെന്ന് ഹെൽമ ഓർത്തു. അപ്പോഴും അയാൾ പറഞ്ഞത് കടലിനഗാധതകളിലെ ഒടുങ്ങാത്ത പ്രണയദാഹങ്ങളെക്കുറിച്ചോ, ഒടുങ്ങാത്ത നെടുവീർപ്പുകളെക്കുറിച്ചോ ആണ്. ഒരിക്കൽപോലും നിനച്ചിരിക്കാത്ത ഒരു സമയത്താണ് ജിബ്രാൻ തന്റെ കൈ പിടിച്ച് കടലിലേക്ക് ഇറങ്ങി ഓടിയത്. ഭയം കൊണ്ട് വിറച്ചുനിന്ന തന്റെ വാക്കുകൾക്ക് ഒരിക്കൽപോലും ജിബ്രാൻ ചെവി കൊടുത്തില്ല. അയാൾ തന്നെയുംകൊണ്ട് ആഞ്ഞുവരുന്ന തിരകളിലേക്ക് ഓടിയടുക്കുകയായിരുന്നു.

"നിനക്കറിയാമോ ഹെൽമാ, ഞാൻ കടലിന്റേതാണ്, കടൽ എന്റേതുമാണ്. ഞങ്ങൾക്ക് വേർപെട്ട് ജീവിക്കാൻ ആവില്ല. നീ കൂടി, എന്റെ കൂടെ വരൂ. കടലിനഗാധതകളിലേക്ക്."

എല്ലാം എത്ര പെട്ടെന്നായിരിക്കും മായുകയോ മറയുകയോ ചെയ്തത്. ഏതു തിരയുടെ കൈകളിൽ തൂങ്ങിയാകണം ജിബ്രാൻ കടലിന്റെ അഗാധതകളിലേക്ക് ഊളിയിട്ടു പോയത്. എവിടെ വച്ചോ, തന്റെ കൈകളിലെ പിടുത്തം ജിബ്രാന് നഷ്ടപ്പെട്ടിരിക്കണം. അല്ലെങ്കിൽ താൻ ഒരിക്കലും കരയിലേക്ക് വീണ്ടുമെത്തുമായിരുന്നില്ലല്ലോ. ഈ കടൽത്തീരവസതിയിലെ ഏകാന്തമുറിയിലിരുന്ന് ഇതുപോലെ തേങ്ങി ഒടുങ്ങുമായിരുന്നില്ലല്ലോ.

ഹെൽമയുടെ കണ്ണുകൾ നിറയുകയും ശരീരം അറിയാതെ വിറയാർന്നു നില്ക്കുകയും ചെയ്തു. അപ്പോഴും ഒരു കാറ്റ് കടൽപ്പരപ്പിലൂടെ ഊളിയിട്ട് ഊളിയിട്ട് അവളിലേക്ക് ഒഴുകിയെത്തുന്നുണ്ടായിരുന്നു. അവളുടെ ചുണ്ടുകളെ ചുംബിക്കുവാൻ, കവിളുകളെ തലോടുവാൻ, മിഴികളിലേക്ക് ഉറ്റുനോക്കുവാൻ. അവളപ്പോൾ കടലിനഗാധതകളിലെ സ്വപ്ന കൊട്ടാരത്തിലെ തുറന്ന വാതായനത്തിനരികിൽ ആരെയോ കാത്ത്...

പുന്നമരച്ചുവട്ടിൽ

ചെവി പകുതി കേൾക്കാമായിരുന്നെങ്കിലും നാട്ടിൽ പൊട്ടിദോശാ യെന്നറിയപ്പെടുന്ന, എന്നാൽ റേഷൻകാർഡിൽ നല്ല വാലും ചേലുമുള്ള ശോശാമ്മയ്ക്ക് വയസ്സുകാലത്ത്, എന്നുവച്ചാൽ എഴുപത്തിരണ്ടാമത്തെ വയസ്സിലൊരു പൂതി. മൂത്തമകൻ ഫിലിപ്പിനെക്കൊണ്ട് നിർബ്ബന്ധമായും പെണ്ണു കെട്ടിക്കുകയും അതിലുണ്ടാകുന്ന കുഞ്ഞിനെയുംകൊണ്ട് (ആൺകുഞ്ഞ് തന്നെ ആയിരിക്കുമെന്ന് ദോശയോട് കർത്താവ് പള്ളിയ ങ്കണത്തിലെ അരണ്ടവെളിച്ചത്തിൽ വച്ച് എത്രയോ പ്രാവശ്യം പറഞ്ഞിട്ടു ള്ളതാണ്) നാട്ടുവഴികളിലൂടെയും പള്ളിമുറ്റത്തുകൂടിയും ജങ്ഷനിലെ അണ്ടിയാപ്പീസിനു മുമ്പിലുള്ള ചന്തപ്പുറത്തുകൂടെയും വെറുതെ നടക്കു കയും ചെയ്യുക. കാണുന്നവരെല്ലാം ദോശായോട് "എന്താ ദോശേ ഇതു വഴിയൊക്കെ" അല്ലെങ്കിൽ "ഏതാ ദോശേ ഈ കുട്ടി" എന്നൊക്കെ ചോദി ക്കുന്നതായും താൻ അതിനെല്ലാം ഗംഭീരമായ മറുപടി നല്കുന്നതായും ദോശാ വെറുതെയിരുന്ന് ചിന്തിക്കാറുണ്ട്. അടുക്കളയുടെ പടിഞ്ഞാറുവ ശത്ത് എച്ചിലു പെറുക്കി തിന്നാൻ വരുന്ന കാക്കകളെ വിരട്ടിയോടിച്ചു കൊണ്ടോ, അതുമല്ലെങ്കിൽ ഇടിക്കല്ലിൽ മുറുക്കാൻ ഇടിച്ചുകൊണ്ടോ ആയിരിക്കും ദോശാ ഇങ്ങനെയൊക്കെ ചിന്തിക്കുന്നത്. പിലിപ്പേന്ന് ദോശാ എളുപ്പത്തിൽ വിളിക്കുന്ന ഫിലിപ്പ് പെണ്ണുകെട്ടുകയെന്നുള്ളത് അത്ര വലിയ ആഗോളപ്രശ്നമൊന്നുമല്ലെന്നിരിക്കെ എന്തിനാണ് ആ ഒരു സംഭ വത്തിന് എത്ര പ്രാധാന്യം കൊടുക്കുന്നതെന്ന് ഒരുപക്ഷേ, ആരും സംശ യിച്ചു പോകും.

ഫിലിപ്പ് പെണ്ണുകെട്ടാതെ പുരനിറഞ്ഞുനില്ക്കുമ്പോൾ തന്നെയാണ് ഫിലിപ്പിന് താഴെയുള്ള രണ്ട് അനിയന്മാരും കെട്ടിയത്. സത്യത്തിൽ ഫിലി പ്പിന് അതിൽ കുണ്ഠിതമേയില്ല. ഫിലിപ്പിനെ സംബന്ധിച്ച് ജീവിതമെ

ന്നാൽ ഇടുങ്ങിയ മുറിയിലെ പുൽപ്പായയിൽ വാരിപ്പുതച്ച് ചുരുണ്ടുകൂടി ക്കിടന്നുറങ്ങാനുള്ളതും ഉണർന്നിരിക്കുമ്പോൾ വയറു നിറയെ, കണ്ണിൽ കണ്ടതൊക്കെ വാരിത്തിന്നാനുള്ളതും ബാക്കി സമയമൊക്കെ വല്ല കട ത്തിണ്ണകളിലോ, ചന്തപ്പറമ്പുകളിലോ കുത്തിയിരുന്ന് ബീഡി വലിച്ച് പുക ച്ചുകളയാനുള്ളതുമാണ്. ഇതിൽ കൂടുതലൊന്നും മോഹം ഫിലിപ്പിന് ജീവി തത്തെക്കുറിച്ച് പണ്ടേയില്ലായിരുന്നു. അതുകൊണ്ട് തന്നെ കവലകളിലെ സന്ധ്യകളിലും തോട്ടിറമ്പുകളിലെ ഉച്ചവെയിലുകളിലും ഒരുപോലെ, മുഷി ഞ്ഞുനാറിയ മുണ്ടും ചുറ്റി, ഫിലിപ്പെന്ന അമ്പത്തിരണ്ടു വയസ്സുകാരൻ ബീഡിവലിച്ചുകൊണ്ട് നടന്നു. പള്ളിക്കൂടത്തിന്റെ തിണ്ണ കാണാതെ തെക്കുവടക്ക് നടന്നു ശീലിച്ച ഫിലിപ്പിന് പ്രായംകൊണ്ട് മീശവച്ച് മുതിർന്നെന്നു കരുതി ഒരു പെണ്ണിനെ കെട്ടാനുള്ള പക്വതയൊന്നും വരു ന്നില്ല. ഉമ്മറത്തിണ്ണയിൽ വിരിച്ചിട്ട പുൽപ്പായയിൽ കിടന്ന്, പുറത്തെ മുറ്റത്ത് നില്ക്കുന്ന പ്ലാവിന്റെ കൊമ്പിലെ ചക്കകൾ എണ്ണിക്കിടന്നിരുന്ന ഫിലിപ്പിനെ മറികടന്നാണ് ഇളയവർ ജോണിയും ഉണ്ണൂണ്ണിയും പെണ്ണ് കെട്ടിയത്. അനിയന്മാരുടെ പെണ്ണാലോചനകൾ തകൃതിയിൽ നടക്കു മ്പോഴും മനസ്സമ്മതം കഴിഞ്ഞ് കല്യാണം പള്ളിയിൽ പൊടി പൊടിക്കു മ്പോഴും ഫിലിപ്പിന് ചിന്ത തീറ്റയെക്കുറിച്ചും പുകയ്ക്കേണ്ട ബീഡിയെ ക്കുറിച്ചും മാത്രമായിരുന്നു.

മൂന്നാമൻ ഉണ്ണൂണ്ണിയുടെ പെണ്ണാലോചനസമയത്താണ് ദോശയ്ക്ക് പലരുടെയും നാവിൽനിന്ന് കുത്തുവാക്കുകൾ കേൾക്കേണ്ടി വന്നത്. “എങ്കിലും ദോശായെ ആ മൂത്ത ചെറുക്കനെ അങ്ങനെയങ്ങ് കൊന്ന ത്തെങ്ങുപോലെ നിർത്തിക്കൊണ്ടാണോ നിങ്ങൾ മൂന്നാമനെക്കൊണ്ടും പെണ്ണുകെട്ടിക്കുന്നത്. പിലിപ്പെന്താ ഒരാണല്ലോ?” ദോശായ്ക്ക് സത്യ ത്തിൽ മറുപടിയില്ലായിരുന്നു. എന്തു മറുപടി പറയാൻ. ആൾക്കാർ ചോദി ക്കുന്നതിലും സത്യമുണ്ട്. തനിക്ക് ആദ്യം ഉണ്ടായ ഉണ്ണി ഫിലിപ്പാണ് അവ നാണ് ആദ്യം തന്നെ “അമ്മച്ചി”യെന്ന് വിളിച്ചത്. എന്നിട്ടും തനിക്ക് അവന്റെ കാര്യത്തിൽ ഒരു തീരുമാനം എടുക്കാൻ കഴിയുന്നില്ലല്ലോ. ആദ്യ മൊക്കെ പലരോടും പറഞ്ഞിട്ടുള്ളതുമാണ്. “നമ്മുടെ മൂത്ത ചെക്കന് ഒരു പെണ്ണിനെ കണ്ടുപിടിക്കണം.” പക്ഷേ, അന്ന് എല്ലാവരും പുച്ഛിച്ച് തള്ളി യതേയുള്ളൂ. “എന്താ തള്ളേ. ആ വായിനോക്കി, തെണ്ടിനടക്കുന്ന അവന് ആര് പെണ്ണ് കൊടുക്കും. അല്ലെങ്കിൽ ആരെങ്കിലും പെണ്ണുകൊടു ത്താൽത്തന്നെ, അവൻ അവളെയും പിടിച്ചു വിഴുങ്ങിയിട്ട് ബീഡിയും വലിച്ച് നടന്നാലോ?” ദോശാ അതിനൊന്നും ഒരു മറുപടിയും പറഞ്ഞിരു ന്നില്ല.

അന്ന്, രാത്രിയുടെ തണുപ്പിൽ പുതച്ചുമൂടി കിടന്നപ്പോഴെല്ലാം ദോശാ യുടെ മനസ്സ് അറിയാതെ തേങ്ങുകയായിരുന്നു. താഴെ തെങ്ങും കവുങ്ങും തഴച്ചുവളരുന്ന തൊടിയിൽനിന്ന് തണുത്ത കാറ്റ് അപ്പോൾ വീശിത്തുട ങ്ങുകയും ആ കാറ്റിലൂടെ പള്ളിസെമിത്തേരിയിൽ കല്ലറയ്ക്കുള്ളിൽ വർഷ

ങ്ങൾക്കുമുമ്പേ ഉറങ്ങാൻ തുടങ്ങിയ കുഞ്ഞൂച്ചായന്റെ മുഖം ദോശായ്ക്ക് മുമ്പിൽ തെളിയുകയും ചെയ്തു. ആ മുഖത്തിന്റെ ഓർമ്മകളിലൂടെ ദോശായിൽ ഉത്ഭവിച്ച കണ്ണുനീർ കർത്താവിന്റെ തിരുമുമ്പിലൂടെ ഒഴുകിപ്പരക്കുകയും ആ കണ്ണുനീരിന്റെ നിശ്ശബ്ദതയിലൂടെ ദോശാ കർത്താവിനോട് പതിയെ പരിഭവം പറയുകയും ചെയ്തു. "ഈശോയെ നീ പോലും ഈയുള്ളവളെ ഒറ്റയാക്കികളഞ്ഞല്ലോ."

പാമ്പുകടിയേറ്റു കുഞ്ഞൂച്ചായൻ ഈ ഭൂമിയിൽനിന്ന് വിടപറയുമ്പോൾ ഫിലിപ്പിന് ആറുവയസ്സേ ഉണ്ടായിരുന്നുള്ളൂ. ഇളയവർക്ക് യഥാക്രമം നാലും രണ്ടും. പറക്കമുറ്റാത്ത മൂന്നു പിള്ളാരെയും കൊണ്ട് ദോശാ ജീവിതത്തെ നോക്കി അന്ന് പൊട്ടിക്കരഞ്ഞിട്ടുണ്ട്. വാലും ചേലുമില്ലാതെ തെക്ക് വടക്ക് അലഞ്ഞ് നടക്കാനായിരുന്നു അന്നും ഫിലിപ്പിന് മോഹം. ഇടുങ്ങിയ തെരുവിലെ കുടുസ്സുകടകളിൽ നിന്ന് വാങ്ങിയ കപ്പലണ്ടിയും കൊത്തിക്കൊറിച്ച് തെണ്ടി നടക്കുമ്പോൾ ഫിലിപ്പ് പൊട്ടിദോശായെയോ അനിയന്മാരെയോ മരിച്ചുപോയ സ്വന്തം അച്ഛൻ കുഞ്ഞൂച്ചായനെയോ ഓർത്തില്ല. അവനെപ്പോഴും മഞ്ഞപ്പല്ലുകൾ കാട്ടി വെറുതെ ചിരിക്കുകയോ കുന്നുംപുറത്തെ ആരുടെയെങ്കിലും പറങ്കിമാവിൽ കൊമ്പത്ത് കയറിയിരുന്ന് പറങ്കിയണ്ടി മോഷ്ടിച്ചു പറിക്കുകയോ ചെയ്തു.

ജോണിയുടെ പെമ്പിള ഗ്രേസിയും ഉണ്ണൂണ്ണിയുടെ പെമ്പിള ഓമനയും പൊട്ടിദോശാ കേൾക്കാതെ അടുക്കള പിന്നാമ്പുറത്തിരുന്ന് ഫിലിപ്പിനെക്കുറിച്ച് ദൂഷ്യം പറയുകയും ആ ചെകുത്താനെ വീട്ടിൽ നിന്നേ അടിച്ചോടിക്കേണ്ടതാണെന്ന് ഭർത്താക്കന്മാരോട് രഹസ്യത്തിൽ പറയുകയും ചെയ്തു. സത്യത്തിൽ അപ്പോഴാണ് ജോണിയും ഉണ്ണൂണ്ണിയും ആ വഴിക്ക് ചിന്തിക്കാൻ തുടങ്ങിയത്. വെറുതെ തിന്നുകൊഴുത്ത് തെക്കുവടക്കു നടക്കുന്ന ഒരുത്തന്, അത് സ്വന്തം ചേട്ടനായാൽക്കൂടി, തങ്ങളുടെ ഭാര്യമാർ എന്തിനാണ് വെച്ചുവിളമ്പുന്നത്. പറമ്പിലെ തേങ്ങായും, ചക്കയും, മാങ്ങയുമെല്ലാം ഫിലിപ്പ് എപ്പോൾ മോഷ്ടിച്ചു കൊണ്ടുപോകുന്നുവെന്നോ ആർക്ക് കൈമാറ്റം ചെയ്ത് കാശ് വാങ്ങുന്നുവെന്നോ ദോശായോ മറ്റു മക്കളോ മരുമക്കളോ അറിഞ്ഞതുമില്ല. ദോശായ്ക്ക് സത്യത്തിൽ അതിലൊന്നും ഒരു പരാതിയും ഇല്ലായിരുന്നു. അവന്റെ അപ്പൻ സമ്പാദിച്ച മണ്ണിൽനിന്ന് അവനെടുക്കുന്നതുകൊണ്ട് ആർക്കാ ചേതം. ഇതവർ മരുമക്കളെക്കൊള്ളിച്ചുതന്നെ തന്നത്താൻ പറഞ്ഞിരുന്നു.

ഇങ്ങനെയൊക്കെയാണെങ്കിലും ഫിലിപ്പ് ജീവിച്ചുപോകട്ടേയെന്നേ ദോശാ ചിന്തിച്ചിരുന്നുള്ളൂ. അതുകൊണ്ട് തന്നെ അവർ, എപ്പോഴെങ്കിലും കയറി വന്ന് അടുക്കളയിലെ ഭക്ഷണം മുഴുവൻ വിളമ്പിത്തിന്ന് തിണ്ണയ്ക്ക് പായ് വിരിച്ച് കിടന്നുറങ്ങുന്ന മകനെതിരെ ഒരു വാക്കുപോലും പറഞ്ഞില്ല. അവരുടെ മനസ്സ് എപ്പോഴും പറഞ്ഞു, അവനാണ് തന്നെ ആദ്യമായി അമ്മച്ചിയെന്ന് വിളിച്ചത്. അവൻ കഴിഞ്ഞേ തനിക്ക് മറ്റാരുമുള്ളൂ. അണ്ടിയാപ്പീസിൽ കണക്കെഴുതാൻ പോകുന്ന ജോണിയും ചന്തയിൽ തേങ്ങാക്കച്ചവടം ചെയ്യുന്ന ഉണ്ണൂണ്ണിയും ഫിലിപ്പിനെ നേരിൽ കാണാനേ ഇഷ്ടപ്പെ

ട്ടില്ല. യാദൃച്ഛികമായി റോഡിൽ വച്ചോ, ചന്തയിൽവച്ചോ കാണാനിടവന്നാൽ ഫിലിപ്പ് അവരുടെ പോക്കറ്റിൽ കൈയിട്ട് തപ്പിയെടുക്കും.

അന്ന്, ആ ഒരു ദിവസത്തെ പോക്കറ്റിൽ നിന്നുള്ള പൈസ കൈയിട്ടുവാരലിൽ നിന്നാണ് പൊട്ടിദോശാ ഇത്ര പെട്ടെന്ന് ഇങ്ങനെയൊരു തീരുമാനം എടുത്തത്. എന്തുവിലകൊടുത്തും അവനെ പെണ്ണുകെട്ടിക്കുക. അവനുണ്ടാക്കുന്ന കുഞ്ഞുമായി നാട്ടാരെക്കാണെ നടക്കുക. ആ ദിവസത്തെ വഴക്കിൽ ജോണിയും ഉണ്ണൂണ്ണിയും ഭാര്യമാരുടെ പക്ഷം ചേർന്ന് ഫിലിപ്പിനെ ഒരു പാട് ചീത്ത പറയുകയും പെണ്ണും പിടക്കോഴിയും പിള്ളാരുമില്ലാത്ത അവന് വീട്ടിലെന്തുകാര്യമെന്ന് മുഖത്ത് നോക്കി ചോദിക്കുകയും ചെയ്തു.

പൊട്ടിദോശാ അന്ന് കർത്താവിനോട് ഉള്ളുരുകി പ്രാർത്ഥിച്ചു: "മിശിഹായേ നീയെന്തേ ചിലരെ ഇങ്ങനെ സൃഷ്ടിക്കുന്നു? നാട്ടിലും വീട്ടിലും കൊള്ളരുതാത്തവരായി, മറ്റുള്ളവരുടെ ചീത്ത കേൾക്കാൻ വേണ്ടി മാത്രം!"

അനിയന്മാരുടെയും അവരുടെ ഭാര്യമാരുടെയും ചീത്ത കേട്ടാലും ഫിലിപ്പിൽ പ്രത്യേകിച്ചൊരു മാറ്റവും കാണില്ല. അവൻ മഞ്ഞപ്പല്ലുകൾ കാട്ടി ചിരിച്ചുകൊണ്ട് അടുക്കളയിൽ കയറി ഉണ്ടാക്കിവെച്ചിരിക്കുന്ന എന്തെങ്കിലുമൊക്കെ എടുത്ത് തിന്നുകയും തന്റെ മുഷിഞ്ഞമുണ്ട് ഒന്നുകൂടി മുറുക്കിയുടുത്ത് എവിടെയെങ്കിലും ചുരുണ്ടുകൂടുകയും ചെയ്തു. ദോശാ അന്ന് എടുത്ത തീരുമാനമാണ്, ഉള്ള മണ്ണ് മൂന്നുപേർക്കും കൂടി വീതം വയ്ക്കുക. അവന്റെ വീതത്തിലുള്ളതു മതി അവന് കഴിയാൻ തന്നെ. മറ്റുള്ളവരുടെ കട്ടുതിന്നുന്നുവെന്ന ദുഷ്പ്പേരും വേണ്ട. അതിനോടൊപ്പം തന്നെ അവന് പറ്റിയ ഒരു പെണ്ണിനെ കണ്ടുപിടിക്കുകയും വേണം.

മണ്ണ് ഭാഗിച്ചപ്പോൾ ഫിലിപ്പിന് ഒരാവശ്യമേ ഉണ്ടായിരുന്നുള്ളൂ. അവനു കൊടുക്കുന്ന മണ്ണ് വീടിന് താഴെവശത്ത് പുന്നമരം നില്ക്കുന്നിടം ആവണം. പുന്നമരത്തിന്റെ ചോട്ടിലെ തണുപ്പിലും ഫിലിപ്പ് മലർന്ന് കിടന്ന് ബീഡിവലിക്കാറുണ്ട്. അതുകൊണ്ട് തന്നെ അവന് വേണ്ടതും അവിടം തന്നെയായിരുന്നു.

അടയ്ക്കാമരങ്ങളും കുരുമുളക് പടർപ്പുകളും മാവും പ്ലാവുമൊക്കെ തിങ്ങിവളർന്നു നിന്നിരുന്ന നല്ലമണ്ണ് ജോണിക്കും ഉണ്ണൂണ്ണിക്കും എഴുതിക്കൊടുക്കുമ്പോൾ പൊട്ടിദോശയുടെ കണ്ണ് നിറഞ്ഞതാണ്. വെറും പാഴ്മണ്ണ് മാത്രം എഴുതിക്കിട്ടിയപ്പോൾ ഫിലിപ്പിന്റെ കണ്ണുകളിൽ ആഹ്ലാദമായിരുന്നു. വവ്വാലു ചപ്പിക്കുടിച്ച പുന്നയ്ക്കകൾ പെറുക്കിക്കൂട്ടി അവൻ വാതുറന്ന് ചിരിച്ചു.

അപ്പോൾ മുതൽതന്നെ ദോശാ മൂത്തുനരയ്ക്കാറായ തന്റെ മൂത്ത മകന് പെണ്ണന്വേഷിക്കാനും തുടങ്ങി. ജോണിയും ഉണ്ണൂണ്ണിയും ദോശായുടെ അന്വേഷണം അറിഞ്ഞതായിപ്പോലും നടിച്ചില്ല. ഗ്രേസിയും ഓമനയും അടുക്കളപ്പിന്നാമ്പുറത്തിരുന്ന് അടക്കിപ്പിടിച്ചു ചിരിച്ചു. ഫിലിപ്പ് ഇതൊന്നും അറിഞ്ഞതേയില്ല. അമ്പത്തിരണ്ടാമത്തെ വയസ്സിലും ഫിലിപ്പിൽ മാറ്റങ്ങൾ വന്നിരുന്നില്ല. അവൻ പതിവുപോലെ തെങ്ങിൻതൊടിക

ളിൽ മലർന്നു കിടന്ന് ബീഡിവലിച്ചും കടത്തിണ്ണകളിൽ നിരങ്ങിനടന്നും അടുക്കളയിൽ കയറി മോഷ്ടിച്ചു തിന്നും ഗേസിയെയും ഓമനയെയും നോക്കി പല്ലിളിച്ചു കാണിച്ചും ജീവിതം തീർത്തുകൊണ്ടേയിരുന്നു.

നിനച്ചിരിക്കാത്ത സമയത്താണ് കെട്ടിയോൻ കളഞ്ഞിട്ടുപോയ, മക്കളില്ലാത്ത മറിയക്കുട്ടിയെക്കുറിച്ച് പൊട്ടിദോശാ അറിഞ്ഞത്. ഒന്നും കെട്ടിയിട്ടില്ലാത്ത തന്റെ മൂത്തമോന്, കെട്ടിയോൻ കളഞ്ഞിട്ടുപോയ ഒരുത്തിയെ മാത്രമേ കിട്ടുള്ളൂവെന്നോർത്തപ്പോൾ ദുഃഖം തോന്നിയെങ്കിലും പൊട്ടിദോശാ മനസ്സുകൊണ്ട് സമാധാനിച്ചു. "ആര് അവന് പെണ്ണു കൊടുക്കും? കെട്ടിയോൻ കളഞ്ഞിട്ടു പോയവളാണെങ്കിലും മറിയക്കുട്ടി ഒരു പെണ്ണല്ലേ, അവൾക്കും ഒരു ഹൃദയം കാണില്ലേ? തന്റെ ഫിലിപ്പിന് സ്വന്തമെന്ന് പറയാൻ ഒരാളുമായല്ലോ."

മനഃസമ്മതം നടക്കാതെ, പള്ളിയിൽ വച്ച് അച്ചന്മാരുടെ ആശീർവാദം ഇല്ലാതെ ഒരു ദിവസം പൊട്ടിദോശാ മറിയക്കുട്ടിയുടെ കൈപിടിച്ച് ഫിലിപ്പിന്റെ കൈയിൽ വച്ചുകൊടുത്തു. ജോണിയുടെയും ഉണ്ണൂണ്ണിയുടെയും അവരുടെ ഭാര്യമാരുടെയും അടക്കിച്ചിരികൾക്ക് മുന്നിൽ പൊട്ടിദോശായുടെ കാതുകൾ ഒന്നുകൂടി പൊട്ടാവുകയും അവർ എല്ലാത്തിനും മുന്നിലും മൗനമാവുകയും ചെയ്തു.

തുറന്ന ജനാലയ്ക്കരികിൽ, പുറത്തെ തൊടിയിലെ നിശ്ശബ്ദതയിലേക്ക് കണ്ണുനട്ടു നിന്നപ്പോൾ സത്യത്തിൽ മറിയക്കുട്ടിയെന്ന ഫിലിപ്പിന്റെ പുതുമണവാട്ടി ഞെട്ടിപ്പോവുകയായിരുന്നു. കുറച്ചുമണിക്കൂറുകൾക്ക് മുമ്പ് തന്റെ ഭർത്താവായി കർത്താവ് നിശ്ചയിച്ച ഫിലിപ്പ് താഴെ തൊടിയിലെ പുന്നമരച്ചുവട്ടിൽ മലർന്നുകിടന്ന് ബീഡിവലിക്കുന്നു. മറിയക്കുട്ടി അപ്പോൾ അറിയാതെയെങ്കിലും വെറുതെ ആകാശത്തേക്ക് നോക്കുകയായിരുന്നു. അവിടെ അപ്പോൾ സൂര്യൻ നിറം കെട്ടുതുടങ്ങിയിരുന്നു. ആ നിറം കെടലിന് മുന്നിലും പൊട്ടിദോശാ കർത്താവിന്റെ പടത്തിന് മുന്നിൽനിന്ന് മിഴിപൂട്ടി പ്രാർത്ഥിച്ചു. "എന്റെ ഫിലിപ്പിനെ കാത്തോണേ, അവനൊരു പാവമാണേ."

ഫിലിപ്പ് അപ്പോൾ പുന്നമരച്ചോടും കടന്ന്, തോട്ടിലെ കലക്കവെള്ളത്തിൽ മുങ്ങിക്കുളിച്ച് കല്യാണത്തലേന്ന് പൊട്ടിദോശാ ദൂരേക്ക് എടുത്തുകളഞ്ഞ മുഷിഞ്ഞമുണ്ട് വീണ്ടും അരയിൽ ചുറ്റി, ഇടവഴികളിൽനിന്ന് ഇടവഴികളിലേക്കും, കടത്തിണ്ണകളിൽനിന്ന് കടത്തിണ്ണകളിലേക്കും അലഞ്ഞുകൊണ്ടേയിരുന്നു. ഫിലിപ്പ് നടന്നുപോയ വഴികളിലെല്ലാം പകുതി കത്തിത്തീർന്ന ബീഡിക്കുറ്റികൾ വീണ്ടും വീണ്ടും പുകഞ്ഞുകൊണ്ടുമിരുന്നു. പൊട്ടിദോശാ അപ്പോഴും മറിയക്കുട്ടിയുടെ തലമുടിയിൽ വിരലോടിച്ച് കർത്താവിനോട് പ്രാർത്ഥിച്ചു. "മിശിഹായെ എന്റെ ഫിലിപ്പിനെ കാത്തോണേ..."

ജൂലി

സീതമ്മാളിന്റെ വെളുത്ത രോമങ്ങളുള്ള ജൂലിയെന്ന പൂച്ച പെട്ടെന്നൊരു ദിവസമാണ് വീട്ടിൽനിന്ന് അപ്രത്യക്ഷമായത്. കാണാതായ ദിവസത്തിന് പ്രത്യേകിച്ചൊരു വിശേഷവുമില്ലായിരുന്നു. സീതമ്മാളിന്റെ പുതപ്പിനുകീഴിൽ തന്നെയാണ് തലേന്നു രാത്രിയിലും പൂച്ച ഉറങ്ങാൻ കിടന്നിരുന്നത്. ആ രാത്രിയിലും പതിവുപോലെ സീതമ്മാൾ പൂച്ചയുടെ രോമങ്ങളിലൂടെ പതുക്കെ തലോടുകയും ഹൃദയം നിറഞ്ഞ സ്നേഹത്തോടെ അതിനെ മാറത്തുവച്ചു കിടത്തി പുതച്ചുകിടക്കുകയും ചെയ്തു. എല്ലാ പ്രഭാതങ്ങളിലും സീതമ്മാളും പൂച്ചയും ഒരേ സമയത്തുതന്നെയാണ് ഉണരുന്നതും ഉണർന്ന് പകലിന്റെ സജീവതയിലേക്ക് നിറയുന്നതും. അന്നു രാത്രി കിടക്കാൻ നേരവും പൂച്ചയെ മാറത്തടുക്കിവച്ചുകൊണ്ടുതന്നെ പതിവുപോലെ തന്റെ പരിദേവനങ്ങളും പരാതികളും സന്തോഷങ്ങളും ജൂലിയോട് പങ്കുവയ്ക്കുകയും ചെയ്തിരുന്നു. ഇതെല്ലാം എല്ലാ ദിവസത്തെയും പതിവിൻപടി ആയിരുന്നതുകൊണ്ട് പൂച്ച പ്രത്യേകിച്ചൊരു ഭാവവും കാണിക്കാതെ കണ്ണടച്ചിരുന്ന് എല്ലാത്തിനും ചെവി കൊടുക്കുകയായിരുന്നു.

സത്യത്തിൽ വരണ്ടുണങ്ങികിടന്നിരുന്ന സീതമ്മാളിന്റെ ജീവിതം തളിർത്ത് തൂവാൻ തുടങ്ങിയത് മുത്തുചെട്ടിയാർ മുറുക്കുകച്ചവടവും കഴിഞ്ഞ് വരുന്ന വഴി ജൂലിയെ കൊണ്ടുവന്നതിനുശേഷമാണ്. ആ വരവ് എപ്പോഴും സീതമ്മാൾ ഓർക്കാറുള്ളതാണ്. എന്തൊരു ചേലായിരുന്നു തിളങ്ങുന്ന കണ്ണുകളുള്ള ആ മുഖത്തിന്. ദൂരെ ഏതോ ഉത്സവപ്പറമ്പിലെ മുറുക്കുകച്ചവടവും കഴിഞ്ഞുവരുമ്പോഴാണ് മുത്തുചെട്ടിയാർക്ക് വെളുത്ത രോമങ്ങളുള്ള പൂച്ചയെ കിട്ടിയത്. അതപ്പോൾ ദുർഗ്ഗന്ധം വമിക്കുന്ന ഒരു ഇടവഴിക്കരികിലിരിക്കുകയായിരുന്നു. ആ ഇടുങ്ങിയ റോഡിന് വശത്തുള്ള ഓടയിൽക്കൂടി ആ തെരുവിന്റെ സകല മാലിന്യങ്ങളും കുത്തിയൊലി

ക്കുന്നുണ്ടായിരുന്നു. ആ ദുർഗ്ഗന്ധത്തിന്റെ അന്തരീക്ഷത്തിൽനിന്നാണ് കിട്ടിയതെങ്കിലും മുത്തുച്ചെട്ടിയാർക്ക് അതിനോട് വല്ലാത്ത ഒരു സ്നേഹ മാണ് തോന്നിയത്.

മുത്തുചെട്ടിയാർ കാണുമ്പോൾ പൂച്ച ഓടയിലെ ദുർഗ്ഗന്ധത്തിലേക്ക് ഉറ്റുനോക്കിയിരിക്കുകയായിരുന്നു. വീട്ടിൽ വന്നപാടെ സീതമ്മാളിനെ ഉറക്കെ വിളിച്ചു മുത്തുച്ചെട്ടിയാർ പറഞ്ഞു."കേട്ടോ സീതാ നിനക്ക് ഞാനൊരു സമ്മാനം കൊണ്ടുവന്നിട്ടുണ്ട്." സീതമ്മാളിന് അതുകേട്ട് അല്പം പോലും സന്തോഷം തോന്നിയില്ല. മുത്തുചെട്ടിയാർ മുറുക്കുക ച്ചവടവും കഴിഞ്ഞ് കൊണ്ടുവരുന്ന സമ്മാനങ്ങളെയെല്ലാം സീതമ്മാൾ എന്നു തൊട്ടോ വെറുത്തുതുടങ്ങിയിരുന്നു. നിറമുള്ള കുപ്പിവളകൾ, ചുവന്ന സിന്ദൂരം, വർണ്ണാഭമായ ഉടയാടകൾ, അല്ലെങ്കിൽ വീട്ടിലെ അടു ക്കളയിലേക്ക് വാങ്ങുന്ന ചില്ലുപാത്രങ്ങൾ. ഇത്തരം സമ്മാനങ്ങളെയെല്ലാം യാതൊരു കൗതുകവുമില്ലാതെ സീതമ്മാൾ കണ്ടു തുടങ്ങിയത് വർഷ ങ്ങൾക്കു മുമ്പു മുതലേ. എന്നിട്ടും മുത്തുചെട്ടിയാർ, തെരുവോരങ്ങളിലെ കച്ചവടവും കഴിഞ്ഞുവരുമ്പോൾ, സീതമ്മാൾ യാതൊരു താല്പര്യവും കാണിക്കുകയില്ലെങ്കിൽകൂടി ഇത്തരം സമ്മാനങ്ങൾ കൊണ്ടുവന്നു കൊണ്ടേയിരുന്നു.

തെരുവോരത്തിലൂടെ വിയർത്തു നാറി മുറുക്കു കുട്ടയും തലയിലേറ്റി നടക്കുമ്പോഴെല്ലാം അയാളുടെ ഹൃദയത്തിന്റെ ഉള്ളിന്റെയുള്ളിൽ ഒരി ക്കലും അടങ്ങാത്ത ദുഃഖത്തിന്റെ മഹാഗന്ധമുണ്ടായിരുന്നു. ആ ദുഃഖ ക്കൂട്ടിലെല്ലാം തെളിയുന്നത് സീതമ്മാളിന്റെ വെളുത്ത സുന്ദരമായ മുഖവും നീണ്ട നാസികയിലെ മൂക്കുത്തിയിലുള്ള വെട്ടിത്തിളങ്ങുന്ന ചുവന്ന കല്ലു മാണ്. സീതമ്മാൾ എത്രയോ സുന്ദരിയാണ്. നീണ്ടുമെലിഞ്ഞ വെളുത്ത ദേഹത്ത് പറ്റിച്ചേർന്നുകിടക്കുന്ന വസ്ത്രങ്ങൾക്കുപോലും വല്ലാത്തൊരു മത്തുപിടിപ്പിക്കുന്ന ഗന്ധമുണ്ടെന്ന് മുത്തുച്ചെട്ടിയാർക്ക് തോന്നിയിരുന്നു. ആ ഗന്ധത്തിലൂടെ ഉണർന്നപ്പോഴെല്ലാം സീതമ്മാളിന്റെ നീണ്ടനാസിക യിലെ ചുവന്ന മൂക്കുത്തികല്ലിൽനിന്ന് അറിയാത്തൊരു അഗ്നി തനിക്കു നേരെ പാഞ്ഞുവരുന്നതായി അയാൾക്കു തോന്നിയിരുന്നു. അപ്പോഴെല്ലാം അയാൾ കണ്ണുകൾ മുറുകെ അടയ്ക്കുകയും മുറുക്കിന്റെ നാനാവിധ ഗന്ധ ങ്ങളിലേക്ക് മനസ്സിനെ മനഃപൂർവ്വം അമർത്തിത്താഴ്ത്തുകയും ചെയ്തു.

സഞ്ചിയിലാക്കിയ പൂച്ചയെയും കൊണ്ടുവന്നപ്പോഴും സമ്മാനമേ തെന്ന് അറിയാതെ തികച്ചും നിസ്സംഗമായ മുഖത്തോടുകൂടിതന്നെയാണ് സീതമ്മാൾ ആ സഞ്ചി കൈയിൽ വാങ്ങിയതും തുറന്നുനോക്കിയതും. ചണത്തിന്റെ നിറമുള്ള ആ സഞ്ചി തുറന്നു നോക്കിയപ്പോൾ ആദ്യം കണ്ടത് തിളങ്ങുന്ന നിറമുള്ള കണ്ണുകളാണ്. പേടിച്ചരണ്ട ആ കണ്ണുകൾക്കു താഴെ നനുത്ത മീശരോമങ്ങൾ വിറച്ചു നില്ക്കുന്നതു കണ്ടു. അത്യന്തം ആഹ്ലാദത്തോടെ സഞ്ചിയിൽനിന്ന് ആ വെളുത്ത പൂച്ചയെ തന്റെ ഹൃദയ ത്തിലേക്ക് ഏറ്റുവാങ്ങിയപ്പോൾ സീതമ്മാളിന്റെ ആകാശത്ത് നക്ഷത്രങ്ങൾ വല്ലാതെ പൂത്തുലയുകയായിരുന്നു. വരണ്ടു കിടക്കുന്ന എല്ലാ താഴ്വാര

ങ്ങളും മണമുള്ളപൂക്കളെ കൊണ്ടു നിറയുന്നതായും വീശുന്ന കാറ്റിലെല്ലാം ഗന്ധർവ്വസംഗീതം നിറയുന്നതായും സീതമ്മാൾ അറിഞ്ഞു.

ജീവിതത്തിൽ ആദ്യം കാണുന്നതുപോലെ, ആഹ്ലാദം തുളുമ്പുന്ന മുഖത്തോടെ മുത്തുചെട്ടിയാരുടെ മുഖത്തേക്ക് സീതമ്മാൾ സ്നേഹം കടാക്ഷിക്കുകയും പൂച്ചയെ സമ്മാനമായി കൊണ്ടുവന്നതിന്റെ പാരിതോഷികമായി, അയാളുടെ വിയർപ്പുനാറ്റമുള്ള വരണ്ട മുഖത്ത് അമർത്തി ചുംബിക്കുകയും ചെയ്തു. വിവാഹം കഴിഞ്ഞ് ഇരുപത് വർഷത്തിനുശേഷം, ആദ്യമായിക്കിട്ടിയ ഒരു ചുംബനം പോലെ മുത്തുചെട്ടിയാർ തന്റെ സകല മുറുക്കിന്റെ ഗന്ധങ്ങളും മറക്കുകയും ഹൃദയം മുഴുവൻ സീതമ്മാളിനെ കൊണ്ടു നിറയ്ക്കുകയും ചെയ്തു.

ഒഴിഞ്ഞുകിടന്ന ഉമ്മറത്തിണ്ണകളിലും ചാവടികളിലും അടുക്കള വരാന്തയിലും ഉടയാത്ത കിടക്കവിരികളിലും നിറഞ്ഞുതൂവി വിടർന്ന പൂച്ചയ്ക്ക് ജൂലിയെന്ന് പേര് ചൊല്ലി ആദ്യമായി വിളിച്ചത് സീതമ്മാൾ ആയിരുന്നു. സന്ധ്യകളും പ്രഭാതങ്ങളും മദ്ധ്യാഹ്നങ്ങളും ഒരുപോലെ പങ്കിടുമ്പോൾ സീതമ്മാൾ തികച്ചും മറക്കാൻ പഠിച്ചത്. ഒരു കുഞ്ഞിക്കാലു കാണാത്തതിലുള്ള തന്റെ ദുഃഖത്തെ തന്നെയായിരുന്നു. ആ വിഷയം മുത്തുച്ചെട്ടിയാർക്കും സീതമ്മാളിനുമിടയിൽ സംസാരമല്ലാതായിമാറിയതും ജൂലി പടികടന്നു വന്നതിനുശേഷമാണ്. മുമ്പ് ആ വിഷയത്തിനു മേൽ കടിച്ചുതൂങ്ങി പരസ്പരം പഴിചാരി പലപ്പോഴും ശണ്ഠകൂടലിലൂടെയായിരുന്നു പല ദിവസങ്ങളും അവർക്കിടയിലൂടെ കടന്നുപൊയ്ക്കൊണ്ടിരുന്നത്. എന്നിരുന്നാലും, മുത്തുച്ചെട്ടിയാർക്ക് തന്നേക്കാൾ പതിന്മടങ്ങ് സൗന്ദര്യമുള്ള, തീജ്വാലയുടെ നിറവും വശ്യതയുമുള്ള സീതമ്മാളിനെ വേദനിപ്പിക്കാനേ തോന്നിയിരുന്നില്ല.

മുറുക്കിന്റെ കുഴച്ചമാവ് അച്ചുകളിൽ ഒഴിച്ച് അടുപ്പിൽ വയ്ക്കുമ്പോഴും അവയെല്ലാം ഭംഗിയായി കവറുകളിലാക്കി വില്പനയ്ക്ക് തയ്യാറാക്കുമ്പോഴും സീതമ്മാളിന്റെ പരൽമീൻ പോലെ പിടയുന്ന നീണ്ടക്കണ്ണുകളിലേക്ക് ഉറ്റുനോക്കി മുത്തുച്ചെട്ടിയാർ പലപ്പോഴും പറഞ്ഞിട്ടുണ്ട്. “നീയെന്തിനാ– സീതാ വേദനിക്കുന്നത്, നിനക്കു ഞാനില്ലേ. നിനക്കു ഞാനും എനിക്കു നീയും. അതുതന്നെയാണ് നമ്മുടെ ജീവിതം.” അതു കേൾക്കുമ്പോൾ പലപ്പോഴും സീതമ്മാൾ കുഴച്ചുകൊണ്ടിരുന്ന മുറുക്കിന്റെ മാവിനെ കൈയിലിട്ട് പല ആകൃതിയിൽ ചെറുതായി ഉരുട്ടുകയും പിന്നീടത് വെറുതെ പുറത്തേയ്ക്ക് വലിച്ചെറിയുകയും ചെയ്തു.

രാത്രിയുടെ നിറഞ്ഞ അന്ധകാരത്തിൽ ഉറക്കം നഷ്ടപ്പെട്ടു കിടക്കുമ്പോഴെല്ലാം എവിടെ നിന്നൊക്കെയോ കുഞ്ഞുപാദചലനങ്ങൾ സീതമ്മാൾ കേൾക്കുകയും ആ പാദചലനങ്ങളിലെ നിർത്താത്ത ശബ്ദത്തിലൂടെ അവർ ഉറക്കത്തിലേക്ക് വഴുതുകയും ചെയ്തിരുന്നു. “കുട്ടികൾ ഇല്ലാത്തതിന് നമ്മൾ എന്തിനാ ഇങ്ങനെ വേദനിക്കുന്നത്. ഒരുപക്ഷേ, ജനിച്ചിരുന്ന പൈതങ്ങൾ, പിഴച്ചു പോയിരുന്നെങ്കിലോ?” മുത്തുച്ചെട്ടിയാർ അതു പറയുന്നത് തെരുവിന്റെ ഓരത്ത് താമസിക്കുന്ന രാമചന്ദ്രചെട്ടിയാരുടെയും

പങ്കജത്തിന്റെയും കാര്യം ഓർത്തിട്ടാണെന്ന് സീതമ്മാളിന് അറിയാവുന്നതാണ്. അവർക്ക് ജനിച്ച ഏക മകനെ, നിലത്തുവയ്ക്കാതെയാണ് രാമചന്ദ്രൻ ചെട്ടിയാരും പങ്കജവും വളർത്തിക്കൊണ്ടുവന്നത്. എന്തു ചെയ്യാൻ അവൻ തലതിരിഞ്ഞു പോയെന്ന് മാത്രമല്ല തെരുവിന് ഒരു ശാപവുമായി. സമാധാനമായി കഴിഞ്ഞിരുന്ന ആ തെരുവിൽ അക്രമസംഭവങ്ങൾ നിത്യമായത് അവരുടെ മകൻ യശോധരൻ വളർന്നതിനു ശേഷമാണെന്ന് അറിയാത്തവരായി ആരുമില്ല. ചീട്ടുകളിയും മദ്യപാനവും പെണ്ണുപിടിയും മാത്രമല്ല മറ്റെല്ലാ ദുശ്ശീലങ്ങളുമുള്ള അവനെ കാണുമ്പോൾ തന്നെ തെരുവിലെ വീടുകളിൽ വാതിലുകൾ അടയുകയും ജനാലകളിലൂടെ ഭയന്ന കണ്ണുകൾ പുറത്തേക്കു നീളുകയും ചെയ്തു. രാമചന്ദ്രചെട്ടിയാരും പങ്കജവും നാട്ടുകാരുടെ മുമ്പിൽ ചതുർത്ഥിയായി മാറിത്തുടങ്ങിയതും അവൻ വളർന്നതിനുശേഷമാണ്. സത്യത്തിൽ അവനെ നേരെ ചൊവ്വേ വളർത്താഞ്ഞിട്ടല്ല. അവൻ അങ്ങനെതന്നെ ആയിപ്പോയി. തെരുവിന് പുറത്തുനിന്നുള്ള ഗുണ്ടകൾ കൂടി ഇവിടേക്കുവരികയും അടിപിടിയും കൈയാങ്കളിയും നിത്യസംഭവവുമാകുകയും ചെയ്തുതുടങ്ങിയപ്പോൾ, ആൾക്കാർ ഒന്നടങ്കം രാമചന്ദ്രചെട്ടിയാരെയും പങ്കജത്തെയും ശപിച്ചതാണ്. ഇങ്ങനെയുള്ള വിഷസർപ്പങ്ങളെ തീറ്റിപ്പോറ്റി വളർത്തുന്നതിനുപകരം വല്ല വിഷവും കൊടുത്തു കൊന്നുകൂടായിരുന്നോ? ആ ചോദ്യം നാവുകളിൽ നിന്ന് നാവുകളിലേക്ക് പടർന്നൊഴുകിയപ്പോൾ എന്നോ ഒരു സന്ധ്യക്ക് രാമചന്ദ്രചെട്ടിയാരും പങ്കജവും വീട് അടച്ചുപൂട്ടി മണ്ണെണ്ണ ഒഴിച്ചു തീകൊളുത്തി ആത്മഹത്യ ചെയ്തു കളഞ്ഞു.

ആ ദുരന്തത്തിന്റെ കഥ തെരുവിൽ നിറഞ്ഞുകിടക്കുമ്പോൾ തങ്ങൾക്ക് ഒരു കുഞ്ഞിക്കാലു കാണാത്തതിൽ ദുഃഖിക്കേണ്ട ആവശ്യമില്ലെന്നാണ് മുത്തുച്ചെട്ടിയാർ തന്റെ കറുത്തു വിയർത്ത മുഖം അമർത്തി തുടച്ചുകൊണ്ട് സീതമ്മാളിനോട് പറഞ്ഞുകൊണ്ടിരുന്നത്.

എങ്കിലും സീതമ്മാളിന്റെ ഉറക്കത്തിലും ഉണർവ്വുകളിലും ഒരു കുഞ്ഞുമുഖത്തിന്റെ തേടൽ എപ്പോഴുമുണ്ടായിരുന്നു. ആ ഒരു വലിയ പ്രശ്നത്തിനാണ് ജൂലിയെന്ന വെളുത്ത പൂച്ചയുടെ വരവോടെ പരിഹാരമായത്. പിന്നീട് ഒരിക്കൽപോലും ഒരു കുഞ്ഞിനുവേണ്ടിയുള്ള ദാഹം സീതമ്മാൾ മുത്തുച്ചെട്ടിയാരോട് പങ്കുവച്ചതേയില്ല. മുറുക്കിടൽ കഴിഞ്ഞുള്ള സമയം മുഴുവൻ സീതമ്മാൾ ജൂലിയെ മടിയിലിരുത്തി താലോലിക്കുകയും, പാലും വെണ്ണയും കോരികൊടുക്കുകയും പൂച്ചയുടെ ദേഹത്തുകൂടി ഇഴഞ്ഞുനടന്നിരുന്ന കുഞ്ഞൻ ചെള്ളുകളെ പെറുക്കി കളയുകയും ചെയ്തു. വീടു നിറഞ്ഞുനിന്നിരുന്ന മുറുക്കിന്റെ ഗന്ധത്തിനൊപ്പം ജൂലിയുടെ ഗന്ധവും അവിടമാകെ പടർന്നു പരന്നിരുന്നു. ഭക്ഷണശീലത്തിന്റെ കാര്യത്തിലും സീതമ്മാൾ ജൂലിയെ തങ്ങൾക്കൊപ്പമാണ് നിർത്തിയത്. തനി സസ്യഭുക്ക്.

ആ ജൂലിയെന്ന സുന്ദരിപ്പൂച്ചയാണ് ഒരുദിവസം രാവിലെ മുതൽ മുത്തുച്ചെട്ടിയാരുടെയും സീതമ്മാളിന്റെയും വീട്ടിൽനിന്ന് അപ്രത്യക്ഷമാ

യത്. ജൂലി, ജൂലിയെന്ന് ഉറക്കെ പേര് ചൊല്ലി, തെരുവു മുഴുവൻ മുത്തു ച്ചെട്ടിയാർ അലയുകയായിരുന്നു. സീതമ്മാളിന്റെ മുഖത്തുനിന്ന് രക്തം അപ്പാടെ ഒലിച്ചിറങ്ങിപ്പോവുകയും നീണ്ട നാസികയിലെ ചുവന്ന മൂക്കു ത്തിക്കല്ല് തിളക്കം നഷ്ടപ്പെട്ട് നിർജ്ജീവതയിൽ അമരുകയും ചെയ്തു. എത്ര പെട്ടെന്നാണ് സീതമ്മാളിന്റെയും മുത്തുച്ചെട്ടിയാരുടെയും വീട് ശ്മശാനമൂകമായത്. ഉമ്മറക്കോലാകളും, ചാവടികളും കിടക്കവിരികളും നടുമുറ്റവും മുറ്റത്തിനരികിലെ പച്ചപ്പുൽപ്പരപ്പും ജൂലിയുടെ അഭാവത്തിൽ ജീവനറ്റുകിടന്നു. എല്ലാ വെയിൽനാളങ്ങളും സീതമ്മാളിന്റെ മുമ്പിൽ നിറം കെട്ടതാകുകയായിരുന്നു. അടുപ്പിലെ കെട്ട തീയ്ക്കരികിൽ മുറുക്കിന്റെ മാവ് പകുതി കുഴഞ്ഞ് അനാഥമായിത്തന്നെ കിടന്നു.

തെരുവുകളിൽ നിന്ന് തെരുവുകളിലേക്ക് മുത്തുച്ചെട്ടിയാർ അലഞ്ഞു കൊണ്ടേയിരുന്നു. ജൂലിയുടെ പേര് ചൊല്ലി അന്ന്, ആ ദിവസവും വലിയ പ്രത്യേകതയൊന്നുമില്ലായിരുന്നു. സീതമ്മാൾ പതിവുപോലെ അഴിഞ്ഞു ലഞ്ഞ മുടിച്ചുരുളുകളോടെ, വിദൂരതയിലേക്ക് കണ്ണ് നട്ട് എന്തോ പിറുപി റുത്തു കൊണ്ടിരിക്കുകയായിരുന്നു. ജൂലിയെ നഷ്ടപ്പെട്ട അന്നുമുതൽ തുട ങ്ങിയതാണ് സീതമ്മാളിന്റെ തനിയെയുള്ള സംസാരം. ജൂലിയോട് സംസാ രിക്കുന്ന രീതിയിൽ സീതമ്മാൾ പലതും പറഞ്ഞുകൊണ്ടേയിരുന്നു. അങ്ങനെ ഏതോ ഒരു നിമിഷത്തിലാണ് മുത്തുച്ചെട്ടിയാർ ഒരു ദീർഘ നിശ്വാസത്തോടെ പടികയറിവന്നത്. സീതമ്മാൾ അപ്പോൾ കിഴക്കോട്ട് നോക്കിയിരിക്കുകയായിരുന്നു എന്തോ പിറുപിറുത്ത്.

“കേട്ടോ സീതാ നമ്മുടെ ജൂലിയെ ഞാൻ കണ്ടു. അവൾ നഗരത്തി ലാണിപ്പോൾ. നഗരത്തിലെ ഒരു വലിയ വീടിനു മുന്നിലാണ് അവളെ ഞാൻ കണ്ടത്. അവൾക്ക് അവിടെ പരമസുഖമാണെന്നു തോന്നുന്നു. മറ്റൊരു പൂച്ചക്കുട്ടിയുണ്ട് കൂട്ടിന്. പക്ഷേ, എനിക്കു ദുഃഖം തോന്നിയത്. ജൂലി എന്നെ കണ്ട ഭാവമേ കാണിച്ചില്ല. ഞാനാ ഗേറ്റിനരികിൽ അല്പ നേരം നിന്നു. പിന്നെ തിരിഞ്ഞു നടന്നു.” സീതമ്മാൾ അതിന് മറുപടി യൊന്നും പറഞ്ഞില്ല. അവർ അപ്പോഴും ആരോടോ സംസാരിച്ചുകൊണ്ടേ യിരുന്നു. ഇടയ്ക്ക് എപ്പോഴോ മൂക്കുത്തിക്കല്ലിൽനിന്ന് പുറത്തേക്ക് തെറിച്ച ചുവന്ന വെളിച്ചത്തിൽ മുത്തുച്ചെട്ടിയാർ മുങ്ങിപോവുകയും ആ വെളിച്ച ത്തിലൂടെതന്നെ അയാൾ മുറുക്ക് കുട്ടയും തലയിലേറ്റി പുറത്തേക്കു നട ക്കുകയും ചെയ്തു.

ഛിന്നഗ്രഹങ്ങൾ

ഒരുകൂട്ടം ഉറുമ്പുകൾ ഒരു മുന്നറിയിപ്പും കൂടാതെ പൂമുഖവാതിലിലൂടെ അകത്തേക്ക് കയറാൻ തുടങ്ങിയപ്പോൾ ഒരു നിമിഷം ഞാൻ ഞെട്ടി. എല്ലാം അസാധാരണമായ ഉറുമ്പുകൾ. അവയൊന്നുംതന്നെ നിത്യവും കാണുന്ന തരത്തിലുള്ള ഉറുമ്പുകളേയല്ല. കറുത്തിരുണ്ട വലിയ തലയും ചെറിയ ശരീരവുമുള്ള ഉറുമ്പുകൾ. എന്തോ കണ്ട് ഭയന്ന പോലെയോ, അതുമല്ലെങ്കിൽ എന്തൊക്കെയോ തച്ചുടയ്ക്കാനുള്ള വെപ്രാളത്തോടു കൂടിയോ ആയിരുന്നു പൂമുഖവാതിലിലെ ഉമ്മറപ്പടിയിലേക്ക് അവ കൂട്ടത്തോടെ ഇഴഞ്ഞു നീങ്ങിയത്.

ഒരു നിമിഷം ഞാൻ വല്ലാതെ ഭയക്കുകയും കൈയിൽ വായിച്ചു കൊണ്ടിരുന്ന പുസ്തകം താഴെ വച്ചശേഷം വാതിൽ വലിച്ചടയ്ക്കുകയും ചെയ്തു. പക്ഷേ, എന്തോ വാതിലടച്ചതിനു ശേഷവും എനിക്കുമുന്നിലാ ഉറുമ്പുകളായിരുന്നു. ഏതോ അജ്ഞാത തീരങ്ങളിൽനിന്ന് ആരും കാണാതെ ഒഴുകിവന്ന് ഞങ്ങളുടെ വീട്ടിലേക്ക് പ്രവേശിക്കുകയോ, അതുമല്ലെങ്കിൽ ഒരു നിമിഷം ഭൂമിയുടെ അന്തർഭാഗത്തുനിന്ന് ഒരു ഉൾവിളി കേട്ടിട്ടെന്നപോലെ പെട്ടെന്നൊരു നിമിഷം പൂമുഖവാതിലിൽ പ്രത്യക്ഷപ്പെട്ടതോ ആയിരിക്കാം ആ ഉറുമ്പിൻ കൂട്ടങ്ങളെന്ന് ഞാൻ ചിന്തിക്കാതിരുന്നില്ല.

ചിന്തകൾ എവിടെയോ പാറുകയും പതറുകയും ചെയ്തതായി തോന്നിയത് ഉറുമ്പുകളുടെ രംഗപ്രവേശനത്തിന് ശേഷമായിരുന്നു. ഞാൻ കതക് അടച്ചുതന്നെയിട്ടിരുന്നു. പലപ്പോഴും, കതക് തുറക്കണമെന്നും പുറത്തെ പകലിലേക്ക് പകലിന്റെ വെണ്മയിലേക്ക്, വിടർന്ന പൂക്കളിലേക്ക് നോക്കിനില്ക്കണമെന്നും മോഹിച്ചെങ്കിലും ഞാൻ അശക്തയായി, ഒരു ഒച്ചിനെപ്പോലെ, അടഞ്ഞ മുറിക്കുള്ളിൽ ടി വി ഓൺ ചെയ്തു കാണു

കയും, വായിച്ചു തീർത്ത പത്രം തന്നെ വീണ്ടും വീണ്ടും വായിക്കുകയും ചെയ്തു. ഒരു ഇടിനാദം പോലെയാണ് ആ വാർത്ത കണ്ണിൽപ്പെട്ടത്. തലേ നാളത്തെ പത്രത്തിൽ തന്നെ ആ വാർത്ത കണ്ടിരുന്നതാണ്. പക്ഷേ, അത്ര ശ്രദ്ധിക്കാതെ ഓടിച്ചു നോക്കി പോയതേയുള്ളൂ. പത്രം വായിച്ചിരുന്നപ്പോ ഴാണ് അടുക്കളയിൽ എന്തോ ശബ്ദം കേട്ട് പെട്ടെന്ന് അങ്ങോട്ട് പോവു കയും പത്രം മടക്കിവെക്കുകയും ചെയ്തത്. ഇന്നത്തെ പത്രത്തിലും അതാ കിടക്കുന്നു ആ വാർത്ത. ഏതോ ഛിന്ന ഗ്രഹം ഭൂമിക്കുമുകളിൽ, വെറും 3000 കിലോമീറ്റർ അകലത്തിൽ വരുന്നുവത്രേ. വേണമെങ്കിൽ, ശ്രദ്ധിച്ചാൽ നഗ്നനേത്രങ്ങൾകൊണ്ടു കാണാം.

മനസ്സിലപ്പോൾ എന്തൊക്കെയോ മുളച്ചുവരുന്നതായോ പൊട്ടിച്ചിത റുന്നതായോ തോന്നിത്തുടങ്ങിയിരുന്നു. എവിടെയൊക്കെയോ എന്തൊ ക്കെയോ സംശയങ്ങൾ. അകലങ്ങളിൽ എവിടെനിന്നോ, പ്രപഞ്ചത്തിനു വെളിയിൽ എവിടെനിന്നോ, ഭൂമിയിലേക്ക് ആകർഷിക്കപ്പെട്ടുവരുന്ന ഛിന്ന ഗ്രഹത്തിന്റെ ആത്മാവിലേക്ക് ആഴ്ന്നിറങ്ങാൻ ശ്രമിച്ചപ്പോൾ ഒരുപക്ഷേ, മനസ്സ് എന്തായിരിക്കാം മന്ത്രിച്ചത്, ആ ഛിന്നഗ്രഹം പൊട്ടിച്ചിതറരുതേ യെന്നോ അഥവാ അത് സുരക്ഷിതമായി ഭൂമിയിലെവിടെയെങ്കിലും വന്നി റങ്ങണമേയെന്നോ? ആവോ അറിയില്ല. മനസ്സ് പലതും മന്ത്രിക്കുകയാണ്. പൊട്ടിച്ചിതറാത്ത ഛിന്നഗ്രഹം പതുക്കെ, വളരെ പതുക്കെ ഭൂമിക്കു മുക ളിലൂടെ ഇഴഞ്ഞു നീങ്ങുന്നതായും ഭൂമിയിലേക്ക് ഒരു വിള്ളൽപോലും ഏല്പിക്കാതെ എവിടെയെങ്കിലും വന്നിറങ്ങുന്നതായും തോന്നിയപ്പോൾ ആദ്യം ചെയ്തത് ഫോണെടുത്ത് ജർമ്മനിയിൽ ജോലി ചെയ്യുന്ന മകനെ വിളിക്കാനാണ്. എന്തൊക്കെയോ സംഭവിക്കുന്നുണ്ട്. തീർച്ചയായും മനു ഷ്യൻ ഒന്നും അറിയുന്നില്ല. യന്ത്രക്കൂടുകളിൽനിന്ന് യന്ത്രക്കൂടുകളിലേക്ക്, കോൺക്രീറ്റ് കൂടാരങ്ങളുടെ മഹാപ്രളയത്തിലേക്ക് അഗാധമായ ലോക സംസ്കാരത്തിലേക്ക് തലകുത്തിവീഴുമ്പോൾ മനുഷ്യൻ എന്തോർക്കാൻ. മകന്റെ നമ്പർ ഡയൽ ചെയ്യുമ്പോൾ മനസ്സിൽ നിറഞ്ഞുനിന്നിരുന്ന എന്തൊക്കെയോ ഒഴുകി പരക്കുകയായിരുന്നു.

“ഹലോ അമ്മാ എന്താ ഈ സമയത്ത്. ഈ സമയം പതിവല്ലല്ലോ.” കടലുകൾക്ക് ആകാശങ്ങൾക്ക് അപ്പുറത്ത് നിന്നുള്ള മകന്റെ സ്വരത്തി ലേക്ക് ഊർന്നു വീണ് പതിയെ മന്ത്രിച്ചു.

“മോനെ നമ്മൾ വിചാരിച്ചിരിക്കുന്നതുപോലെയൊന്നുമല്ല കാര്യങ്ങൾ, ഈ ലോകത്തിന്, ഈ പ്രപഞ്ചത്തിന് എന്തൊക്കെയോ സംഭവിക്കുന്നുണ്ട്. നിന്നെ ഇനി എന്നാണ് കാണുന്നത്?” ഒറ്റശ്വാസത്തിൽ പറഞ്ഞു നിർത്തി യപ്പോൾ അങ്ങേതലയ്ക്കൽ മകന്റെ നിർത്താത്ത ചിരികേട്ടു. “എന്റെ അമ്മയ്ക്ക് ഈ നട്ടുച്ചയ്ക്ക് എന്താണ്? തനിയെ ഇരിക്കുന്നതിന്റെ കുഴപ്പം. അത്രതന്നെ. ഞാൻ പറയാറുള്ളതല്ലേ ഏകാന്തത അമ്മയെ വല്ലാതെ ശല്യ പ്പെടുത്തുമെന്ന്. ഇപ്പോൾ ബോദ്ധ്യമായില്ലേ?” മകന്റെ സംസാരത്തിനു മുന്നിൽ പിടിച്ചു നില്ക്കാൻ ആവില്ലെന്നറിയാമായിരുന്നിട്ടും ഒരുപാട് കാര്യ

ങ്ങൾ പറയാനാണ് തോന്നിയത്.

"മോനേ നീയൊന്നുമറിയുന്നില്ലേ? ഇന്നൊരു ഛിന്നഗ്രഹം ഭൂമിക്ക് 3000 കിലോമീറ്റർ മുകളിൽ വരുന്നുണ്ടത്രേ. അത് ഭൂമിയിലേക്ക് ഉറ്റുനോക്കി ഉറ്റുനോക്കി...." പറഞ്ഞുതീരുന്നതിന് മുമ്പ് മകൻ സംസാരത്തിന് ഇടയിൽ കയറുന്നത് അറിഞ്ഞു.

"അമ്മാ– ഞാനെന്ത് പറയാനാണ്. വിദേശത്ത് ഞാൻ ജോലിക്കുപോകുന്നത് അമ്മയ്ക്കും താല്പര്യമായിരുന്നുവല്ലേ, അതുകൊണ്ടല്ലേ അല്ലെങ്കിൽ ഒറ്റയ്ക്കിങ്ങനെ അമ്മയിരുന്ന് വേണ്ടാത്തത് ചിന്തിക്കുമോ?" മകനോട് മറുപടി പറയാൻ തുടങ്ങുന്നതിന് മുമ്പ് തന്നെ അവൻ ക്ഷമാപണത്തോടെ ഫോൺ കട്ടാക്കിയതറിഞ്ഞു.

"അമ്മേ, ഞാൻ ഓഫീസിൽ തിരക്കിലാണ്. രാത്രി വിളിക്കാം." മകൻ ഫോൺ വെച്ചതറിഞ്ഞപ്പോൾ മനസ്സിൽ വല്ലാത്തൊരു ശൂന്യത വന്നു നിറയുകയായിരുന്നു. പേരിട്ടു വിളിക്കാനാകാത്ത ഏതോ ഒരു ശൂന്യത. ഹൃദയം എന്തിനാണിങ്ങനെ കേഴുന്നതെന്നുപോലും അറിയില്ല. എല്ലാ തളിർച്ചില്ലകളും വാടിത്തളരുന്നതുപോലെ. താൻ മകനെ എന്നിനി കാണും. പ്രപഞ്ചത്തിന് എന്തെങ്കിലുമൊക്കെ പരിണാമങ്ങൾ സംഭവിക്കുകയല്ലേ? ഒരു പക്ഷേ, പൂമുഖപ്പടിയിൽ എവിടെനിന്നല്ലാതെ പ്രത്യക്ഷപ്പെട്ട, കറുത്ത തലയും ചെറിയ ഉടലുമുള്ള ഉറുമ്പിൻ കൂട്ടങ്ങൾ എന്തിന്റെ നാന്ദിയാവാം? ആവോ മനസ്സ് ഒരു പാട് പതറിയിരിക്കുന്നു.

ഡൈനിങ് ടേബിളിനരികിൽ ഉച്ചഭക്ഷണവുമായി ഇരുന്നപ്പോഴും ടി വി ഓൺ ചെയ്യാനാണ് തോന്നിയത്. എന്തെങ്കിലും പ്രപഞ്ചത്തിന് സംഭവിക്കുന്നുണ്ടോ? ഭൂമിക്കുമുകളിൽ വരുന്ന ഛിന്നഗ്രഹം പതിയെ, വളരെ പതിയെ ഭൂമിയിലേക്ക് വന്നു നില്ക്കുകയോ ആ ഗ്രഹത്തിൽനിന്ന് ഒരു പാട് അജ്ഞാത ജന്തുക്കൾ ഭൂമിയിൽ മുഴുവൻ വന്നു നിറയുകയോ ചെയ്യുന്നുണ്ടോ? ആവോ?

ടെലിവിഷനിലെ വാർത്താചാനലുകൾ മാറ്റി മാറ്റി വച്ചുനോക്കിയിട്ടും അവർ അതൊന്നും അറിയുന്നതായി തോന്നിയില്ല. അവതാരകന്മാരും അവതാരകമാരും ഭൂമിയിലെ കൊച്ചു മനുഷ്യരെപ്പറ്റിത്തന്നെ വീണ്ടും വീണ്ടും പറഞ്ഞുകൊണ്ടേയിരിക്കുന്നു. ഭൂമിയിലെ കൊച്ചു മനുഷ്യരെയോ അവരുടെ കൊച്ചു കൊച്ചു കളിപ്പാട്ടങ്ങളെയോകുറിച്ച്. നിയമസഭാ ബഹിഷ്കരണം, ആഗോളകമ്പോളത്തിലെ സ്വർണ്ണത്തിന്റെ വിലയിടിവ് പിന്നെയും മറ്റെന്തൊക്കെയോ, അമർഷത്തോടെ ടി വി ഓഫാക്കാനാണ് തോന്നിയത്. ഇവർക്കൊന്നുമറിയില്ലേ, ഈ ഭൂമി ഇനി എത്രനാൾ?

ഭൂമിയിലേക്ക് വന്നിറങ്ങിയ ഛിന്നഗ്രഹത്തിൽനിന്ന് നാലുപാടും ചിതറിയിറങ്ങുന്ന അജ്ഞാത ജന്തുക്കൾ. രൂപമില്ലാത്ത, ഭാവമില്ലാത്ത, വിചിത്ര ജന്തുക്കൾ ഭൂമിയിലൂടെ തലങ്ങും വിലങ്ങും പാഞ്ഞൊഴുകാൻ തുടങ്ങുന്നു. ഒരുപാടു ചിന്തിക്കാനാവാതെ പൂമുഖത്തിന്റെ വാതിൽ ഒരിക്കലൂടെ ചേർത്തടയ്ക്കുമ്പോൾ അറിയാതെ മനസ്സ് ഇടറുകയായിരുന്നു.

വാതിലിനപ്പുറത്തെ കറുത്ത വലിയ തലയും ചെറിയ ഉടലുമുള്ള

ഉറുമ്പിൻകൂട്ടങ്ങൾ ഒരു പക്ഷേ, ഒരുപക്ഷേ, വിസ്മയത്തോടെ വിറങ്ങലിച്ചു നില്ക്കുമ്പോൾ മകന്റെ സ്വരം അറിയാതെ വീണ്ടും കാതുകളിലെത്തുന്നു.

"അമ്മയ്ക്കെന്താ – ഈ പ്രപഞ്ചത്തിന് ഒരു കുഴപ്പവുമില്ല. അമ്മ അതുമിതും ആലോചിക്കുകയാണ്."

ആകാശം പതിവില്ലാത്തവിധം ശോകമൂകമായി കിടക്കുന്നത് തുറന്ന ജനാലയിലൂടെ നോക്കി നിന്നപ്പോൾ വീണ്ടും മനസ്സിൽ നിറയാൻ തുടങ്ങിയത്, 27,000 കിലോമീറ്റർ മാത്രം ഉയരത്തിൽ നില്ക്കുന്ന ഛിന്നഗ്രഹമായിരുന്നു. പൂമുഖവാതിലിനപ്പുറമുള്ള ഉറുമ്പിൻകൂട്ടങ്ങളായിരുന്നു.

എല്ലാ ഉറുമ്പിൻകൂട്ടങ്ങളും ഒന്നൊഴിയാതെ ഭൂമി മുഴുവൻ നിറയാൻ തുടങ്ങുന്നതായോ, ഭൂമി എന്ന കൊച്ചുഗ്രഹം പേരില്ലാത്ത ഉറുമ്പുകളുടെ സാമ്രാജ്യമായി മാറുന്നതായോ തോന്നിത്തുടങ്ങിയിരുന്നു. എവിടെയോ പോയൊളിക്കുന്ന മനുഷ്യനെന്ന കൊച്ചു ജീവിയിലേക്ക് മനസ്സ് തളച്ചിടുകയായിരുന്നു. എല്ലാ യന്ത്രക്കൂടുകളും എല്ലാ കോൺക്രീറ്റ് കളിപ്പാട്ടങ്ങളും അനന്തതയിൽനിന്ന് അനന്തതയിലേക്ക് ഭാരമില്ലാത്ത വെറും പക്ഷിത്തൂവലുകൾ പോലെ പാറിനടക്കുന്നതായോ, ആകാശങ്ങൾക്ക് അപ്പുറത്ത് നിന്ന് അജ്ഞാത ജീവികളെയും പേറി ഛിന്നഗ്രഹങ്ങൾ വീണ്ടും വീണ്ടും ഭൂമിയിലേക്ക് വന്നിറങ്ങുന്നതായോ തോന്നിത്തുടങ്ങിയിരുന്നു. എല്ലാ ഛിന്നഗ്രങ്ങളും ഒരിക്കലെപ്പോഴോ ഒന്നായിത്തീരുകയോ ഭൂമി എന്ന സ്വപ്നാടകയെ വാരിവിഴുങ്ങുകയോ ചെയ്യാൻ തുടങ്ങുമ്പോഴേക്കും, മറക്കാൻ ശ്രമിക്കുകയായിരുന്നു. എല്ലാ ഉറുമ്പിൻ കൂട്ടങ്ങളെയും...

ഹരിതാഭം

ആ വേരിൻ പടർപ്പ് എത്ര ദിവസമായി എന്റെ മുറിയിലേക്ക് എത്തിനോക്കുന്നു. പതുക്കെ, വളരെ പതുക്കെ, അതിന്റെ ഓരോ ചലനവും എത്ര സൂക്ഷ്മമമായിട്ടാണ്. മാംസളമായ തണ്ടിന്റെ അടിയിലായി തൂങ്ങുന്ന വെളുത്ത വേരുകൾ എന്റെ മുറിയിലെ ജനാലപ്പടിയിലേക്ക് എത്തിനോക്കുന്നത് ഞാൻ ഓരോ ദിവസവും വളരെ കൗതുകത്തോടെയാണ് കാണുന്നത്. ഒരുപക്ഷേ, കുറേ ദിവസമായി ഞാൻ കണികണ്ടുണരുന്നത് തന്നെ ആ പച്ച മാംസളമായ തണ്ടും അതിനടിയിലെ വെളുത്ത വേരുകളുമായിരുന്നു. മണ്ണിന്റെ പിൻബലമില്ലാത്ത അവയ്ക്കെങ്ങനെ ഇത്ര ആർജ്ജവത്തോടെ ഇത്ര ഉന്മേഷത്തോടെ ഉണർന്നു നില്ക്കാൻ കഴിയുന്നു എന്നത് എന്നെ തെല്ലൊന്നുമല്ല അതിശയിപ്പിച്ചത്. ഞാൻ കണ്ടു ശീലിച്ച ചെടികളും, അവയുടെ വേരിൻ പടർപ്പുകളും അഗാധമായി ഭൂമിയിലേക്ക് ആണ്ടിറങ്ങുന്നവയോ അതുമല്ലെങ്കിൽ മണ്ണിന്റെ ഉപരിതലത്തിലെങ്കിലും പടർന്നു കിടക്കുന്നവയോ ആയിരുന്നു. ഈ പുതിയ ഇനം ചെടിയുടെ പേര് എനിക്കറിയില്ല. അത് എന്റെ ഭാര്യക്ക് ഏതോ സുഹൃത്ത് സമ്മാനം നല്കിയ ചെടിയായിരുന്നു. കള്ളിമുൾച്ചെടിയുടെ വർഗ്ഗത്തിലെയാണെങ്കിലും അതിന് കള്ളിമുൾച്ചെടിയുടെ ഭാവവുമില്ലായിരുന്നു. എന്നെ ഒരുപാട് അതിശയിപ്പിച്ചത് അതിന്റെ കൈകളെപ്പോലെ നീണ്ടുവരുന്ന തടിച്ച തുണ്ടുകളും അടിയിലെ വെളുത്ത വേരുകളുമാണ്. ആ ചെടിയുടെ വർഗ്ഗത്തിന്റെ പേരെനിക്ക് അറിയാൻ അതിയായ ആഗ്രഹമുണ്ടായിരുന്നെങ്കിലും എപ്പോഴോ ഞാൻ ആ ചെടിയെ ശ്രദ്ധിക്കാതെയായി. തീർച്ചയായും ആ ചെടിയോടുള്ള എന്റെ താല്പര്യക്കുറവായിരുന്നില്ല കാരണം. ഒഴിവുദിനങ്ങളിലായിരുന്നപ്പോഴാണ് എനിക്ക് ആ ചെടിയെ നിരീക്ഷിക്കാൻ സമയം കിട്ടിയതും അതിന്റെ അരികിലായി ചെന്നുനിന്ന് ആരും കേൾക്കാതെ

എന്തെങ്കിലും സ്വകാര്യമായി പറയാൻ കഴിഞ്ഞതും, അപ്പോഴെല്ലാം ആ പച്ച തണ്ടും അതിന്റെ വെളുത്ത വേരിൻ പടർപ്പും എന്നോട് മൗനമായി മന്ദഹസിക്കുന്നതായാണ് എനിക്ക് തോന്നിയത്. അത് എനിക്ക് എത്ര ആശ്വാസകരമായിരുന്നോ! കാരണം ഞാനാകെ വല്ലാത്ത മാനസിക സംഘർഷത്തിലായിരുന്നു അപ്പോഴൊക്കെ. കാരണം എന്റെ കണ്ണുകളുടെ കാഴ്ചശക്തി കുറഞ്ഞുവരുന്നത് എന്നെ തെല്ലൊന്നുമല്ല വേദനിപ്പിച്ചത്. കണ്ണിനെ ബാധിക്കുന്ന തിമിരത്തിന് ഒരു ഓപ്പറേഷൻ ചെയ്തേ തീരൂ എന്ന് പ്രശസ്തനായ കണ്ണു ഡോക്ടർ എന്നോട് പറഞ്ഞ ദിവസങ്ങളായിരുന്നു അത്. അതെനിക്ക് അംഗീകരിക്കാനേ കഴിയുമായിരുന്നില്ല. എല്ലാ കീറിമുറിക്കലുകളെയും എനിക്ക് ഭയമാണ്. എല്ലാ കീറിമുറിക്കലുകൾക്കും എതിരുമാണ് ഞാൻ. അങ്ങനെയുള്ള എനിക്കെങ്ങനെ സ്വന്തം കണ്ണിനെ കീറിമുറിക്കാൻ അനുവാദം കൊടുക്കാൻ കഴിയും. അതിന് എന്റെ ഭാര്യ എന്നെ ശകാരിച്ചതുമാണ്.

നിങ്ങളെന്തൊരു മനുഷ്യൻ, അസുഖം വന്നാൽ ചികിത്സിക്കേണ്ടേ? ഓപ്പറേഷൻ വേണമെങ്കിൽ അതുതന്നെയല്ലേ വേണ്ടത്. സത്യത്തിൽ അവൾ പറയുന്നതിൽ കാര്യമുണ്ടെന്ന് എനിക്ക് നന്നായി അറിയാവുന്നതാണ്. പക്ഷേ, ഞാനിങ്ങനെയൊക്കെതന്നെയാണ്. എനിക്ക് ഇങ്ങനെ ആകാനേ കഴിയൂ. അതുകൊണ്ട് തന്നെയാണ് കണ്ണ് ഓപ്പറേഷൻ എന്ന പ്രക്രിയയ്ക്ക് എതിരെ ഞാൻ സധൈര്യം നിന്നത്. പക്ഷേ, നിനക്ക് എന്നെ അറിയാമല്ലോ. എന്റെ നിലപാട് വെറും വിഡ്ഢിത്തമാണെന്ന് എന്റെ കണ്ണുകളിലെ വെളിച്ചം കുറേശ്ശെ കുറേശ്ശെ മങ്ങുന്നത് ഒടുവിൽ ഞാനൊരു അന്ധകാര സമുദ്രത്തിന്റെ അഗാധതയിലേക്ക് ഊളിയിട്ട് മറയുന്നത് അതിവിദൂരമല്ലെന്ന് എനിക്കു തന്നെ തോന്നിയിരുന്നു.

എന്റെ മാനസിക സംഘർഷത്തിന്റെ ആ നാളുകളിലാണ് ഞാനാ, കൈ പോലെ നീണ്ടുവരുന്ന ആ ചെടിയുടെ തണ്ടിനോടും അതിന്റെ അടിയിലെ വെളുത്ത വേരിൻപടർപ്പിനോടും അഗാധ പ്രണയം കാണിച്ചത്. പക്ഷേ, ഇപ്പോൾ ഞാൻ ഒഴിവു ദിനങ്ങൾ അവസാനിപ്പിച്ച് വീണ്ടും എന്റെ തിരക്കേറിയ ജീവിതത്തിലേക്ക് കൂപ്പുകുത്തുകയാണ്. അവിടെ എനിക്ക് മുന്നിൽ പൂക്കളോ, പുലരികളോ മേഘച്ചീളുകളോ ഇല്ലായിരുന്നു. എന്റെ മസ്തിഷ്കവും ഹൃദയവും തിരക്കിലൂടെ ഒഴുകുകയായിരുന്നു. തിരക്കേറിയ ബസുകളിലൂടെയും ഫുട്പാത്തിലൂടെയും ഓഫീസിലെ മുഷിഞ്ഞ ഫയലുകളിലൂടെയും കണ്ടുമുട്ടുന്ന മുഖമില്ലാത്ത മനുഷ്യരിലൂടെയും അവരുടെ മെലിഞ്ഞ വാക്കുകളിലൂടെയും ഞാനെന്റെ ജീവിതത്തെ വീണ്ടും മുന്നോട്ടു നയിക്കുകയായിരുന്നു.

പക്ഷേ, എന്റെ കണ്ണ് ഇപ്പോഴും എന്റേതായ പ്രശ്നമായി എനിക്ക് മുന്നിലുണ്ട്. ഓഫീസ് ഫയലുകൾക്ക് മുന്നിൽ, ഞാൻ ചെറുതായല്ല വിളറി വെളുക്കാൻ തുടങ്ങിയത്. തീർച്ചയായും എന്റെ കണ്ണിന്റെ കാഴ്ച കുറഞ്ഞുകൊണ്ടു തന്നെയായിരുന്നു. പവറു കൂടിയ ലെൻസുള്ള എന്റെ കണ്ണടയ്ക്കുപോലും എന്റെ കണ്ണുകളെ രക്ഷിക്കാൻ കഴിയില്ല എന്നു തോന്നി.

ഞാനേതൊക്കെയോ മൂടൽ മഞ്ഞിലൂടെയായിരുന്നു തുഴഞ്ഞത്. ഹൃദയത്തിൽ വേദന മാത്രം തളംകെട്ടി. ഒടുവിൽ ആ ഒരു ദിവസം എത്ര പെട്ടെന്നാണ് എനിക്കു മുന്നിലെത്തിയത്. എന്റെ കാഴ്ചക്കുറവ് മാറ്റാനുള്ള തിമിര ശസ്ത്രക്രിയയുടെ ദിവസം. നഗരത്തിലെ മുന്തിയ ഹോസ്പിറ്റലിലെ ആഡംബര മുറിയിൽ, തുറന്ന ജനാലയിലൂടെ ഞാൻ ആകാശത്തേക്കു നോക്കി കിടന്നു. എനിക്കപ്പോൾ എല്ലാം കാണാമായിരുന്നു. ആകാശങ്ങൾ നിറയെ പൂത്തുലഞ്ഞു കിടക്കുന്നത്, എല്ലാ മേഘച്ചീളുകളും തെന്നലിനോടൊപ്പം എവിടെയൊക്കെയോ ഒഴുകി നീങ്ങുന്നത്, എല്ലാമെല്ലാം. ആയിരം വർണ്ണ ശലഭങ്ങൾ ഒരായിരം സ്വപ്നങ്ങളുമായി ആകാശത്ത് വട്ടമിട്ടുപറക്കുന്നത് കണ്ടപ്പോൾ ഞാനറിയാതെ അറിയാതെ ഏതോ മായിക ലോകത്തിലേക്ക് വഴുതുകയായിരുന്നു. പ്രപഞ്ചം മുഴുവൻ അപ്പോൾ നീല വർണ്ണത്തിലായിരുന്നു. നീലിച്ച ആകാശവും നീലിച്ച കടലും വിടർന്ന നീല പൂക്കളും നീല പൂത്തുമ്പികളും. നീലകളുടെ അപാരതയിൽ ഞാൻ, ഞാൻ പോലുമറിയാതെ എത്രനേരം മയങ്ങികിടന്നെന്നോ. എപ്പോഴോ ഞാനെന്റെ ഭാര്യയെ വിളിച്ചു പറഞ്ഞു. ജനാലയുടെ അടഞ്ഞു കിടക്കുന്ന പാളികൾ കൂടി തുറന്നിടാൻ. ശസ്ത്രക്രിയയുടെ മണിക്കൂറുകൾക്ക് മുമ്പ് ഒരിക്കലൂടെ എനിക്കെല്ലാം കാണണമെന്ന് അറിയാതെ മോഹിക്കുകയായിരുന്നു. കണ്ണിന്റെ ഒരു ശസ്ത്രക്രിയ അത്ര വലിയ കാര്യമല്ലെന്ന് അറിഞ്ഞിട്ടുകൂടി ഞാനെന്തേ ഇങ്ങനെ. ഞാനിങ്ങനെയൊക്കെതന്നെയാണ്. ഇങ്ങനെയൊക്കെയേ എനിക്കാകാൻ കഴിയുന്നുള്ളൂ. അങ്ങനെ കിടന്ന ഏതോ ഒരു നിമിഷത്തിലാണ് പേരറിയാത്ത ആ ചെടി, തടിച്ച പച്ചത്തണ്ടുകളും വെളുത്ത വേരിൻ പടർപ്പുകളുമായി മണ്ണിന്റെ പിൻബലമില്ലാതെ എന്റെ കണ്ണുകൾക്ക് മുന്നിൽ വന്നു നിറഞ്ഞത്. ഞാനതിന്റെ മുഖത്തേക്ക് ഉറ്റു നോക്കുകയായിരുന്നു.

ഞാൻ ഹോസ്പിറ്റലിൽ അഡ്മിറ്റായിട്ട് അഞ്ചു ദിവസം കഴിഞ്ഞിരുന്നു. വീട്ടിൽ നിന്നിറങ്ങാൻ നേരവും ഞാനാ ചെടിയുടെ കണ്ണുകളിലേക്ക് ഉറ്റുനോക്കി യാത്ര പറഞ്ഞതാണ്. ഇപ്പോഴിതാ എനിക്കു മുന്നിൽ ആ ചെടി നിറയെ പൂത്തുലഞ്ഞു കിടക്കുന്നു. അതിന്റെ നീണ്ട പച്ച കൈകളും അതിനുതാഴെ തൂങ്ങിക്കിടക്കുന്ന വെള്ള വേരുകളും എന്നെ അഗാധമായി പ്രണയിക്കുന്നത് പോലെ എനിക്കു തോന്നി. അവ എനിക്കുമുന്നിൽ പുഞ്ചിരി പൊഴിച്ചുകൊണ്ടേയിരുന്നു. ഓപ്പറേഷൻ കാത്തു കിടക്കുന്ന, എന്റെ കണ്ണടച്ചു കൊണ്ടുതന്നെ ഞാനാ ചെടിയുടെ ആത്മാവിലേക്ക് ഇറങ്ങുകയായിരുന്നു. ആണ്ടിറങ്ങുകയായിരുന്നു. അതിന്റെ എല്ലാ തണ്ടുകളും ഒരുപാട് ഒരുപാട് നീളം വയ്ക്കുകയോ അവയുടെ അടിയിൽ തൂങ്ങിക്കിടക്കുന്ന എല്ലാ വെളുത്ത വേരിൻ പടർപ്പുകളും ഒരുപാട് ഒരുപാട് പടർന്നു തൂങ്ങുകയോ ചെയ്തു. ഞാനാ പച്ചത്തണ്ടുകളിലേക്ക്, ആ വെളുത്ത വേരിൻപടർപ്പുകളിലേക്ക് അറിയാതെ അലിഞ്ഞൊഴുകുകയായിരുന്നു. അപ്പോഴും എന്റെ കണ്ണുകൾ അടഞ്ഞുതന്നെ ആയിരുന്നു. എന്റെ വീട്ടിലെ മുറിക്കുമുന്നിലെ ജനാലപ്പടിയിലൂടെ ആ വേരിൽ പടർപ്പുകൾ

എന്റെ മുറിയിലേക്ക് വളർന്നു വളർന്നു പടരുന്നതും ആ മുറി നിറയെ ഹരിതാഭമായി നിറയുന്നതും ഞാനെന്റെ അടഞ്ഞ കണ്ണുകൾ കൊണ്ടു തന്നെ കണ്ടു. അപ്പോഴും എന്റെ ഭാര്യ പറയുന്നത് ഞാനോർത്തു. ഒന്നും പേടിക്കാനില്ല, എല്ലാം ശരിയാകും. തീർച്ചയായും അത് ശരിതന്നെയായിരുന്നു. ഒന്നും പേടിക്കാനില്ല, എല്ലാം ശരിയാകും, എന്റെ കണ്ണുകളുടെ മങ്ങൽ തീർച്ചയായും മാറിക്കിട്ടും. തെളിച്ചമുള്ള കണ്ണുകളോടെ ഞാനെന്റെ പച്ചത്തണ്ടുള്ള ചെടിയുടെ ആത്മാവിലേക്ക് ആ ആത്മാവിന്റെ സംഗീതത്തിലേക്ക് ആഴത്തിൽ ഇറങ്ങിച്ചെല്ലും. ആ ആഴങ്ങളിലൂടെ ഞാനൊരു ഹരിതാഭവർണ്ണത്തിലെ പുതിയ ലോകത്തേക്ക് പറന്നുയരും, പെട്ടെന്നു തന്നെ ഞാനോർത്തു. എന്റെ കണ്ണിന്റെ ശസ്ത്രക്രിയയ്ക്ക് ഇനി മണിക്കൂറുകൾ മാത്രം.

ഞാൻ കണ്ണുകൾ ബലമായി അടച്ചു തന്നെ കിടന്നു. അപ്പോഴും എനിക്കു മുന്നിൽ ആ ചെടിയുടെ അപാരമായ നൃത്തമുണ്ടായിരുന്നു. നീണ്ട പച്ച കൈത്തണ്ടോടെ, പടർന്ന വെളുത്ത വേരുകളോടെ...

ആകാശ ഗന്ധങ്ങൾ

ആ കാലഘട്ടത്തിൽ ഭൂമിയിൽ വിത്ത് മുളയ്ക്കാതായി. പൂച്ചട്ടികളിൽ പൂക്കൾ വിടരാതായി. ആകാശത്തിന് നിറം നീലയല്ലാതുമായി. മുളയ്ക്കാത്ത വിത്തുകൾ മുളപൊട്ടി പുറത്ത് വരാതെ വരണ്ട മണ്ണിന്റെ അഗാധതകളിൽ ജീവനറ്റു കിടന്നു. ഇടയ്ക്ക് ആകാശം കാർമേഘങ്ങൾ കൊണ്ട് നിറയുകയും ആ കാർമേഘങ്ങൾ ഭൂമി നിറയെ മഴയായി പെയ്തിറങ്ങുകയും ചെയ്തു. ആ മഴയുടെ തലോടലിൽ വിത്തുകൾ പുളകം കൊള്ളുകയോ നിർവൃതിയോടെ തല പുറത്തേക്ക് നീട്ടുകയോ ചെയ്തില്ല. വിത്തുകളുടെ ഹൃദയവും കരളും ശ്വാസകോശവുമെല്ലാം മരവിച്ചു തന്നെ കിടന്നു. അവയുടെ ഹൃദയങ്ങളിൽ എന്നോ പെയ്തിരുന്ന ഗാനങ്ങളെല്ലാം മരുഭൂമിയിലെ കാറ്റുപോലെ എവിടേക്കോ അറിയാതെ വീശി അപ്രത്യക്ഷമായിരുന്നു. മണ്ണിന്റെ അഗാധതകളിൽ അപ്പോൾ ഘനീഭവിച്ച രക്തപ്പുഴകളും ചീഞ്ഞ മാംസത്തിന്റെ മഹാപർവ്വതങ്ങളുമുണ്ടായിരുന്നു. വീണുചിതറി കിടന്ന തലയോട്ടികളും അസ്ഥിത്തുണ്ടുകളും കാലത്തിന്റെ കഥകളിൽ ഉത്തരമില്ലാത്ത ചോദ്യങ്ങളായി വിറങ്ങലിച്ചു തന്നെ കിടന്നു.

വിത്തുകൾ മുളയ്ക്കാതായ കാലത്ത് ആകാശത്തുനിന്ന് പെയ്ത മഴ നിറയെ മനുഷ്യരക്തത്തിന്റെ ചുവപ്പ് അലിഞ്ഞമർന്നിരുന്നു. മനുഷ്യ രക്തത്തുള്ളികളിൽ നിറം പകർന്ന വിത്തുകളിൽ അറിയാതെ ഒരു ജ്വലനം എപ്പോഴോ ഉദിക്കാൻ വെമ്പുന്നുണ്ടായിരുന്നു. അവയെല്ലാം തീജ്വാലകളായി മുളച്ചുയർന്നപ്പോൾ ഭൂമി നിറയെ, ആകാശം നിറയെ, തീക്കാറ്റുകൾ ആഞ്ഞു വീശുകയായിരുന്നു.

അപ്പോൾ തെരുവുകൾ നിഗൂഢവും ജീർണ്ണിച്ചതുമായിരുന്നു. എല്ലാ ഓരങ്ങളിലൂടെയും പേ പിടിച്ച നായ്ക്കളെപ്പോലെ മനുഷ്യർ കുതിച്ചോടുന്നുണ്ടായിരുന്നു. നാവുകളിൽ നിന്ന് ഇറ്റിറ്റു വീഴുന്ന ഉമിനീർത്തുള്ളി

കൾ ഭൂമിക്കു മുകളിൽ വിഷവിത്തുകൾ മുളപ്പിച്ചപ്പോൾ അവയിൽനിന്ന് ഉതിർന്ന വിഷക്കാറ്റിൽ ആകാശത്തിന്റെ ജ്വാലകൾ അടരുകയോ സമുദ്രത്തിന്റെ അഗാധതകളിൽ അഗ്നിയുടെ വിസ്ഫോടനങ്ങൾ ജ്വലിച്ചുയരുകയോ ചെയ്തു. മനുഷ്യന് മുന്നിലെ വാതായനങ്ങൾ ശബ്ദത്തോടെ അടയുകയും അവർ ഘോരമായ ഇരുട്ടിന്റെ ഉള്ളറകളിലേക്ക് അറിയാതെ ആണ്ടെറിയപ്പെടുകയും ചെയ്തപ്പോൾ ഭൂമിയും ആകാശവും മറ്റൊരു തിരശ്ശീലയ്ക്കു മറവിൽ, പുതിയ ജനങ്ങൾക്ക്, പുതിയ വംശങ്ങൾക്ക് കാതോർക്കുകയായിരുന്നു. എല്ലാ തെരുവുകളും അഗ്നികൊണ്ട് മൂടപ്പെടുകയും അവയിൽനിന്ന് വിശുദ്ധിയുടെ നിറച്ചാർത്തോടെ പുനർസൃഷ്ടികൾ ഭൂമിയെ ആലിംഗനം ചെയ്യുകയും ചെയ്യുന്നുണ്ടായിരുന്നു. ആകാശത്തിന്റെ കണ്ണുകളിൽനിന്ന് ആനന്ദാശ്രുക്കളുമായി മഴ കോരിച്ചൊരിഞ്ഞപ്പോൾ ഭൂമിയിൽ മറ്റൊരു വസന്തം ഉദിക്കുകയായിരുന്നു. പുതിയ സൃഷ്ടികളുടെ നറുമണം വീശിയടിക്കുകയായിരുന്നു.

കനൽ

ഒരുപക്ഷേ, തന്നെ തിരിച്ചറിയുന്നില്ലേ? മനസ്സിൽ തളം കെട്ടുന്ന ദുഃഖത്തോടെ കിടക്കയിലെ ആ രൂപത്തിലേക്ക് തന്നെ അയാൾ നോക്കി നിന്നു. അഗാധ കയങ്ങളിൽ താഴ്ന്നുപോയ പോലെ കിടന്ന കണ്ണുകളിൽ വെളിച്ചം പറ്റിത്തുടങ്ങുന്നതു കണ്ടു. ചുക്കിച്ചുളിയാൻ തുടങ്ങിയ കവിളുകളിൽ നരച്ച രോമങ്ങൾ വളർന്നു ചിതറിക്കിടക്കുന്നു. കിടക്കയിൽ അമർന്നു കിടക്കുന്ന ആ രൂപത്തിലേക്ക് തന്നെ നോക്കി അയാൾ ചുണ്ടുകൾ മന്ത്രിച്ചു.

"മുകുന്ദൻ– എന്നെ തിരിച്ചറിയുന്നില്ലേ?" മൗനമായ ഒരു നോട്ടം മാത്രം മറുപടിയായി ലഭിച്ചപ്പോൾ കിടക്കയ്ക്കരികിൽനിന്ന ദേവൻ പതിയെ പറഞ്ഞു. "ഏട്ടന് ഉള്ളിൽ എല്ലാം അറിയാം പക്ഷേ, സംസാരിക്കാൻ..." ആ വാക്കുകൾ പൂർത്തിയാക്കുന്നതിന് മുമ്പ് തന്നെ ദേവന്റെ കണ്ഠമിടറുന്നതു കേട്ടു.

അയാളുടെ ഹൃദയത്തിലൂടെ ഒരായിരം ഓർമ്മകൾ ഒന്നിനുപിറകെ ഒന്നായി ഒഴുകിയെത്തിയപ്പോൾ അറിയാതെ ചുണ്ടുകൾ മന്ത്രിച്ചു. "ജീവിതമെത്ര ഗൂഢമാണ്. വേദനാജനകമാണ്."

ഇങ്ങനെയൊരു രീതിയിൽ, മുകുന്ദൻ എന്ന തന്റെ ആത്മസുഹൃത്തിനെ കാണാൻ തനിക്കെങ്ങനെ കഴിയുന്നു? ഹൃദയം വല്ലാതെ വേദനിക്കുകയായിരുന്നു. നഗരത്തിലെ മുന്തിയ ഹോസ്പിറ്റലിലെ അഞ്ചാം നിലയിലുള്ള 36–ാം നമ്പർ മുറിതേടി, തലേന്നേ കോഴിക്കോട്ട് നിന്ന് പുറപ്പെട്ടതാണ്. അപ്രതീക്ഷിതമായിട്ടാണ് മുകുന്ദന്റെ അനുജൻ ദേവന്റെ ഫോൺകോൺ വന്നത്. മുകുന്ദന്റെ ആത്മസുഹൃത്തായിരുന്ന തന്നെ ദേവൻ ഒരിക്കൽപോലും വിളിച്ചിരുന്നതേയില്ലല്ലോ. അപ്രതീക്ഷിതമായ ആ ഫോൺകോളിൽ തീർച്ചയായും അമ്പരന്നു.

"ഏട്ടൻ തീരെ അവശതയിലാണ്. ഹോസ്പിറ്റലിലായിട്ട് ഒരാഴ്ച

കഴിഞ്ഞു. രവിയേട്ടനെ കാണണമെന്ന് ഏട്ടന് ഏറെ ആഗ്രഹമുണ്ടെന്ന് തോന്നുന്നു. അതുകൊണ്ട് അറിയിച്ചതാണ്."

പിന്നെ താൻ മറ്റെന്തെങ്കിലും ചിന്തിച്ചിരുന്നുവോ? ഒന്നുമൊന്നും. മകൾ അശ്വതിക്ക് വിവാഹാലോചനയുമായി ഒരു കൂട്ടർ വരുന്ന ദിവസമാണ് പിറ്റേന്ന്. ഭാര്യ പലവട്ടം പറഞ്ഞു, ഈയൊരു ദിവസം കഴിഞ്ഞു പോരേ തിരുവനന്തപുരത്തിന് പോകാൻ. പക്ഷേ, മനസ്സിലപ്പോൾ അതൊന്നും ഒരു കാര്യമായി തോന്നിയില്ല. ആശുപത്രിക്കിടക്കയിൽ മരണത്തിന്റെ മുഖവുമായി കിടക്കുന്ന മുകുന്ദനിലേക്ക് ഓടിയെത്താൻ മനസ്സ് വെമ്പുകയായിരുന്നു.

പിന്നിട്ട എത്രയെത്ര പാതകൾ — എത്രയെത്ര നടവരമ്പുകൾ. ഗ്രാമ ലൈബ്രറിയിലെ ഒഴിഞ്ഞ മൂലയിരുന്ന്, ലോക സാഹിത്യത്തെക്കുറിച്ച്, ലോകസംഗീതത്തെക്കുറിച്ച്, ഇന്ത്യൻ രാഷ്ട്രീയത്തിന്റെ ഭാവിയെക്കുറിച്ച് ഇന്ത്യയുടെ മണ്ണിൽ വിപ്ലവത്തിന്റെ വേരെത്രയെന്ന്, എല്ലാമെല്ലാം ചർച്ച ചെയ്തു കഴിയുമ്പോൾ മുകുന്ദൻ എന്ന കറുത്തതാടി വച്ച വെളുത്ത സുമുഖനായ ചെറുപ്പക്കാരൻ രവീന്ദ്രൻ എന്ന ആത്മസുഹൃത്തിന്റെ തോളിൽ തട്ടി ഉറച്ചശബ്ദത്തിൽ പറഞ്ഞു. "നാളത്തെ ലോകം നമ്മളുടേതാണ്. ഒരിക്കലും അടി പതറരുത്." മുകുന്ദൻ എന്താണ് സത്യത്തിൽ ഉദ്ദേശിച്ചതെന്ന് അപ്പോൾ പോലും തനിക്ക് വ്യക്തമായിരുന്നില്ലല്ലോ. എങ്കിലും പതുക്കെ തലയാട്ടി. എല്ലാ സായാഹ്നചർച്ചകളും ലൈബ്രറികളിൽനിന്നും ഗ്രാമറോഡിലെ ആൽമരച്ചുവട്ടിൽനിന്നും ഒഴുകി, ഒഴുകി എങ്ങോട്ടാക്കെയോ പടർന്ന് പകരുന്നുണ്ടായിരുന്നു. നാളെയുടെ നല്ലൊരു ലോകം, ഉള്ളവൻ ഇല്ലാത്തവനെ ചൂഷണം ചെയ്യാത്ത, ശക്തിമാൻ ദുർബ്ബലനെ കീഴ്പ്പെടുത്താത്ത നല്ലൊരു ലോകം, അതിനെക്കുറിച്ച് തന്നെയായിരുന്നുവല്ലോ മുകുന്ദൻ എപ്പോഴും വാചാലനായിക്കൊണ്ടിരുന്നത്.

തെരുവു നാടകങ്ങൾ, വിപ്ലവ ഗാനാലാപനങ്ങൾ, മുകുന്ദന്റെ കറുത്ത, തിളങ്ങുന്ന കണ്ണുകളിലേക്ക് നോക്കി ഒരിക്കൽ ചോദിച്ചു പോയിട്ടുണ്ട്. "നമ്മുടെ ലക്ഷ്യം – ഒരു പാട് വിദൂരതയിലല്ലേ? എത്രനാൾ നമ്മൾ ഇങ്ങനെയൊക്കെ" മുകുന്ദൻ മൃദുവായി പുഞ്ചിരിച്ചു. പതിയ പറഞ്ഞു. "ഒരു ശുഭ പ്രതീക്ഷയല്ലേ ജീവിതത്തിൽ വേണ്ടത്. നമ്മൾ വെറുതെ ഒന്നിനെക്കുറിച്ചും ചിന്തിക്കാതെ – തിന്നും കുടിച്ചും ഉറങ്ങിയും മാത്രം എത്ര നാൾ?" മുകുന്ദന്റെ മുഖം ജ്വലിക്കുന്നതായും ആ ജ്വലനത്തിലൂടെ ഒരു പാട് അനീതികൾക്കെതിരെ സധൈര്യം അയാൾ മുന്നോട്ടു പോകുന്നതായും തോന്നിയിരുന്നു.

"ഏട്ടന്റെ കണ്ണുകൾ നിറഞ്ഞൊഴുകുന്നുണ്ട്. രവിയേട്ടനെ മനസ്സിലായിക്കാണും. ഒന്നും സംസാരിക്കാൻ കഴിയാത്തതിൽ ആകെ ദുഃഖിക്കുകയായിരിക്കും." ദേവൻ അയാളുടെ മുഖത്തു നോക്കി വളരെ പതിയെയാണ് സംസാരിച്ചത്.

അയാൾ വീണ്ടും കിടക്കയിൽ പറ്റിക്കിടക്കുന്ന മുകുന്ദന്റെ മെല്ലിച്ച രൂപത്തിലേക്ക് നോക്കി. ആ കണ്ണുകളിൽനിന്ന് ധാരധാരയായി കണ്ണുനീർ

ഒഴുകുന്നുണ്ട്. അയാളുടെ ഹൃദയം വീണ്ടും ചുട്ടു വെണ്ണീറാകുകയായിരുന്നു. ആ കണ്ണുകളിൽ ജ്വലിച്ചിരുന്ന അഗ്നി എവിടെ പോയി മറഞ്ഞു? ഒരിക്കൽ ഒരിക്കലൂടെ മാത്രം ആ ജ്വാലകൾ കണ്ണുകളിലേക്ക് മടങ്ങിയെത്തിയെങ്കിൽ. അയാളുടെ ഹൃദയം അറിയാതെ കേഴുകയായിരുന്നു.

ജീവിതം എത്ര പെട്ടെന്നാണ് എല്ലാം വഴിതിരിച്ചു വിടുന്നത്. അന്നത്തെ മഴയുള്ള രാത്രി ഓർമ്മയുണ്ട്. തുലാവർഷം കോരിച്ചൊരിയുകയായിരുന്നു. അന്ന് പകൽ പുറത്തേക്ക് ഇറങ്ങിയതേയില്ലായിരുന്നു. വൈകുന്നേരങ്ങളിലെ കൂടിക്കാഴ്ചകളോ, ചർച്ചകളോ നടക്കാത്ത ദിവസം പുറത്തെ മഴയുടെ തണുപ്പിൽ ശരീരം കിടുങ്ങി വിറയ്ക്കുന്നുണ്ടായിരുന്നു. എപ്പോഴോ കതകിനു മുട്ടുകേട്ടു. പാതിമയക്കത്തിൽ കിടന്ന തന്നെ തൊട്ടുണർത്തി അമ്മ ശബ്ദിച്ചു.

“ആരോ മുട്ടിവിളിക്കുന്നു. നീയൊന്നു എഴുന്നേറ്റു നോക്കൂ.” മനസ്സിൽ ആകാംക്ഷയോടെയാണ് കതക് തുറന്നത്. പുറത്തെ, ഇരുളിൽ നനഞ്ഞൊലിച്ച രൂപം ലൈറ്റു വെളിച്ചത്തിൽ കണ്ടപ്പോൾ ഞെട്ടിപ്പോയി. മുകുന്ദൻ, എന്തെങ്കിലും അങ്ങോട്ടു ചോദിക്കുന്നതിന് മുമ്പ് തന്നെ അവൻ പെട്ടെന്ന് വീടിനകത്തേക്ക് കയറുകയും കതകടയ്ക്കുകയും ചെയ്തു. “എന്തു പറ്റി, എന്തുപറ്റി നിനക്കെന്തു പറ്റി?” ഉള്ളിലൂടെ വല്ലാത്തൊരു ഭയം ആടിയുലയുകയായിരുന്നു.

“ഞാനിവിടം വിട്ടുപോവുകയാണ്. മറ്റൊന്നും നീ ചോദിക്കരുത്. നിന്നോട് യാത്ര ചോദിക്കാതെ പോകാൻ എന്തോ മനസ്സ് അനുവദിക്കുന്നില്ല. കുറച്ചുപേർ പുറത്തുണ്ട്.”

ഇരുളിലെ മഴയിലൂടെ തന്നെ നടന്നു മറഞ്ഞ മുകുന്ദനെ പിന്നെ താൻ കണ്ടത് എത്രയോ വർഷങ്ങൾക്ക് ശേഷം, മുകുന്ദൻ യാത്ര ചോദിച്ചു പോയ മഴയുടെ രാത്രിക്ക് ശേഷം പുലർന്ന പ്രഭാതത്തിൽ കേട്ടു, മുകുന്ദൻ നക്സലൈറ്റ് ആയെന്ന്. സമാധാനപരമായ ഒരു സമരവും ലോകത്തിൽ ഒരു മാറ്റവും വരുത്തുകയില്ലെന്നും, രക്തച്ചൊരിച്ചിലിലൂടെ മാത്രമേ നിലവിലുള്ള വ്യവസ്ഥയെ ഉടച്ചുവാർക്കാൻ കഴിയുകയുള്ളൂവെന്നും എപ്പോഴും തന്നോട് വാദിച്ചുകൊണ്ടിരുന്ന മുകുന്ദൻ ഒരു നക്സൽ ആയതിൽ ഒരുപക്ഷേ, താനന്ന് അമ്പരന്നിരിക്കില്ല. പക്ഷേ, അതിനോടൊന്നും തനിക്ക് യോജിക്കാൻ കഴിയുമായിരുന്നില്ലല്ലോ. ആരുടെയും ജീവനെടുക്കാൻ ആർക്കും അവകാശമില്ല. ജീവിക്കാനുള്ള അവകാശം ഒരു മനുഷ്യന്റെ ഏറ്റവും വലിയ അവകാശം തന്നെയാണ്. അതുതന്നെയായിരുന്നു തന്റെ എപ്പോഴത്തെയും വാദഗതി.

എങ്കിലും ഉള്ളിന്റെയുള്ളിൽ അറിയാമായിരുന്നു. മുകുന്ദൻ പാവമാണെന്ന്. ആ വെളുത്ത മുഖത്ത് തിളങ്ങി നില്ക്കുന്ന കറുത്ത കണ്ണുകളിൽ സ്നേഹം മാത്രമേയുള്ളൂവെന്ന്, ഒരു ഉറുമ്പിനോടുപോലും മുകുന്ദന് നിസ്വാർത്ഥമായ സ്നേഹം മാത്രമായിരുന്നു. എവിടെ, എപ്പോൾ എന്തു പിഴച്ചു? ഒന്നുമറിയില്ല. കാലം വരയ്ക്കുന്ന ചിത്രങ്ങൾ.

രവീന്ദ്രൻ ഒരു സാധാരണക്കാരനായി തന്നെ യൗവനത്തിളപ്പിലെ,

സമരാവേശങ്ങളെ സൗകര്യംപോലെ മറക്കുകയും യഥാസമയം സർക്കാരിൽ ഒരു തൊഴിൽ നേടിയെടുക്കുകയും മാന്യതയും സൗന്ദര്യവും സമ്പത്തുമുള്ള ഒരു വധുവിനെ തിരഞ്ഞെടുക്കുകയും ചെയ്തിരുന്നുവല്ലോ. അപ്പോഴൊന്നും ഇടയ്ക്കുപോലും മുകുന്ദൻ എന്ന ആത്മ സുഹൃത്തിന്റെ മുഖം ഓർത്തില്ല. പ്രയാണം, എല്ലാം ഒരു പ്രയാണം. ഒഴുക്കുകളിൽനിന്ന് ഒഴുക്കുകളിലേക്ക്. ജീവിതമെന്ന മഹാസമുദ്രത്തിൽ ഒരു കച്ചിത്തുരുമ്പോ, പുൽത്തുമ്പോ ആയി വെറുതെ മിന്നിമറഞ്ഞു പോകുമ്പോൾ ലോകത്തിന്റെ അവസ്ഥയെക്കുറിച്ച് അല്പം പോലും ചിന്തിച്ചിരുന്നുവോ?

താൻ എപ്പോഴും കൃത്യമായി ഓർത്തു. സർക്കാരാഫീസിലെ ഫയലുകൾ, മാസാവസാനം കൈയിൽ കിട്ടുന്ന ശമ്പളം, ഭാര്യയുടെയും മക്കളുടെയും ക്ഷേമം, അല്ലാതെ മറ്റെന്ത്? മറ്റൊന്നിനെക്കുറിച്ചും ഓർത്തില്ല. തെരുവുകളിലൂടെ നീങ്ങുന്ന സമരജാഥകളെ, തെരുവു നാടകങ്ങളെ, എല്ലാം ദൂരെ നിന്ന് വീക്ഷിക്കുമ്പോൾ, ഒരുപക്ഷേ, മനസ്സിന്റെ ഏതെങ്കിലും ഒരു കോണിൽനിന്ന് അറിയാതെയെങ്കിലും ഒരു നൊമ്പരപ്പക്ഷി കൂടു വിട്ടുണർന്നിരുന്നുവോ, ആവോ?

സർക്കാരാഫീസിലെ ഒരു മുഷിഞ്ഞ പകലിന്റെ ബോറടിയിൽ അറിയാതെ കൈയിൽകിട്ടിയ പത്രത്താളിന്റെ തുണ്ട്, ഇപ്പോഴുമോർക്കുന്നു. ആ പേപ്പർതുണ്ടിലെ ഫോട്ടോയിലേക്ക് മിഴിച്ചു നോക്കിയിരുന്നപ്പോൾ, അടുത്ത കസേരയിലെ സെക്ഷൻ ക്ലാർക്ക് അല്പം ഉറക്കെത്തന്നെ ചോദിച്ചു.

"സാർ അറിയുമോ അയാളെ, സാറിന്റെ നാട്ടുകാരനാണല്ലോ. ഏതോ പൊലീസ് സ്റ്റേഷൻ ആക്രമണത്തിലെ പിടികിട്ടാപ്പുള്ളിയായിരുന്നു. ഇന്നലെ എവിടെ നിന്നോ പൊക്കിയെന്ന്."

അയാൾ അപ്പോൾ തലയാട്ടുകമാത്രം ചെയ്തു. സെക്ഷൻ ക്ലാർക്ക് രാമഭദ്രനും സൂപ്രണ്ട് ഗംഗാധരനും നക്സലിസത്തിന്റെ ഭീകരതയെ വർണ്ണിക്കുന്നതിലേക്ക് വഴുതി വീഴുന്നതറിഞ്ഞു.

"എന്തു ക്രൂരതയാണ്. ഇവന്മാർ വിചാരിച്ചാൽ എന്തു നടക്കുമെന്നാണ്. കാശുള്ളവരെ തിരഞ്ഞുപിടിച്ച് തലവെട്ടിയാൽ ഈ ലോകം നന്നാകുമോ?" സൂപ്രണ്ട് ഗംഗാധരന്റെ വാചകങ്ങൾ തലച്ചോറിലൂടെ എപ്പഴോ ഇളകിമറിഞ്ഞു. കാശുള്ളവരെയൊക്കെ തിരഞ്ഞുപിടിച്ച് തലവെട്ടിയാൽ മാറുന്നതാണോ, ഈ രാജ്യത്തിലെ അസമത്വവും അനീതികളും. മനസ്സിൽ വീണ്ടും വീണ്ടും എന്തൊക്കെയോ വന്ന് നിറയുകയായിരുന്നു.

മുകുന്ദന്റെ വെളുത്ത മുഖവും തിളങ്ങുന്ന കണ്ണുകളും മുന്നിൽ വന്നു നിറഞ്ഞപ്പോഴെല്ലാം, അവൻ തന്റെ നേരെ എറിഞ്ഞു തന്നിരുന്ന ചോദ്യശരങ്ങളെക്കുറിച്ചോർത്തു. കുറച്ച് ആളുകൾക്ക് പരമസുഖം. രാജ്യത്തിന്റെ സ്വത്തിൽ ഭൂരിഭാഗവും അവർ കൈയടക്കിയിരിക്കുന്നു. പല രൂപത്തിൽ. കുറച്ചാളുകൾ രണ്ടുമല്ലാത്ത അവസ്ഥയിൽ ജീവിതം എവിടെയൊക്കെയോ കൂട്ടിച്ചേർക്കുവാൻ പാടുപെടുന്നു. താഴെക്കിടയിലോ, മൃഗങ്ങൾക്ക് കിട്ടുന്ന പരിഗണനപോലും കിട്ടാതെ, കുപ്പത്തൊട്ടികളിലോ അഴുക്കുചാലുകളിലോ

ജീവിതമെന്തെന്ന് പോലും അറിയാതെ വെറും പുഴുക്കളെപ്പോലെ, ധനികരുടെ വിഴുപ്പുതാങ്ങികളായി...

ശരിയാണ്. ശരിയാണ് മുകുന്ദൻ പറയുന്നതിൽ ഒരുപാട് തിളയ്ക്കുന്ന സത്യങ്ങൾ ഉണ്ടെന്നറിയാവുന്നതാണ്. പക്ഷേ, തനിക്ക് എന്തുചെയ്യുവാൻ കഴിഞ്ഞു. അല്ലെങ്കിൽത്തന്നെ തന്നെപ്പോലുള്ള മറ്റുള്ളവർക്കും എന്തു ചെയ്യുവാൻ കഴിയുന്നു? എല്ലാവരും അടഞ്ഞ വാതിലുകൾക്കകത്ത് ജീവിതം ഭദ്രമാക്കുകയോ, അതാണ് സ്വർഗ്ഗമെന്ന് നിനയ്ക്കുകയോ ചെയ്തു.

"രവിയേട്ടൻ ഏട്ടനെ അവസാനം കണ്ടത് എന്നാണ്."

മുകുന്ദന്റെ അനുജൻ വിദൂരതയിലേക്ക് എവിടെയോ കണ്ണും നട്ടുകൊണ്ടാണ് അത് ചോദിച്ചത്. അയാൾ ഓർക്കാൻ ശ്രമിക്കുകയായിരുന്നു. മുകുന്ദനെ അവസാനം കണ്ട ദിവസത്തെക്കുറിച്ച്, മുകുന്ദൻ അന്ന് എത്രയോ മാറിപ്പോയിക്കഴിഞ്ഞിരുന്നു. കണ്ണുകളിലെ ജ്വാല കെട്ടടങ്ങിയിരുന്നില്ലെങ്കിലും. ജയിൽ മോചിതനായി പുറത്തുവന്ന നാളുകളിലെന്നോ ആയിരുന്നു. പഴയ ഗ്രാമത്തിന്റെ നടപ്പാതയ്ക്കരികിലെ ആൽമരച്ചുവട്ടിൽ വച്ച് കണ്ടത്. "രവിക്ക് സുഖം തന്നെയെല്ലേ?" മുകുന്ദന്റെ ചോദ്യത്തിന് അതെ എന്നുമാത്രം ഉത്തരം നല്കി. തനിക്ക് സുഖം എന്നുതന്നെയല്ലേ പറയാൻ കഴിയൂ. സർക്കാർ ജോലി, ഒരു വിധം ഭേദപ്പെട്ട വലിയ വീട്, വീട്ടിൽ ഭാര്യയും മക്കളും. സത്യത്തിൽ സുഖമെന്ന വാക്ക് എന്തിനെയൊക്കെ ധ്വനിപ്പിക്കുന്നതാണോ ആവോ?

ഈ ലോകം മുഴുവൻ അനീതിയുടെ കൂത്തരങ്ങ് ആകുമ്പോൾ, വലിയവൻ ചെറിയവനെ കീഴടക്കുമ്പോൾ, ഉയർന്നുപൊങ്ങുന്ന കഴുകന്റെ ചുണ്ടുകളിൽ കൊച്ചു പക്ഷിക്കുഞ്ഞുങ്ങൾ ചോരയൊലിപ്പിച്ചു കിടക്കുമ്പോൾ എവിടെ? ആർക്കു സുഖം? മുകുന്ദന്റെ വാദഗതികളെല്ലാം ഒന്നൊഴിയാതെ മനസ്സിലുണ്ട്. ആ കാഴ്ചയ്ക്ക് ശേഷം താനൊരിക്കലും മുകുന്ദനെ കണ്ടിരുന്നില്ല. പൊലീസ് മർദ്ദനത്തിന്റെ പാടുകളിൽ മുകുന്ദന്റെ മുഖത്തെ തേജസ്സും ആരോഗ്യവും നഷ്ടപ്പെട്ടിരുന്നു. ഭാര്യ, കുട്ടികൾ, ആരും തന്നെ തന്റെ ജീവിതത്തിലൂടെ കടന്നുവന്നിട്ടില്ലായെന്നും പറയുമ്പോഴും മുകുന്ദന്റെ കണ്ഠമിടറിയിരുന്നില്ല. ഒരുവേള അവൻ പറയുക കൂടി ചെയ്തു. "എന്തിനാണീ ലോകത്ത് പുതിയ ജന്മങ്ങൾക്ക് വഴിയൊരുക്കുന്നത്?" കാല്പനികതയിലേക്ക് ഒരിക്കലും വഴുതി പോകാത്ത അവന്റെ മനസ്സിൽ പ്രണയവും കല്യാണവുംകൂടി ഒരുതരം ബൂർഷ്വാ തന്ത്രമായിരുന്നുവോ, ആവോ?

മുകുന്ദൻ വിവാഹിതനായില്ലെന്നും, ജയിൽ മോചിതനായ ശേഷവും പ്രസ്ഥാനത്തിന്റെ ഒളിപ്രവർത്തനങ്ങളിലേക്ക് വഴുതിപ്പോവുകയാണെന്നും ആരോ പറഞ്ഞറിഞ്ഞിരുന്നു. ഒരിക്കൽപ്പോലും അവനെ തേടിപ്പിടിച്ചൊന്നു കാണാനോ, ജീവിതത്തിലേക്ക് മടക്കിക്കൊണ്ട് വരുവാനോ ശ്രമിച്ചിരുന്നില്ലല്ലോയെന്ന് ഓർത്തപ്പോൾ അയാൾക്ക് ദുഃഖം തോന്നി.

"രവിയേട്ടൻ കാര്യം ഏട്ടൻ ഇടയ്ക്ക് പറഞ്ഞിരുന്നതാണ്." ദേവൻ

അയാളുടെ മുഖത്തേക്ക് നോക്കി പതിയെ പറഞ്ഞു. എന്താണ് പറഞ്ഞതെന്ന് തിരക്കിയില്ല. തന്നെക്കുറിച്ച് എന്ത് പറയാൻ? ആത്മസുഹൃത്തായിരുന്നിട്ടും ഒരിക്കൽപോലും തനിക്ക് മുകുന്ദന്റെ ആത്മാവിലേക്ക് ഇറങ്ങിച്ചെല്ലാൻ കഴിഞ്ഞിരുന്നില്ലല്ലോ.

എപ്പോഴോ, മുകുന്ദൻ രോഗത്തിന്റെ മൂർദ്ധന്യതയിലേക്ക് വീണുപോയെന്നും, ഇളയസഹോദൻ ദേവൻ അയാളെ തേടിപ്പിടിച്ച് കുടുംബവീട്ടിലേക്ക് മടക്കിക്കൊണ്ടുവന്നുവെന്നും അറിഞ്ഞിരുന്നു. ഒരിക്കലെങ്കിലും മുകുന്ദനെ വീട്ടിൽ പോയി കാണണമെന്ന് കരുതിയെങ്കിലും കഴിഞ്ഞിരുന്നില്ല. ഓഫീസിലെ തിരക്കും, വീട്ടിലെ കാര്യങ്ങളും കഴിഞ്ഞ് മാറ്റിവെക്കാൻ അല്പം പോലും സമയം കണ്ടിരുന്നില്ലല്ലോ.

മുകുന്ദനെ ഹോസ്പിറ്റലിൽ അഡ്മിറ്റു ചെയ്തുവെന്നും ഇളയ അനുജൻ ദേവനാണ് എല്ലാ കാര്യങ്ങളും നോക്കുന്നതെന്നും ആരോ പറഞ്ഞ് അറിഞ്ഞിരുന്നു.

വെയിൽ നാളങ്ങൾക്ക് ശക്തി കുറയുന്ന, ജ്വലനം കുറയുന്ന പകലിലേക്ക് അയാൾ നോക്കി. അസ്തമനത്തിന്റെ കാഴ്ച വിദൂരമല്ലാതെ കാണുമായിരുന്നു. അവിടെ ഹൃദയത്തിലും അപ്പോൾ നിറം വാർന്ന പകലുകൾ മാത്രമായിരുന്നു.

“ഞാനിറങ്ങട്ടെ, മറ്റൊരു ദിവസം വരാം.” ദേവനോട് യാത്ര പറഞ്ഞ് ഇറങ്ങുമ്പോൾ ഒരിക്കലൂടെ കട്ടിലിൽ പറ്റിച്ചേർന്നു കിടക്കുന്ന മുകുന്ദന്റെ മെല്ലിച്ച രൂപത്തിലേക്ക് നോക്കി. ജ്വലനം കെട്ട ആ കണ്ണുകളിലേക്ക് നോക്കി. അവിടെയൊരു സൂര്യൻ അസ്തമിക്കുകയായിരുന്നു, മറ്റൊരു ഉദയത്തിന് അവസരമില്ലാതെ. ഇടറുന്ന കാൽപാദങ്ങളോടെയാണ് തിരിഞ്ഞു നടന്നത്. ഹൃദയത്തിലപ്പോഴും മുകുന്ദന്റെ ചിരിക്കുന്ന മുഖവും ജ്വലിക്കുന്ന കണ്ണുകളുമുണ്ടായിരുന്നു.

അവൾ

അലറിപ്പായുന്ന തിരമാലകൾക്കിടയിലൂടെ അവൾ അതിവേഗം ഓടുകയായിരുന്നു. ആകാശങ്ങൾക്ക് അപ്പുറത്തേക്ക് — സമുദ്രങ്ങളുടെ അഗാധതകളിലേക്ക് — സങ്കടക്കടലുകൾ താണ്ടി താണ്ടി വന്ന നനുത്തകാറ്റ് എപ്പോഴോ രൗദ്രഭാവം പൂണ്ടതാവുകയോ, അവളെ അവളറിയാത്ത ലോകങ്ങളിലേക്ക് അനായാസം വലിച്ചെറിയുകയോ ചെയ്തു.

ലോകം ഒരു നിമിഷം വർണ്ണാഭം.

കടും നിറങ്ങളുടെ ഘോഷയാത്ര. ഓരോ നിറങ്ങളിലേക്കും അവൾ അറിയാതെ അലിയുകയായിരുന്നു.

ഹൃദയത്തിന്റെ അഗാധതകളിൽ പെയ്തു തിമിർത്ത മഴയിൽ, അവൾ അവൾ പോലുമല്ലാതായി. മുന്നിലെ രൂപങ്ങളിലേക്കവൾ ആഞ്ഞുനോക്കി. ഒരേ നിറം, ഒരേ സ്വരം, ഒരേ സ്വപ്നം, ഓരോ രൂപങ്ങളും അവളെ ആഞ്ഞാഞ്ഞു പുണർന്നു.

ആകാശങ്ങളിലെ കൊടുങ്കാറ്റുകളിൽ എപ്പോഴോ വിരിയാൻ തുടങ്ങിയ കടുംനിറങ്ങളിലെ പൂക്കൾക്ക് രൂക്ഷഗന്ധം. ഓരോ ഗന്ധത്തിലും അവളുടെ വിയർപ്പ് അലിഞ്ഞ് അലിഞ്ഞ് ചേരുകയായിരുന്നു. മഴതോർന്ന ആകാശത്ത് പറക്കാൻ തുടങ്ങിയ പക്ഷികൾ, അവളെ എപ്പോഴോ ആഞ്ഞു കൊത്താൻ തുടങ്ങിയിരുന്നു. ഓരോ പക്ഷിയുടെ ചുണ്ടിലും വിടർന്നു നിന്നത് രൂക്ഷമായ മാംസഗന്ധം. അവളാ പക്ഷികളിലേക്ക്—

അവയുടെ വിടർന്ന ചുണ്ടുകളിലേക്ക് —

വിരിഞ്ഞ ചിറകുകളിലേക്ക് —

ഈ ലോകം പോലുമറിയാതെ എപ്പോഴോ അലിഞ്ഞ് അലിഞ്ഞ് ചേരുന്നുണ്ടായിരുന്നു.

അയാൾ

കുതിരകളുടെ കുളമ്പടിയൊച്ച.......

പാമ്പുകളുടെ വിഷം ചീറ്റൽ......

കഴുതകളുടെ അമർത്തിയ കരച്ചിൽ......

അയാൾ തലച്ചോറ് ഒന്നു കുടഞ്ഞിട്ടു. എല്ലാം കിടന്ന് പുളയുകയാണ്. ഒന്നിനെയും വേർതിരിക്കാനാവുന്നില്ല. കണ്ണുകൾ വിദൂരതയിൽ എവിടെയോ ഉടക്കിയപ്പോൾ, അകലെ ആകാശത്തുനിന്ന് കുതിരകൾ കുളമ്പടി ശബ്ദത്തോടെ ഇറങ്ങിവരുന്നത് അയാൾ കണ്ടു. എല്ലാം അതിവേഗം പായുകയാണ്. അവയുടെ കുഞ്ചിരോമങ്ങൾക്ക് അപാര സൗന്ദര്യം, കണ്ണുകളിലൂടെ അയാൾ വിഷം ചീറ്റുന്ന പാമ്പുകളെയും കണ്ടു. അവയെല്ലാം തലയുയർത്തി ഫണം വിടർത്തി നിന്നാടുകയാണ്. അവയുടെ സീൽക്കാര ശബ്ദത്തിലൂടെ മഴ പെയ്യുന്നത് അയാൾ കേൾക്കുന്നുണ്ടായിരുന്നു. കാലത്തിന്റെ ഏതൊക്കെയോ ഇടനാഴികളിൽ കഴുതകളുടെ അമർത്തിയ കരച്ചിൽ ഒഴുകി, ഭൂമിയാകെ നിറയുന്നത് അയാളറിഞ്ഞു. അയാളുടെ തലച്ചോറ് പുകയുകയായിരുന്നു, വീണ്ടും. ഒന്നിനെയും ഒന്നിൽ നിന്ന് വേർതിരിക്കാനാവുന്നില്ല.

ആകാശങ്ങളിലെ കുതിരകൾ ഭൂമിയാകെ നിറയുകയും അവ മരുഭൂമികളിലൂടെ, താഴ്വരകളിലൂടെ, മലമടക്കുകളിലൂടെ തലയുയർത്തി പായുകയും ചെയ്തുകൊണ്ടിരുന്നു. വിടർന്നാടിയ പാമ്പുകളിൽനിന്ന് വിഷം അവ അറിയാതെ ആകാശങ്ങളിലേക്ക് പടർന്നൊഴുകുകയും ആകാശം എപ്പോഴോ കരിനീല വർണ്ണത്തിൽ മഴ പെയ്യിക്കാൻ തുടങ്ങുകയും ചെയ്തു.

അയാളുടെ കണ്ണുകൾ അപ്പോഴും ആകാശത്തിന്റെ കിളിവാതിലുകളിലൂടെ അലയുകയും തലച്ചോറ് വീണ്ടും വീണ്ടും പുകഞ്ഞുകത്തുകയും

ചെയ്തുകൊണ്ടിരുന്നു. കഴുതകളുടെ അമർത്തിയ കരച്ചിലുകൾ നൂറ്റാണ്ടുകളിലൂടെ ഒഴുകി വരുന്നത്, അവ ആകാശം ഭേദിക്കുമാറ് ഒരു പ്രകമ്പനമായി രൂപാന്തരം പ്രാപിക്കുന്നത് അയാൾ അറിയുന്നുണ്ടായിരുന്നു. എല്ലാ കഴുതകളുടെയും കണ്ണുകളിൽനിന്ന് ഒഴുകിക്കൊണ്ടിരുന്ന കണ്ണുനീർ ഭൂമിയാകെ നിറയുന്നതായും ആ ജലപ്രളയത്തിലൂടെ ആകാശം മുങ്ങിത്താഴുകയോ, വിഷം ചീറ്റിയ പാമ്പുകളും തലയുയർത്തി പാഞ്ഞുകൊണ്ടിരുന്ന കുതിരകളും എവിടെയോ കുത്തിയൊലിച്ച് മാഞ്ഞുപോവുന്നതായും അയാളറിയുന്നുണ്ടായിരുന്നു. അപ്പോഴും അയാൾ തലച്ചോറ് ഒന്ന് ആഞ്ഞു കുടഞ്ഞു. പുകഞ്ഞുകൊണ്ടിരുന്ന അതിലെ ഓരോ മടക്കുകളിലേക്കും നോക്കി അയാളുടെ ചുണ്ടുകൾ മന്ത്രിച്ചു.

കുതിരകളുടെ കുളമ്പടിയൊച്ച എവിടെ?

പാമ്പുകളുടെ വിഷം ചീറ്റൽ എവിടെ?

കുതിരകളുടെ അമർത്തിയ കരച്ചിലുമെവിടെ?

എപ്പോഴോ ആകാശത്തിന്റെ കിളിവാതിലുകൾ അടയുകയും, അയാൾ പുകയുന്ന തലച്ചോറോടെ വീണ്ടും ഉറങ്ങാൻ തുടങ്ങുകയും ചെയ്തു.

അവർ

തികച്ചും അർത്ഥമൗനമായ ഒരു താഴ്വാരത്തിലൂടെയായിരുന്നു അവർ രണ്ടുപേരും തിരക്കിട്ട് നടന്നുകൊണ്ടിരുന്നത്. ആർദ്രത തുളുമ്പുന്ന മിഴികളോടെ കാറ്റ് എപ്പോഴൊക്കെയോ അവരെ തഴുകി തലോടി കടന്നു പോയി. അനന്തമായ ആകാശത്തിന്റെ ചുടുനെടുവീർപ്പുകളല്ലാതെ മറ്റൊന്നും അവർ കേട്ടില്ല. താഴ്വാരത്തിൽ വിടർന്നു നില്ക്കുന്ന പൂക്കൾക്കോരോന്നിനും ഒരായിരം സ്വപ്നങ്ങളുണ്ടെന്നും ആ സ്വപ്നങ്ങളെല്ലാം ഒന്നിച്ചുയർന്ന് ആകാശങ്ങൾ നിറയുന്നതായും അവർക്ക് തോന്നിയിരുന്നു. ആ നിമിഷങ്ങളിലെല്ലാം അവർ മനോഹരമായി ചിരിക്കുകയും സ്വപ്ന ലോകങ്ങളുടെ കവാടങ്ങളെക്കുറിച്ചും ആ കവാടങ്ങൾക്കുള്ളിലെ മാസ്മരികതയെക്കുറിച്ചും വാചാലതയോടെ സംസാരിക്കുകയും ചെയ്തു. പകൽ എത്രവേഗം മാഞ്ഞു പോവുകയും രാത്രി ഒരു അപസർപ്പകകഥയുടെ നിഗൂഢതകളോടെ അവർക്കു മുന്നിൽ വന്നു നിറയുകയും ചെയ്തു. അവരപ്പോഴും ആ താഴ്വാരത്തിലൂടെ. ആ താഴ്വാരത്തിലെ ഇരുളിലൂടെ അലയുകയായിരുന്നു. പകൽ വെളിച്ചത്തിൽ കണ്ട പൂക്കളുടെ സ്വപ്നങ്ങളെല്ലാം നക്ഷത്രങ്ങളായി ആകാശത്തുനിന്ന് കണ്ണുചിമ്മുന്നതു കണ്ടപ്പോൾ അവർ ഒരിക്കലൂടെ ഗൂഢമായി മന്ദഹസിച്ചു. എല്ലാ സ്വപ്നങ്ങളും നക്ഷത്രങ്ങളാണ്. എല്ലാ നക്ഷത്രങ്ങളും പൂക്കളാണ്. എല്ലാ പൂക്കളും ഓരോ ഹൃദയമാണ്. ഹൃദയങ്ങൾകൊണ്ട് നിറഞ്ഞ ആകാശം അപാരമായി സ്നേഹം ചൊരിയുന്നതുപോലെ തോന്നിയപ്പോഴാണ് അവരോർത്തത്, ഭൂമിയിൽ മഴ പെയ്തുകൊണ്ടേയിരിക്കുന്നുവെന്ന്, ആ മഴയിൽ നിറഞ്ഞൊഴുകുന്നത് പൂക്കളുടെ സ്വപ്നങ്ങളാണെന്ന്.

കാറ്റിലാടിയുലഞ്ഞ മരച്ചില്ലകളിലെവിടെയോയിരുന്ന് രാത്രിയുടെ പക്ഷികൾ വിതുമ്പുന്നുണ്ടായിരുന്നു. ആ വിതുമ്പലുകളിലൂടെ ഒഴുകിപ്പരന്ന

ശോകഛായകൾ കൊണ്ട് രാത്രി മുറിവേല്ക്കപ്പെടുന്നത്, ആ മുറിപ്പാടുകളിലൂടെ എല്ലാ പ്രാപഞ്ചികദുഃഖങ്ങളും നിറഞ്ഞൊഴുകുന്നത് അവർ അറിയുന്നുണ്ടായിരുന്നു. അവരപ്പോഴും ചിന്തിച്ചത് തങ്ങളേത് പാതയോരങ്ങളിലൂടെയാണ്, ഏത് ഉഷ്ണ മരുഭൂമികളിലൂടെയാണ്, ഏത് അഗാധമൗനങ്ങളിലൂടെയാണ് ജന്മങ്ങളായി നടന്നലയുന്നതെന്നാണ്, കാറ്റുവീശലിന്റെ വേഗതയിൽ താഴ്‌വരകൾ മരുഭൂമികളാവുകയോ മരുഭൂമികൾ ശവപ്പറമ്പുകളാവുകയോ ചെയ്യുന്നത് അവരറിയുന്നുണ്ടായിരുന്നു. അവരുടെ മിഴികൾ തുറന്നത് ആകാശത്തിന്റെ നേർക്കായിരുന്നു. പെരുമഴയായി തീഗർജ്ജിക്കുന്ന ആകാശത്തിന്റെ നേർക്ക്. ആകാശത്തിലെ നക്ഷത്രങ്ങൾ എവിടെപ്പോയി മറഞ്ഞെന്ന്, ആ നക്ഷത്രങ്ങളുടെ സ്വപ്നങ്ങൾ എവിടെ പൊലിഞ്ഞടർന്നെന്ന് അവർ ചിന്തിക്കാതിരുന്നില്ല. പക്ഷേ, അവരുടെ ചിന്തകൾക്ക് വജ്രത്തിന്റെ കാഠിന്യവും മിന്നൽപ്പിണരിന്റെ വേഗതയും കൈവന്നപ്പോഴെല്ലാം അവർ അറിഞ്ഞു തുടങ്ങിയിരുന്നു. ലോകം മാറിക്കൊണ്ടേയിരിക്കുന്നുവെന്ന്, പ്രപഞ്ചം മാറിക്കൊണ്ടേയിരിക്കുന്നുവെന്ന്. എപ്പോൾ വേണമെങ്കിലും നക്ഷത്രങ്ങൾ തീഗോളങ്ങളായി ഭൂമിയിലേക്ക് നിപതിച്ചേക്കാം. ഓരോ തീഗോളവും ഓരോ ജീവിയുടെ ഹൃദയത്തിലേക്കും ആഴത്തിൽ അഗ്നി വർഷിച്ചേക്കാം. ആ തീ മഴയിലൂടെയാവാം ഭൂമി ശുദ്ധീകരിക്കപ്പെട്ടേക്കാവുന്നത്. അതവരുടെ വെറും ചിന്തകൾ മാത്രമായിരുന്നുവെന്ന് അവരറിഞ്ഞത് ആ നാല്ക്കവലയിലെത്തിയപ്പോഴാണ്.

തികച്ചും ശൂന്യമായ, ശ്മശാനമൂകത തളംകെട്ടിയ നാല്ക്കവല. ഏതൊക്കെയോ മനുഷ്യർ എന്നൊക്കെയോ ഉപയോഗിച്ച് ഉപേക്ഷിച്ചുപോയ ജീവിതത്തിന്റെ തിരുശേഷിപ്പുകൾ ചിതറിക്കിടന്ന നാല്ക്കവലയിൽ നിന്നുകൊണ്ട് അവർ ഓർക്കാൻ ശ്രമിച്ചത് മൺമറഞ്ഞ സ്നേഹപുഷ്പങ്ങളെയോ, സ്നേഹത്തിന്റെ നക്ഷത്രങ്ങളെയോ ആണ്. സ്നേഹത്തിന്റെ നക്ഷത്രങ്ങൾ നിറഞ്ഞ ആകാശത്ത്, ഓരോ ഹൃദയവും ഓരോ പൂക്കളായി വിടരുന്നത് അവർ വെറുതെ ഓർക്കുകയായിരുന്നു. പക്ഷേ, അപ്പോഴേക്കും എവിടെനിന്നോ ശ്മശാനങ്ങളുടെ ഗന്ധം പേറുന്ന കാറ്റ് അവരിലേക്ക് ആഞ്ഞുവീശാൻ തുടങ്ങിയിരുന്നു. ഒഴിഞ്ഞ തെരുവിലെ, ഒറ്റപ്പെട്ടു നിന്ന, ഉണങ്ങിയ മരത്തിന്റെ ചില്ലകൾ കാറ്റിൽ തകർന്നടിയുന്നത് അവർ കാണുന്നുണ്ടായിരുന്നു. അവർക്കറിയാമായിരുന്നു ആ മരച്ചില്ലകൾ തോറും നിറഞ്ഞു നിന്നത് ഒരായിരം മനുഷ്യഹൃദയങ്ങളുടെ മരിക്കാത്ത സ്വപ്നങ്ങളായിരുന്നുവെന്ന്. ശ്മശാനഗന്ധങ്ങൾ പേറുന്ന കാറ്റിന്റെ കൈകളിലൂടെ അവർ വിദൂരതയിലേക്ക്, വിശാലതകളിലേക്ക്, ഒരിക്കലും ആർക്കും എത്തിപ്പെടാൻ കഴിയാത്ത അജ്ഞാതതീരങ്ങളിലേക്ക് അവർപോലും അറിയാതെ എത്തിപ്പെടുന്നുണ്ടായിരുന്നു.

ഒരിക്കലൂടെ അവർ പരസ്പരം നോക്കി, കണ്ണുകളിലേക്ക്, കവിളുകളിലേക്ക്, ഓരോ രോമകൂപങ്ങളിലേക്ക്, കണ്ണുകളിൽ നിറഞ്ഞുതുളുമ്പുന്നത് നഷ്ടനിദ്രകളുടെ നിതാന്ത ദുഃഖങ്ങളാണെന്നും കവിളുകളിൽ വെട്ടിത്തിളങ്ങി നിന്നത് സ്വപ്നങ്ങളുടെ മാസ്മരിക ഭാവങ്ങളാണെന്നും ഓരോ

രോമകൂപവും നിശ്ചലതകളിലൂടെ ഉയർന്നു നിന്നത് വരാൻപോകുന്ന ഏതോ അജ്ഞാത കാലത്തിന്റെ മഹാസ്തംഭങ്ങളാണെന്നും അവർ അറിയുന്നുണ്ടായിരുന്നു. വക്കുടഞ്ഞ വഴികളിലൂടെ, മുറിവേറ്റു പിടയുന്ന കാറ്റുകളിലൂടെ, ആർക്കോവേണ്ടി അറിയാതെ കേഴുന്ന മഴകളിലൂടെ, മഹാതീരങ്ങളിലെ നൊമ്പരങ്ങളെയും തേടി അവർ വീണ്ടും അലഞ്ഞുകൊണ്ടേയിരുന്നു. അർത്ഥമൗനമായിരുന്ന താഴ്വാരങ്ങളിലെ കാറ്റുകൾ അവരെ എന്ത് ഓർമ്മിപ്പിച്ചിരുന്നുവോ ആവോ?

സുരേന്ദ്രന്റെ വീട്

എന്റെ ദൈവമേ, ഈ സുരേന്ദ്രന്റെ വീടിത് എവിടെ പോയി മറഞ്ഞു? താനെത്ര നേരമായി ഇവിടെ നടന്ന് അലയുകയാണ്, സുരേന്ദ്രന്റെ വീടും തേടി. അവനാ കത്തിൽ വഴി കൃത്യമായി പറഞ്ഞിരുന്നതാണ്. കവലയിൽ ബസിറങ്ങുക, അത്ര വലുതല്ലാത്ത ആ കവലയിൽ കാണുന്ന കുറേ കൊച്ചു കൊച്ചു കടകൾ, പഞ്ചായത്ത് കിണർ, ആ കിണറിന് ചുറ്റും വളർന്നു കിടക്കുന്ന പുൽപ്പടർപ്പുകൾ, പിന്നെ വലത്തോട്ടു തിരിയുന്ന ഇടറോഡ്. ആ റോഡിൽക്കൂടി രണ്ട് ഫർലോങ്ങോളം നടക്കുക. റോഡിനിരുവശവും കാണുന്ന കുറേ മരങ്ങളും പേരും അവർ കൃത്യമായിത്തന്നെ പറഞ്ഞിരുന്നു. അല്ലെങ്കിൽത്തന്നെ, ആ വഴികളും മരങ്ങളുമെല്ലാം ഇത്ര വർഷങ്ങൾക്കുശേഷവും താനൊരിക്കലും മറന്നിട്ടില്ലായെന്ന് പ്രകാശൻ ഓർത്തു. ആ മരങ്ങളെല്ലാം ഒരുപാട് പൂക്കളോടും കായ്കളോടും തന്നെ പ്രകാശന്റെ മനസ്സിലുണ്ടായിരുന്നു.

പക്ഷേ, താനിവിടെങ്ങും സുരേന്ദ്രന്റെ വീട് കാണുന്നേയില്ല. അവൻ എഴുതിയിരുന്നത് അവന്റെ വീട് നാല്പതു വർഷങ്ങൾക്കുമുമ്പുള്ള അതേ അവസ്ഥയിലാണെന്നാണ്. ആ നാല്പത് വർഷങ്ങൾക്ക് മുമ്പാണല്ലോ താനീ നാട്ടിൽ നിന്ന് വണ്ടികയറിപോയത്. അച്ഛനും അമ്മയ്ക്കും അനിയത്തിക്കുമൊപ്പം ഇവിടെ നിന്ന് വിറ്റുപെറുക്കി പോകുമ്പോൾ സത്യത്തിൽ മനസ്സ് ശൂന്യമായിരുന്നു. വേദനിക്കാൻപോലും അറിയില്ലായിരുന്നു. ഒരുതരം നിസ്സംഗത, നിർവ്വികാരത, പത്തുവയസ്സിലെ പയ്യന് അത്രത്തോളം നിസ്സംഗത എങ്ങനെ കൈവന്നു എന്ന് തിരിച്ചറിയാനേ കഴിയുന്നില്ല. ഒരു പക്ഷേ, അമ്മയുടെ ഗർഭപാത്രത്തിൽ കിടക്കുമ്പോൾ തന്നെ ഹൃദയം ശൂന്യമായിരുന്നിരിക്കണം. ഗർഭപാത്രത്തിൽനിന്ന് പുറത്ത് വന്ന് ഏറെ വർഷങ്ങൾ കഴിയാതെ തന്നെ മനസ്സിലായിരുന്നു. അമ്മയുടെ മുഖത്തെ നിസ്സം

ഗത. ഒന്നിനോടും പ്രതികരിക്കാത്ത, എല്ലാം നിശ്ശബ്ദം സഹിക്കുന്ന, ശൂന്യതയിൽ മാത്രം മിഴിനട്ടിരിക്കുന്ന അമ്മയുടെ കണ്ണുകളിൽ ഒരിക്കൽപോലും ആഹ്ലാദത്തിന്റെ പൂത്തിരി കണ്ടിട്ടേയില്ല. ജീവിതം അതൊക്കെത്തന്നെയാവാം അമ്മയ്ക്ക് സമ്മാനിച്ചിരുന്നത്. ആ അമ്മയുടെ ഗർഭപാത്രത്തിൽ കിടന്നതുകൊണ്ടു തന്നെയാവണം തനിക്കും ഒരിക്കലും ആഹ്ലാദത്തോടെ ഒന്നു ചിരിക്കാൻ കൂടി കഴിയാതിരുന്നത്.

കുഞ്ഞനുജത്തിയുടെ കൈയും പിടിച്ച് കളിച്ചു നടന്ന തൊടിയും പറമ്പും വീടും വിറ്റുപോകുമ്പോൾ നഷ്ടപ്പെട്ടത് സുരേന്ദ്രൻ എന്ന പ്രിയ കൂട്ടുകാരൻ കൂടിയായിരുന്നു.

സുരേന്ദ്രനൊന്നിച്ച് കളിച്ചുനടന്ന പാടവും പറമ്പും തെങ്ങിൻതോപ്പുകളും ക്ഷേത്ര മൈതാനവും പിന്നിൽ മറയുന്നത് കണ്ടുകൊണ്ടാണ് അമ്മയുടെ സാരിത്തുമ്പിൽ തൂങ്ങിപ്പിടിച്ചുകൊണ്ട് പടികടന്നുപോയത്. അനിയത്തി ഉറക്കെ കരയുന്നുണ്ടായിരുന്നു. അവളുടെ നഷ്ടപ്പെട്ട കളിയിടങ്ങളെയും കളിപ്പാട്ടങ്ങളെയും ഓർത്ത് അവളും താനും സുരേന്ദ്രനും കൂടി കെട്ടിപ്പൊക്കാൻ തുടങ്ങിയ കളിവീട് അപ്പോഴും പൂർത്തിയാകാതെ പറമ്പിൽ ജീവനറ്റുകിടക്കുന്നുണ്ടായിരുന്നു. സുരേന്ദ്രന്റെ കണ്ണുകൾ നിറഞ്ഞ് തുളുമ്പുന്നത്. അവൻ ഗദ്ഗദത്തോടെ കൈകൾ വീശി യാത്ര പറയുന്നത്, എല്ലാം മനസ്സിന്റെ ജാലകങ്ങൾക്കുള്ളിലെ ഒരിക്കലും മായാത്ത ചിത്രങ്ങളാണ്.

ജീവിതം ഒരുപാട് പിന്നിടുമ്പോഴും മനസ്സിലൊരു ചോദ്യം വല്ലാതെ ഉയർന്നു നിന്നിരുന്നു. “അച്ഛനെന്തിനു ഞങ്ങളുടെ കളിവീടുകളെ നഷ്ടപ്പെടുത്തി?”

നാല്പതുവർഷങ്ങൾക്ക് ശേഷം ആദ്യമായി സുരേന്ദ്രനെ കാണാൻ ഒരുപാടൊരുപാട് ആഹ്ലാദത്തോടെ ഓടിയെത്തിയതാണ്. അവൻ അയച്ച കത്ത് ഒരിക്കലൂടെ പോക്കറ്റിൽനിന്ന് എടുത്തു നിവർത്തിവായിച്ചു. “പ്രകാശാ നിന്റെ അഡ്രസ് തേടിപിടിക്കാൻ ഞാൻ ഒരുപാട് പ്രയാസപ്പെട്ടു. നീ തീർച്ചയായും നിന്റെയീ പഴയ നാട്ടിലേക്കൊന്ന് തിരിച്ചുവരണം, ഞാൻ നിന്നെയും കാത്തിരിക്കും. നമ്മളൊന്നിച്ചു കളിച്ചു നടന്ന ഒഴിഞ്ഞ വയലുകളിലൂടെ, കലമ്പോട്ടിപ്പൂക്കൾ വിടരുന്ന കുന്നിൻപുറങ്ങളിലൂടെ, ഇരുവശവും കൈതക്കാടുകൾ തഴച്ചുവളരുന്ന പുഴക്കരകളിലൂടെ, അവയുടെയെല്ലാം ഒരിക്കലും അവസാനിക്കാത്ത ഗന്ധങ്ങളിലൂടെ നമുക്ക് ഒന്നു കൂടി അലഞ്ഞു തിരിയണം. കവലയിലെ വർക്കിച്ചയാന്റെ കടയിൽനിന്ന് ഒരിക്കലൂടെ കടല വട്ടയിലയിൽ പൊതിഞ്ഞുവാങ്ങണം. അതും തിന്നുകൊണ്ട് നമുക്കൊരിക്കലൂടെ പഴയ പ്രകാശനും സുരേന്ദ്രനുമാവണം. പ്രകാശാ, നിങ്ങൾ മുഴുമിപ്പിക്കാതെ ഇട്ടിട്ടുപോയ ആ കളിവീടുകളും നമുക്ക് കെട്ടിത്തീർക്കണം.”

കത്ത് കിട്ടിയപ്പോൾ ഒരുപക്ഷേ, മനസ്സ് വല്ലാതെ വിമ്മിപ്പൊട്ടുകയായിരുന്നു. ഹൃദയത്തിൽനിന്ന് കദനത്തിന്റെ കണ്ണുനീർ അറിയാതെ ഉലഞ്ഞൊഴുകുന്നുണ്ടായിരുന്നു. മാലിനിയോട് ഒന്നും പറഞ്ഞില്ല. മക്കളോടും

ഒന്നും പറഞ്ഞില്ല. പഴയനാട്ടിൽ വരെയൊന്നു പോകണം എന്നു മാത്രം പറഞ്ഞു. അവരൊന്നും മറുത്തുപറഞ്ഞില്ല. പക്ഷേ, മാലിനിക്ക് പുച്ഛമാണെന്ന് അറിയാം. അവൾ പരിഹസിക്കുകയേയുള്ളൂ. എപ്പോഴും കമ്പ്യൂട്ടറിനു മുമ്പിലുള്ള അവളുടെ മുഖത്തിന് യന്ത്രത്തിന് ഛായയാണെന്ന് തോന്നിയിട്ടുണ്ട്.

യാത്ര തിരിക്കുമ്പോഴും മാലിനി കമ്പ്യൂട്ടറിന് മുമ്പിൽ തന്നെയായിരുന്നു. ഫെയ്സ്ബുക്കിലൂടെ ലൈക്കും ഷെയറും ടാഗും തിരയുന്ന അവളുടെ മുഖത്തുകൂടെ ഒരുപാട് യന്ത്രങ്ങൾ ഒന്നിച്ചുപായുന്നതു കണ്ടു. ആരൊക്കെയാണ് അവളുടെ ഫ്രണ്ട്സെന്ന് അവൾക്കുപോലുമറിയില്ല. ആരുടെയൊക്കെയോ കമന്റ് കണ്ട് ഊറിച്ചിരിക്കുകയോ വീണ്ടും ലൈക്കുകളിൽ നിന്ന് ലൈക്കുകളിലേക്ക് വഴുതിവീഴുകയോ ചെയ്യുന്നു. മക്കളുടെ കണ്ണുകൾ നിറഞ്ഞിരിക്കുന്നത് കണ്ടു. താൻ യാത്ര ചോദിക്കുമ്പോൾ, അവരുടെ കുഞ്ഞുകണ്ണുകളിലെ നിഷ്കളങ്കതയിൽ എവിടെയോ തന്റെ കുഞ്ഞുരൂപം മിന്നിമറയുന്നതുപോലെ തോന്നിയിരുന്നു.

യന്ത്രങ്ങളുടെ നടുവിൽ, യന്ത്രങ്ങളുടെ മുരൾച്ചയിൽ, യന്ത്രപ്പുകകളിൽ, ആകാശത്തിനും ഭൂമിക്കും മദ്ധ്യേ, പതിനെട്ടുനിലയുള്ള ഫ്ളാറ്റുസമുച്ചയത്തിന്റെ 12-ാമത്തെ നിലയിലെ അപ്പാർട്ടുമെന്റിൽ ചിറകൊടിഞ്ഞു വീഴുന്ന ബാല്യങ്ങളുടെ തേങ്ങൽ തന്റെ കാതുകളിലുണ്ടായിരുന്നു. അവരെ മോചിപ്പിക്കുവാൻ മോഹമുണ്ടെങ്കിലും കഴിയുന്നില്ല. മണ്ണിന്റെ ഗന്ധത്തിലേക്ക്, പൂക്കളുടെ നിറങ്ങളിലേക്ക്, പുഴകളുടെ ലഹരികളിലേക്ക്, എല്ലാം അവരെ കൈപിടിച്ച് നടത്താൻ മനസ്സ് വല്ലാതെ മോഹിക്കാറുണ്ട്. നിസ്സഹായൻ, താൻ തീർത്തും നിസ്സഹായൻ.

അച്ഛനും അമ്മയും അനിയത്തി അനുവും കൂടി യാത്രയിൽ ഒരുമിച്ചുണ്ടായിരുന്നെങ്കിൽ എന്ന് കൊതിച്ചു. അനുവിലെ ഫോണിൽ വിളിക്കുകയും ചെയ്തു.

"അയ്യോ ചേട്ടാ അവിടിപ്പം നമ്മളുപോയിട്ടെന്താ? നമുക്ക് അവിടെ ആരുണ്ട്?'' അനുവിന്റെ പ്രതികരണം അത്രമാത്രം. ശരിയാണ്. അവർക്കെല്ലാം മറക്കാൻ കഴിഞ്ഞിരിക്കുന്നു. ഉയർന്ന ബാങ്കുദ്യോഗസ്ഥന്റെ ഭാര്യ, സ്വസ്ഥമായി കഴിയുന്ന വീട്ടമ്മ. പണ്ടെങ്ങോ തറയിൽ വീണു ചിതറിപ്പോയ കളിപ്പാട്ടങ്ങളെയോ, പൂർത്തിയാകാതെ പാതി വഴിയിൽ ഉപേക്ഷിച്ചു പോരേണ്ടി വന്ന കളിവീടുകളെയോ അവളോർക്കുന്നേയില്ല. ഒരു പക്ഷേ, അച്ഛനും അമ്മയും ജീവിച്ചിരുന്നെങ്കിൽ, ഇപ്പോൾ തന്നോടൊപ്പം പഴയനാട്ടിലേക്ക് ഒരിക്കലൂടെ മടങ്ങി വരുമായിരുന്നോ? ആവോ?

അയാൾ വീണ്ടും നടക്കുകയായിരുന്നു. സുരേന്ദ്രൻ എഴുതിയിരിക്കുന്ന അടയാളങ്ങളൊന്നും ഇപ്പോൾ കാണുന്നേയില്ല. അവൻ എല്ലാം കത്തിൽ നന്നായി എഴുതിയിട്ടുണ്ടായിരുന്നു. വഴിക്കുള്ള ആ അടയാളങ്ങളൊന്നും താൻ മുന്നിൽ കാണുന്നേയില്ല. ടാറിട്ട് മിനുക്കിയ റോഡിനിരുവശവും പുതുപുത്തൻ കോൺക്രീറ്റ് കെട്ടിടങ്ങൾ, കൂറ്റൻ ഗേറ്റുകൾ, മനോഹരമാക്കിയ പുൽത്തകിടികൾ ഇതിനെക്കുറിച്ചൊന്നും സുരേന്ദ്രൻ കത്തിൽ പറ

ഞ്ഞിരുന്നേയില്ലല്ലോ, ദൈവമേ, ഇതെന്തുപറ്റി സുരേന്ദ്രൻ? ഈ വഴികളിലെല്ലാം ഇത്ര മോടിപിടിപ്പിക്കപ്പെട്ടത്, പഴയ പറങ്കിമാവുകളും, കിളിച്ചുണ്ടൻ മാവുകളും വെട്ടിമാറ്റപ്പെട്ടത്, മുള്ളുവേലികൾക്കും കൈയാലകൾക്കും പകരം കൂറ്റൻ മതിലുകൾ ഉയർന്നത്, ഒന്നും അവൻ അറിഞ്ഞില്ലെന്നുണ്ടോ? ഒന്നിച്ചുകളിച്ചുനടന്ന കുന്നിൻപുറങ്ങളോ തോട്ടിറമ്പുകളോ വഴിയിൽ കണ്ടതേയില്ല.

പുതിയ വഴികളിലൂടെ, പുതുപുത്തൻ കോൺക്രീറ്റ് മന്ദിരങ്ങൾക്കു മുന്നിലൂടെ, പുതിയ മനുഷ്യർക്കിടയിലൂടെ ഒരപരിചിതനെപ്പോലെ വഴി തെറ്റിയലയുന്ന പഥികനെപ്പോലെ ഒരുപാടുദൂരം നടക്കുമ്പോൾ മുന്നിലൊരു പരിചയത്തിന്റെ മുഖവും കണ്ടില്ല. ആരാലും ശ്രദ്ധിക്കപ്പെടാതെ അലഞ്ഞു തിരിഞ്ഞപ്പോൾ എപ്പോഴോ ആരോ ചോദിക്കുന്നതു കേട്ടു.

"നിങ്ങൾ ആരാ? ഇവിടെയെങ്ങും കണ്ടിട്ടില്ലല്ലോ" മുഖമുയർത്തിയത് ഒരു ചെറുപ്പക്കാരന്റെ മുഖത്തേക്ക്. ക്ലീൻഷേവ് ചെയ്ത വെളുത്തമുഖം, തിളങ്ങുന്ന കണ്ണുകൾ, മറുപടി എന്ത് പറയണമെന്ന് അറിയില്ലായിരുന്നു. താൻ ആരാണെന്നാണ് പറയേണ്ടത്? ഈ മണ്ണിൽ കളിച്ചും ചിരിച്ചും പറന്നു നടന്ന താൻ ആരാണെന്നാണ് പറയേണ്ടത്. ഒന്നും മിണ്ടാനാവാതെ അയാളുടെ മുഖത്തേക്ക് മിഴിച്ചു നോക്കുമ്പോൾ മാലിനി പറഞ്ഞതോർത്തു. "നിങ്ങൾക്ക് തനി വട്ടാണ്. പണ്ടെങ്ങാണ്ടോ അവിടെ ജീവിച്ചെന്നു കരുതി." അവൾ പിന്നെയും എന്തെങ്കിലുമൊക്കെ പറഞ്ഞെന്നിരിക്കും. അവൾ അങ്ങനെയാണ്, തുടങ്ങിയാൽ നിർത്തുകയേയില്ല. ഓഫീസിൽ നിന്ന് ലീവെടുത്ത് ദൂരെ ദേശത്തേക്ക്, പഴയ കൂട്ടുകാരനെ കാണാൻ, പഴയ വീടിനെക്കാണാൻ ഇറങ്ങി പുറപ്പെടുന്ന തനിക്ക് വട്ടെന്ന് തന്നെയേ അവൾ പറയുകയുള്ളൂ.

"നിങ്ങൾ ആരാണ്?" മുന്നിലെ ചെറുപ്പക്കാരന്റെ മുഖത്തെ ആകാംക്ഷ കണ്ടു.

"ഞാൻ, ഈ നാട്ടിൽ പണ്ടു ജീവിച്ചിരുന്ന ഒരാളാണ്. എന്റെ പഴയ സുഹൃത്ത് സുരേന്ദ്രന്റെ കത്ത് കിട്ടിയിട്ട് വന്നതാണിവിടെ. അവന്റെ വീട് എനിക്ക് കണ്ടുപിടിക്കണം." ചെറുപ്പക്കാരന്റെ മുഖത്ത് സംശയമോ ആകാംക്ഷയോ നിറയുന്നത് കണ്ടു. "നിങ്ങൾ ഏത് സുരേന്ദ്രന്റെ വീടാണ് തിരക്കുന്നത്, അങ്ങനെയൊരു സുരേന്ദ്രനെ എനിക്കിവിടെ അറിയില്ലല്ലോ, ഞാനിവിടുത്തെ വാർഡ് മെമ്പറാണ്." പ്രകാശൻ അപ്പോൾ ഹൃദയത്തിലൂടെ തിരയുകയായിരുന്നു. പഴയ സുരേന്ദ്രന്റെ വീട്. അവൻ കത്തിൽ എഴുതിയിരിക്കുന്നത്, അവന്റെ വീടിന് യാതൊരു മാറ്റവും വന്നിട്ടില്ലെന്നാണ്. അതേ ഓലയിട്ട്, മൺചുമരുകളുള്ള വീടാണെന്നാണ്. അത് കേട്ടപ്പോൾ ചെറുപ്പക്കാരൻ ഉറക്കെ ചിരിക്കുന്നതു കേട്ടു.

"നിങ്ങൾക്കെന്താണ് വട്ടുണ്ടോ? അത്തരമൊരു വീട് ഈ നാട്ടിലേയില്ല. ഇത് 'പാലസ് നഗർ' ആണ്. ഇവിടെ അങ്ങനെയൊരു സുരേന്ദ്രനും ഇല്ല." കൈയിലിരുന്ന് വിറയ്ക്കുന്ന കത്തിലെ വരികളിലൂടെ കണ്ണോടിക്കുമ്പോൾ അറിയാതെങ്കിലും ഓർത്തു. സുരേന്ദ്രൻ തന്റെ അഡ്രസ് തേടി

പ്പിടിച്ച് കത്തയച്ചതെന്തിന്? തന്റെ ഫോൺ നമ്പർ കണ്ടുപിടിച്ച് ഒന്നു വിളിച്ചാൽ പോരായിരുന്നോ?

താനിനി എവിടെച്ചെന്ന് കണ്ടുപിടിക്കും സുരേന്ദ്രന്റെ വീട്. ഇത്ര ദൂരം യാത്ര ചെയ്ത് താനിവിടെ എത്തിയത് വെറുതെയാവുകയാണോ? ആരോട് ചോദിക്കാൻ?

മുന്നിലെ ചെറുപ്പക്കാരൻ മൊബൈൽ ഫോണിൽ സംസാരിച്ചു കൊണ്ട് പെട്ടെന്ന് നടന്നുപോകുന്നതു കണ്ടു. പ്രകാശൻ പിന്നെയും നട ക്കുകയായിരുന്നു. ഈ ലോകത്തിൽ എവിടെയെങ്കിലും സുരേന്ദ്രൻ പറഞ്ഞ ആ വഴി കാണാതിരിക്കുമോ? എണ്ണ മെഴുപ്പുള്ള മുഖത്ത് ചിരി യുമായി സുരേന്ദ്രൻ കാണാതിരിക്കുമോ?

നാല്പത് വർഷങ്ങൾക്ക് ശേഷവും അതേപോലെ, യാതൊരു പരി ഷ്കാരവുമില്ലാതെ ആ വീട് എവിടെയോ നില്പുണ്ടാവും, മഞ്ഞും വെയിലും മഴയും കാറ്റുമേറ്റ്. അതിനുമുമ്പിൽ സുരേന്ദ്രൻ നില്പുണ്ടാവും, മുഖം നിറഞ്ഞ ചിരിയുമായി തന്നെയും കാത്ത്, അയാൾ പിന്നെയും പിന്നെയും നടക്കുകയായിരുന്നു. ഹൃദയത്തിൽ അപ്പോഴും ആ ചോദ്യം മാത്രമേ ഉണ്ടായിരുന്നുള്ളൂ.

“എന്റെ ദൈവമേ സുരേന്ദ്രന്റെ വീടിത് എവിടെ പോയ് മറഞ്ഞു?”

കൂടാരങ്ങൾ പറയുന്നത്

കൂടാരത്തിലെ അരണ്ട വെളിച്ചത്തിലൂടെ നിഴലുകൾ അനായാസം ചലിക്കുകയും നിറങ്ങളിൽനിന്ന് നിറങ്ങളിലേക്ക് അവ ആളിപ്പടരുകയും ചെയ്തു. ബന്ധിക്കപ്പെട്ട കൂടാരവാതിലുകളിൽ ആലേഖനം ചെയ്യപ്പെട്ട നിർദ്ദേശ വരികൾ ആരെയോ കാത്തിരുന്നതുപോലെ, അരണ്ട വെളിച്ചത്തിലേക്ക് കൂപ്പുകുത്തുകയും പിന്നെയത് നിശ്ശേഷം മാഞ്ഞതുപോലെ നിറംമങ്ങി കിടക്കുകയും ചെയ്തു. "കൂടാരങ്ങൾ ആരെയും സ്വാഗതം ചെയ്യുന്നില്ല. കടന്നുവരുന്നവർ കൂടാരങ്ങളിൽ ശബ്ദപ്രളയങ്ങളിലൂടെ സഞ്ചരിക്കുകയും ഒടുവിൽ അവയിലേക്ക് തന്നെ അലിഞ്ഞുചേരുകയും ഒരിക്കലും ഒരു പ്രതിശബ്ദം ഉണ്ടാക്കാതെയുമിരിക്കുക." കൂടാര വാതിലുകളിലെ, മാഞ്ഞുപോകുന്ന വരികളിലെ നിറപ്പകർച്ചയിൽ, കണ്ണിന് തിമിരം ബാധിച്ചവരെപ്പോലെ എല്ലാ ആഗതരും നിശ്ശബ്ദരായിരുന്നു.

കൂടാരത്തിനു വെളിയിൽ രാത്രിയും പകലുകളും ഒന്നിന് പുറകെ ഒന്നായി കടന്നുവരികയും അവയെല്ലാം കാലത്തിന്റെ അഗാധ മടിത്തട്ടിലേക്ക് അമർന്നുവീഴുകയും ചെയ്തു. പുറത്തുനിന്നുള്ള ഘോരശബ്ദങ്ങൾക്കോ, ആകാശത്തിലെ പരുന്തുകളുടെ വട്ടമിട്ടുപറക്കലുകൾക്കോ, അവയുടെ നഖങ്ങൾക്കിടയിലുള്ള ജീവന്റെ രോദനങ്ങൾക്കോ ചെവികൊടുക്കാതെ എല്ലാ കൂടാരവാസികളും നൃത്തങ്ങളിലൂടെ അനുനിമിഷം സഞ്ചരിച്ചുകൊണ്ടേയിരുന്നു. അവരുടെ കാല്പാദങ്ങളുടെ താളാത്മകത നഷ്ടപ്പെടുകയും ഗാനങ്ങളിൽ പൊരുത്തമില്ലായ്മ പെരുകുകയും കണ്ണുകളിലൂടെ അഗ്നി വീണു ചിതറുകയും ചെയ്ത എപ്പോഴോ ആണ് അയാളാ കൂടാരവാതിലിൽ എത്തപ്പെട്ടത്.

അയാൾക്ക് മുന്നിൽ കൂടാരം അടഞ്ഞു തന്നെ കിടന്നു. കൂടാരത്തിനു വെളിയിൽ വീശിക്കൊണ്ടിരുന്ന വരണ്ട കാറ്റിൽ അയാളുടെ ശോഷിച്ച

ശരീരം ആടിയുലയുകയും ചെമ്പിച്ച താടി രോമങ്ങൾ നിന്നുവിറയ്ക്കുകയും ചെയ്തു. താണ്ടിവന്ന അനേക പാതകളിൽ കണ്ടു മറഞ്ഞ പല രൂപങ്ങളിലേക്കും അയാളുടെ മനസ്സ് അറിയാതെ മുങ്ങിത്താഴുകയായിരുന്നു. ഇടവഴികളിലെ നിശ്ശബ്ദതകളിൽ നിറഞ്ഞുനിന്ന നിഗൂഢതകൾ അയാളോട് പലപ്പോഴും പറഞ്ഞിരുന്നു. കൂടാരത്തെക്കുറിച്ച്, കൂടാരം എത്ര എത്രയോ അകലെയാണെന്നും കാലത്തിന്റെ ചുടുനെടുവീർപ്പുകൾ കനൽക്കാറ്റുകളായി കലാപം സൃഷ്ടിക്കുന്ന കൂടാരങ്ങളിൽ വാതിലുകൾ അയാൾക്കു വേണ്ടി തുറന്നിട്ടേക്കുമെന്നും അവ അയാളോട് മന്ത്രിച്ചിരുന്നു. ക്ഷീണിച്ച മുഖത്തോടെ, ആടിയുലഞ്ഞ ചെമ്പൻ മുടിയിഴകളോടെ, ദാഹിക്കുന്ന ചുണ്ടുകളോടെ അയാൾ കൂടാരത്തിനു വെളിയിൽ കാത്തുനില്ക്കാൻ തുടങ്ങിയിട്ട് എത്രയോ നാഴിക കടന്നിരിക്കുന്നു.

കൂടാരത്തിന് മുകളിലെ ആകാശത്ത് വട്ടമിട്ടു പറന്ന ചെമ്പരുന്തുകളുടെ കണ്ണുകളിൽ പടർന്ന അഗ്നി പലപ്പോഴും താഴേക്ക്, ഭൂമിയുടെ നിർമ്മലതയിലേക്ക് വെയിലായി പടർന്നൊഴുകുന്നത് അയാൾ അറിയാൻ തുടങ്ങിയിരുന്നു. അവയുടെ കൂർത്ത നഖങ്ങൾക്കിടയിലൂടെ പിടഞ്ഞുകൊണ്ടിരുന്ന ജീവന്റെ രോദനങ്ങളിലൂടെ നിസ്സഹായാവസ്ഥകളിലേക്ക് മനസ്സ് ഊളിയിടുമ്പോഴും അയാൾ കാതുകൾ വിരലുകൾ കയറ്റി അടയ്ക്കാൻ ശ്രമിക്കുകയും നിരന്തരം വീശുന്ന വരണ്ടകാറ്റിന്റെ നിർവ്വികാരതയിലേക്ക് മനസ്സ് തളച്ചിടുകയും ചെയ്തു. ആ തളച്ചിടലിലെപ്പോഴോ അയാളുടെ കണ്ണുകൾ, അറിയാതെ അടയാൻ തുടങ്ങുകയും അയാൾ നിശ്ശബ്ദ നിദ്രയിലേക്ക് വഴുതി വീഴുകയും ചെയ്തു.

അപ്പോഴും കൂടാരം ഉണർന്നുതന്നെയിരുന്നു.

പകലുകൾക്ക് ശേഷം

കഴിഞ്ഞ വെള്ളിയാഴ്ചയും ഏകദേശം ഇതുപോലെ തന്നെയായിരുന്നു. ശാന്തവും കുളിർമ്മയുള്ളതുമായ പ്രഭാതം. മാസ്മരിക ലഹരിയോടെ പച്ചപ്പുകൾക്കു മുകളിൽ അനായാസ നൃത്തത്തിലേർപ്പെട്ടിരിക്കുന്ന പൂത്തുമ്പികൾ. തീർച്ചയായും അവയ്ക്കെല്ലാം ലഹരി നിറഞ്ഞ നടനമുണ്ടായിരുന്നു. അകലങ്ങളിൽ ധ്യാനനിരതരായ അജ്ഞാതവൃക്ഷങ്ങളിൽ പേരറിയാത്തൊരു മൗനഭാവം. ആകാശം മേഘചുണ്ടുകൾ താഴ്ത്തി ഭൂമിയെ ആലിംഗനം ചെയ്ത് ചുംബിക്കാനായി വെമ്പൽ കൊള്ളുന്നു. അറിയാത്തൊരു നിശ്ശബ്ദത– അതായിരുന്നു ആ ദിവസത്തെ പ്രത്യേകത. കവുങ്ങിൻ മരങ്ങളിലും മുള്ളു വേങ്ങയിലും പടർന്നു കയറുന്ന അജ്ഞാത വള്ളിപ്പടർപ്പുകൾപോലും മൗനമായ എന്തൊക്കെയോ ഉള്ളിലൊതുക്കുന്നതുപോലെ തോന്നി.

നിമിഷയുടെ അഞ്ചാം പിറന്നാൾ ആയിരുന്നു അന്ന്. അഞ്ചുവർഷങ്ങൾക്കുമുമ്പ് ഇതുപോലൊരു സൗന്ദര്യമുള്ള പ്രഭാതത്തിലായിരുന്നു അവളുടെ ജനനമെന്ന് ഓർത്തപ്പോൾ രുഗ്മ ഒന്നുകൂടി മനസ്സിൽ ചേർത്തുവായിച്ചു. അതുപോലെതന്നെ സുന്ദരിയാണല്ലോ അവളും. കവിതയുറങ്ങുന്ന മിഴികളും വെട്ടിത്തിളങ്ങുന്ന കവിളുകളും തുള്ളിതുളുമ്പുന്ന അധരങ്ങളും അവൾക്ക് ലഭിച്ചത് തന്നിൽനിന്നാണെന്ന് ഗുപ്തൻ പറയാറുണ്ടായിരുന്നപ്പോഴെല്ലാം താൻ തിരുത്തിയിട്ടുണ്ട്. “ഹേയ്! അല്ല, ഈ സൗന്ദര്യമൊക്കെ അവൾക്ക് ലഭിച്ചത് ഗുപ്തനിൽനിന്നു തന്നെയാണ്.” അത് ശരിയോ തെറ്റോ, എന്തുതന്നെയായാലും നിമിഷ സുന്ദരിതന്നെയായിരുന്നു. മഞ്ഞുതുള്ളിപോലെ.

നിമിഷയുടെ പിറന്നാൾ ഗുപ്തൻ ഓർക്കാതിരിക്കില്ലെന്നറിയാം. താനും തീർച്ചയായും ആ ദിവസം ഓർക്കുകയും അവൾക്കുവേണ്ടി

ക്ഷേത്രത്തിൽ പ്രത്യേക പൂജകൾ നടത്തുകയും ചെയ്യുമെന്ന് ഗുപ്തനറിയാവുന്നതേയുള്ളൂ. ഒരുപാട് നേരം കാത്തിരുന്നു. ഒരു ഫോൺകോളിനു വേണ്ടി, “രുഗ്മാ തനിക്കറിയില്ലേ ഇന്ന് മോളുടെ പിറന്നാളാണെന്ന്, താനിങ്ങോട്ട് വരൂ.” ആ വാക്കുകൾക്ക് വേണ്ടി കാത്തിരുന്നെങ്കിലും ദിനാന്ത്യം ഒന്നും സംഭവിക്കാതെ കടന്നുപോയി. മകൾക്കു വേണമെങ്കിലും വിളിക്കാവുന്നതേയുള്ളൂ. അഞ്ചുവയസ്സുകാരിയാണെങ്കിലും അവൾക്ക് അതിൽ കൂടുതൽ പക്വത തോന്നിക്കാറുണ്ട്. അത് ശരിക്കും ബോദ്ധ്യപ്പെട്ടത് കഴിഞ്ഞ പ്രാവശ്യം കോടതിവരാന്തയിൽവച്ച് കണ്ടപ്പോഴാണ്. തന്നിൽ നിന്ന് അവളെ പൂർണ്ണമായി വേർപെടുത്തിയ ആ കോടതിവിധിക്കു മുമ്പിൽ അവർ പതറാതെയാണ് നിന്നത്.

കുട്ടിക്ക് ആരെയാണ് ഇഷ്ടം, ആരുടെ കൂടെ താമസിക്കണം എന്ന കോടതിയുടെ ചോദ്യത്തിന് ആ കുഞ്ഞു നാവ് ചലിച്ചത് തനിക്കെതിരെ തന്നെയാണല്ലോ. ഒരുപാട് നിഗൂഢതകൾ ഇടയ്ക്ക് പടർന്ന് പന്തലിച്ചപ്പോൾ, ഗുപ്തനും താനും, അറിയാതെ, അറിയാതെ ഏതോ അജ്ഞാത തീരങ്ങളിലേക്ക് അലയുകയായിരുന്നു. ഇടയ്ക്കൊരു പനിനീർ പൂവിന്റെ പുഞ്ചിരിയോടെ നിമിഷ കടന്നുവന്നപ്പോഴെല്ലാം അവളെ സ്വന്തമാക്കുന്നത് മാത്രമായി തന്റെയും ഗുപ്തന്റെയും ജീവിതലക്ഷ്യം തന്നെ. നാലുവർഷങ്ങൾ തനിക്കൊപ്പം കളിച്ച്, ചിരിച്ച്, ഉണ്ട്, ഉറങ്ങി കടന്നുപോയപ്പോൾ അവൾ പലപ്പോഴും വിങ്ങിപ്പൊട്ടുന്നത് കണ്ടിട്ടുണ്ട്. “അമ്മാ- എനിക്ക് അച്ഛനെയാണ് ഇഷ്ടം.” അതിനു കാരണം അവൾക്ക് തന്നെ അറിയില്ലായിരുന്നു. അവൾ അതു തന്നെ പറഞ്ഞുകൊണ്ടിരുന്നു. “അമ്മാ എനിക്ക് അച്ഛന്റെ അടുത്ത് പോകണം.” സത്യത്തിൽ ആ കുഞ്ഞുവാക്കുകൾക്ക് ഒരായിരം കുന്തമുനയുടെ മൂർച്ചയാണ് തോന്നിയത്. എല്ലാ നീതിയും കോടതിയും ആ വാക്കുകൾക്ക് മുമ്പിൽ അടി പതറി നിലം പതിക്കുകയേ ഉള്ളൂ. ഇടയ്ക്ക് എപ്പോഴൊക്കെയോ ഗുപ്തൻ അന്നു ഫോൺ ചെയ്തിരുന്നു. ഗുപ്തന്റെ കോളാണെന്ന് അറിയുമ്പോൾതന്നെ നിമിഷ അത് തന്നിൽ നിന്ന് ആഞ്ഞു തട്ടിപ്പറിക്കുമായിരുന്നു.

അവൾ എത്രയോ നേരം അച്ഛനോട് സംസാരിച്ചു നില്ക്കുന്നു. തന്റെ മുന്നിലെ വിങ്ങിപ്പൊട്ടിയ, വീർത്ത മുഖം വിടർന്നുല്ലസിക്കുന്നത് ആ ഫോൺകോളിലാണെന്ന് മനസ്സിലായപ്പോൾ ഒരുപക്ഷേ, ഹൃദയം തകരുന്നുണ്ടായിരുന്നു. നാലു വർഷം അമ്മയോടൊത്തുള്ള വാസം കഴിഞ്ഞ് കോടതി വിധിക്ക് ശേഷം തന്റെ സകല സാധനങ്ങളുമായി, കുഞ്ഞു കുഞ്ഞു കളിപ്പാട്ടങ്ങളുമായിപ്പോലും നിമിഷ ഗുപ്തനൊപ്പം പടികടന്നു പോയപ്പോൾ, ഈ ലോകത്തിന്റെ ഇരുൾ മുഴുവൻ താൻ നിന്ന നില്പിൽ, ഒരു നിമിഷം കൊണ്ട് കണ്ടു.

ആകാശത്തിനും സമുദ്രത്തിനും സകല ചരാചരങ്ങൾക്കും ഒരർത്ഥവുമില്ലെന്നും ഈ ഭൂമിയിൽ സ്ഥായിയായി നില്ക്കുന്ന ഏകഭാവം ദുഃഖം മാത്രമാണെന്നും തിരിച്ചറിയുമ്പോൾ ഹൃദയ കവാടങ്ങൾ ഒന്നൊഴിയാതെ വലിച്ചടയ്ക്കപ്പെടുകയായിരുന്നു. അറിയാതെ വീശിയ കൊടുങ്കാറ്റിൽ.

ആ കൊടുങ്കാറ്റ് അറിയാതെ വീശിയതല്ല സത്യത്തിൽ, എപ്പോൾ വേണമെങ്കിലും ആ കാറ്റ് വീശിയേക്കുമെന്നും താൻ നില്ക്കുന്ന കൊച്ചുതുരുത്ത് എല്ലാ അവലംബവും നഷ്ടപ്പെട്ട് ശൂന്യതയിലൂടെ കറങ്ങി നിലംപതിച്ചേക്കുമെന്നും അറിയാതിരുന്നതല്ല. എന്നിട്ടും പതറിപ്പോയി. നേരിടാൻ എല്ലാ മുൻകരുതലുകളും ഉണ്ടായിരുന്നെങ്കിലും അല്പംപോലും പിടിച്ചുനില്ക്കാൻ കഴിയുമായിരുന്നില്ല. ലോകം എങ്ങനെ കീഴ്മേൽ മറിയുന്നുവെന്ന്, കാറ്റുകൾ എങ്ങനെ ദുർഭൂതങ്ങളാകുന്നുവെന്ന്, ഭൂമിക്ക് സ്ഥിരത എങ്ങനെ നഷ്ടപ്പെടുന്നുവെന്ന് – എല്ലാം നേരിട്ട് അനുഭവിച്ചത് അപ്പോഴാണ്.

നിമിഷ തന്നിൽനിന്ന് അകന്നുപോയതിന് ശേഷമുള്ള ആദ്യപിറന്നാൾ അമ്മാ എന്നൊരു വിളി കേൾക്കാൻ ആ ദിവസം ഏറെ പ്രതീക്ഷയോടെ കാത്തിരുന്നു. പക്ഷേ, നിമിഷ വിളിച്ചില്ല. ഗുപ്തൻ അവളെ അതിന് നിർബ്ബന്ധിച്ചും കാണില്ല. അങ്ങോട്ടു വിളിച്ച് ആശംസിക്കാൻ പല പ്രാവശ്യം ചിന്തിച്ചു. പക്ഷേ, മനസ്സ് മടങ്ങുകയായിരുന്നു. ഗുപ്തന്റെ ഫോൺ നമ്പരിലേക്ക് തന്റെ കോൾ ഒരിക്കലും ചെന്നുകൂടാ, അത് മകൾക്ക് വേണ്ടി ആണെങ്കിൽ കൂടി.

പകലിന്റെ പ്രസന്ന ഭാവത്തിൽ മിഴിനട്ട് വരാന്തയിൽ കസേരയിലിരിക്കുമ്പോൾ ആ ദിവസം അറിയാതെ അവസാനിക്കുകയായിരുന്നു, ഒന്നും സംഭവിക്കാതെ. മകൾക്ക് വേണ്ടി ക്ഷേത്ര ദർശനത്തിനുകൂടി പോയില്ല. കാലുകളുടെയും കൈകളുടെയും മരവിപ്പ്. ഹൃദയത്തിൽ അപ്പോൾ എല്ലാ കണക്കുകൂട്ടലുകളും ഒന്നിനു മുകളിൽ ഒന്നായി വീണുടഞ്ഞു.

നിമിഷയുടെ കണ്ണുകളിലെ പ്രകാശത്തിൽ താൻ എപ്പോഴോ മുങ്ങിത്താഴുന്നതായോ, അവൾ തന്നെ കെട്ടിപ്പിടിച്ച് തേനിന്റെ മാധുര്യത്തോടെ അമ്മാ ഞാൻ വന്നു എന്ന് പറയുന്നതായോ തോന്നിയപ്പോഴെല്ലാം കരളിലൂടെ ആയിരം പൂമൊട്ടുകൾ വിടരാൻ വെമ്പുകയായിരുന്നു. പക്ഷേ, അവ ഒന്നുപോലും വിടർന്നുണരാതെ, വെറുതെ കൊഴിഞ്ഞ് ഉണങ്ങിപ്പോയെന്നറിഞ്ഞപ്പോൾ രുഗ്മയുടെ ഹൃദയത്തിൽ ഉഷ്ണക്കാറ്റു മാത്രമേ ഉണ്ടായിരുന്നുള്ളൂ. അകലങ്ങളിലെ ഒട്ടകച്ചൂരുള്ള ഉഷ്ണക്കാറ്റ് ആ കാറ്റിൽ നിമിഷയുടെ മണമില്ലായിരുന്നു. കിളിക്കൊഞ്ചലില്ലായിരുന്നു. പക്ഷേ, ആ കാറ്റ് നിറയെ ഒരുപാട് അമർഷങ്ങളും നിഗൂഢതകളും നിറഞ്ഞുനിന്നിരുന്നുവെന്ന് രുഗ്മയ്ക്കറിയാം. തനിക്കും ഗുപ്തനുമിടയിലുള്ള എല്ലാ വൈരുദ്ധ്യങ്ങൾക്കും ആയിരം തീക്കാറ്റുകളുടെ ആളിക്കത്തൽ ഉണ്ടായിരുന്നു. എവിടെയാണ് ഓരോന്നിന്റെയും ആരംഭമെന്ന് ചിന്തിക്കാതിരുന്നില്ല. ശ്രുതിയും താളവും രാഗവുമൊക്കെ ജീവിതത്തിന് നഷ്ടപ്പെട്ടു തുടങ്ങിയെന്ന് മനസ്സിലായത് എപ്പോൾ മുതലാവാം. നിമിഷ എന്ന കുഞ്ഞുമകളുടെ അമ്മയായി, ഗുപ്തൻ എന്ന ചിത്രകാരന്റെ ഭാര്യയായി ജീവിതം ആഘോഷിക്കപ്പെട്ടിരുന്നുവെന്നോ? ആവോ ആർക്കറിയാം? എല്ലാം വെറും തോന്നലുകൾ മാത്രമായിരുന്നുവെന്നോ? ആയിരം തലയുള്ള സർപ്പവും ആകാശങ്ങളിലെ കൊടുങ്കാറ്റും, വൃക്ഷങ്ങളുടെ മൗനദുഃഖങ്ങളും അനാ

ദികാലം മുതൽ പ്രപഞ്ചം മുഴുവൻ പരക്കുന്ന അപാരസങ്കല്പങ്ങളും ചിത്രങ്ങളിലൂടെ വരച്ചിടുമ്പോൾ ഗുപ്തൻ ചിരിച്ചിരുന്നു. ആ ചിരികൾക്കിടയിൽ അയാൾ പലപ്പോഴും പറഞ്ഞിരുന്നു. "രുഗ്മ നീയാണ് ഈ ഭൂമിയിലെ എന്റെ എല്ലാ ഊർജ്ജവും. നീയില്ലെങ്കിൽ ഞാനില്ല. ഈ ചിത്രങ്ങളുമില്ല."

ചിത്രങ്ങൾക്ക് മുകളിൽ ചിത്രങ്ങൾ വന്നു നിറഞ്ഞപ്പോൾ രുഗ്മ ഏതോ മഹാമുനിയുടെ ഗന്ധമറിഞ്ഞു. ഈ ലോകം നിറഞ്ഞുനില്ക്കുന്ന അജ്ഞാതമായ ഏതോ ശക്തിയുടെ വിരൽപ്പാടുകളറിഞ്ഞു. പക്ഷേ, പാദചലനങ്ങൾക്ക് ദിശ തെറ്റിയത് എപ്പോൾ മുതലോ?, ദേശങ്ങളിൽനിന്ന് ദേശങ്ങളിലേക്കുള്ള യാത്ര, രാജ്യത്തിന്റെ പല ഭാഗങ്ങളിൽനിന്നുള്ള ക്ഷണം. ഗുപ്തന് ചിറകുകൾ മുളച്ചുതുടങ്ങുക മാത്രമായിരുന്നില്ല, അത് ആഞ്ഞുവീശി പറക്കാനും തുടങ്ങുകയായിരുന്നു. ആ മഹാ ചിറകുകളിലൂടെ അപ്പോൾ ആയിരം സ്വപ്നങ്ങൾ, ചിത്രങ്ങൾ നിറഞ്ഞൊഴുകുന്നുണ്ടായിരുന്നു. എല്ലാ സ്വപ്നച്ചിത്രങ്ങളിലൂടെയും അപ്പോൾ മാന്ത്രികത്തേരുകൾ ഒന്നിച്ചുണരുകയോ ആ തേരുകളിലൂടെ ഗുപ്തൻ അനായാസേന ആകാശങ്ങളിലൂടെ പറന്നുയരുകയോ ചെയ്യുന്നത് രുഗ്മ കണ്ടു. ഒരു തൂവലിന്റെ ഭാരം പോലുമില്ലാതെ വർണ്ണങ്ങളിൽ നിന്ന് വർണ്ണങ്ങളിലേക്ക് ഒഴുകി ഒഴുകി മാഞ്ഞപ്പോൾ അയാളുടെ വിരൽത്തുമ്പുകൾ ആകാശങ്ങളിൽ പ്രണയങ്ങളുടെ ഒരിക്കലും അവസാനിക്കാത്ത ചായക്കൂട്ടുകൾ നിർമ്മിക്കുകയായിരുന്നു. ഒന്നിച്ചു പടർന്നൊഴുകിയ ആ ചായക്കൂട്ടുകളുടെ കടും നിറങ്ങളിൽ അഗ്നിയുടെ ജ്വലനം രുഗ്മ കണ്ടു. ഓരോ ജ്വലനത്തിലൂടെയും പുളഞ്ഞൊഴുകാൻ തുടങ്ങിയ കരിനാഗങ്ങളുടെ വിഷം ചീറ്റലിൽ രുഗ്മയുടെ ഹൃദയവും രക്തക്കുഴലുകളും ഒന്നുപോലെ നഷ്ടപ്പെടുന്നുണ്ടായിരുന്നു. അഗാധതകളിലേക്ക് അറിയാതെ ആഞ്ഞെറിയപ്പെടുന്നുണ്ടായിരുന്നു.

നിലാവില്ലാത്ത രാവുകളിലെ, മൂർച്ചയേറിയ ഇരുളിനെ നോക്കി രുഗ്മ നേർത്ത ചുണ്ടുകൾ പതിയെ വിടർത്തിപ്പറഞ്ഞത്, "എല്ലാം അവസാനിക്കേണ്ടിയിരിക്കുന്നു. എല്ലാ ആരംഭങ്ങൾക്കും ഒരവസാനമുണ്ടെന്നും ആ അവസാനത്തിലൂടെയാണ് താനിപ്പോൾ സഞ്ചരിച്ചുകൊണ്ടിരിക്കുന്നതെന്നും." അങ്ങനെ തോന്നിയ ഏതോ ഒരു നിമിഷത്തിലാവാം കുഞ്ഞുമകളുമായി ഗുപ്തന്റെ താവളം വിട്ട് പടിയിറങ്ങിയത്.

മകളുടെ മാസ്മരിക ഭംഗിയുള്ള കണ്ണുകളിലേക്ക് നോക്കി നേർത്തു തുടുത്ത ചുണ്ടുകളിലേക്ക് നോക്കി അറിയാതെ മനസ്സ് മന്ത്രിച്ചു. ഗുപ്തൻ പറഞ്ഞതുപോലെ, തന്റെ ഭംഗിയാണ് മകൾക്കെന്ന്. പക്ഷേ, വീണ്ടും വീഴ്ചകൾ മാത്രം. കുഞ്ഞുവിരലുകൾകൊണ്ട് മണ്ണിൽ വരച്ചിടുന്ന അപൂർവ്വ രൂപങ്ങളെക്കണ്ടപ്പോൾ അറിയാതെ മനസ്സ് വിസ്മയപ്പെട്ടുപോയി. ഗുപ്തന്റെ ചെറുപകർപ്പ്.

ഒടുവിലെ ഒറ്റത്തുരുത്തും നഷ്ടപ്പെടുത്തി ഗുപ്തനൊപ്പം മകൾ, തന്റെ കുഞ്ഞുടുപ്പുകളും, കുഞ്ഞുപാവകളുമായി പടികടന്നപ്പോൾ ആകാശ

ത്തിലെ മേഘലങ്ങൾക്ക് നിറമില്ലായിരുന്നു. പക്ഷിക്കൂട്ടങ്ങളിൽ ഒന്നിനു പോലും ചിറകുകളില്ലായിരുന്നു. എല്ലാ പച്ചപ്പുകളും ഇരുണ്ട രാത്രികളിൽ, കത്തിക്കരിഞ്ഞ ഗന്ധത്തോടെ, കാത്തിരിക്കാൻ ആരുമില്ലാതെ വെറുതെ തളർന്നുറങ്ങി. രുഗ്മ അപ്പോൾ മിഴികൾ വലിച്ചടയ്ക്കുകയായിരുന്നു. അടഞ്ഞ മിഴികൾക്ക് മുന്നിൽ അപ്പോഴും നിമിഷയുടെ, നേർത്ത നിലാവിന്റെ ചിരിയുണ്ടായിരുന്നു. നടനമുണ്ടായിരുന്നു. എല്ലാറ്റിനുമുപരി ഒരായിരം നക്ഷത്രങ്ങൾ ഒന്നിച്ചു മിന്നുന്ന കണ്ണുകളുടെ തിളക്കവുമുണ്ടായിരുന്നു.

മരിച്ചവരുടെ മുഖങ്ങൾ

ഹരിത അപ്പോൾ അഗ്നിപർവ്വതത്തിനു മുകളിലൂടെ നടക്കുകയായിരുന്നു. ഹൃദയാന്തർഭാഗങ്ങളിലൂടെ ഒഴുകിപ്പരക്കുന്ന പുകയും ചാരവും. എപ്പോൾ വേണമെങ്കിലും താൻ പൊട്ടിച്ചിതറി പോയേക്കുമെന്നും തന്റെ ഓരോ മാംസത്തുണ്ടിലും അവസാനിക്കാത്ത നിലവിളികളും വേദനയും മാത്രം തങ്ങുമെന്നും അവൾക്ക് തോന്നി. ആത്മാവിന്റെ തലങ്ങൾകൂടി അഗ്നിമൂടി തുടങ്ങിയപ്പോഴാണ് ഹരിത കിടക്കയിൽനിന്ന് എഴുന്നേറ്റതും തെരുവിലേക്ക് തുറക്കുന്ന ജനാല വലിച്ചു തുറന്നതും. അപ്പോഴും അവളിലെ അഗ്നിപർവ്വതം പുകഞ്ഞുകൊണ്ടേയിരുന്നു.

തെരുവിലൂടെ ഏതോ ഘോഷയാത്ര കടന്നുപോകുന്നുണ്ട്. ഏതോ ദേവാലയത്തിലെ, ഏതോ ദൈവത്തിന്റെ പിറന്നാൾ ആഘോഷം, വേഷം കെട്ടിയ ദൈവരൂപങ്ങളെ വഹിക്കുന്ന വാഹനങ്ങൾ ഒന്നിനുപുറകെ ഒന്നായി ഇഴഞ്ഞു നീങ്ങുന്നു. മുഖമില്ലാത്ത ജനം എന്തിനെന്നറിയാതെ ആരവങ്ങൾ ഉയർത്തുന്നുണ്ടായിരുന്നു. ഹരിത ഓർത്തു. അയാൾ — അരവിന്ദൻ – ഇപ്പോൾ ആൾക്കൂട്ടത്തിലെവിടെയെങ്കിലും കാണും. നിലത്തുറയ്ക്കാത്ത പാദങ്ങളോടെ, ചുവന്ന കണ്ണുകളോടെ. അരവിന്ദനെക്കുറിച്ചോർത്തപ്പോൾ ഹരിതയ്ക്ക് നിലത്ത് ആഞ്ഞുതുപ്പാൻ തോന്നി. വിഡ്ഢി, അവളുടെ നാവ് ആരോടെന്നില്ലാതെ പുലമ്പി.

അയാൾ ഇന്നും ഒരുപാട് മദ്യം അകത്താക്കിക്കാണും. കൂട്ടുകാരുടെ തോളിൽ കൈയിട്ട് ഭ്രാന്തനെപ്പോലെ എന്തെങ്കിലുമൊക്കെ പുലമ്പിയും കാണും. ഹരിതയുടെ ഹൃദയം വീണ്ടും പുകയുന്നുണ്ടായിരുന്നു. എല്ലാ അഗ്നിപർവ്വതങ്ങളുടെയും ചൂടു മുഴുവൻ തന്റെ ഹൃദയത്തിനും കരളിനുമാണെന്ന് അവൾക്ക് എപ്പോഴൊക്കെയോ തോന്നി. പൊട്ടിക്കരയാൻ

തോന്നുമ്പോഴൊക്കെ കണ്ണുകൾ ഇറുകെ അടയ്ക്കുകയും കൈകൾ ജനൽക്കമ്പികളെ വെറുതെ പുണരുകയും ചെയ്തു. അപ്പോഴും പുറത്ത് ആരവങ്ങളുണ്ടായിരുന്നു. ഇന്ന് ഏത് ദേവാലയത്തിന്റെ ആഘോഷമാവാം? ആവോ– ആർക്കറിയാം. ഇഴഞ്ഞുനീങ്ങുന്ന വാഹനങ്ങളിലെ ദൈവരൂപങ്ങളെല്ലാം വെറുതെ കണ്ണടച്ച്, കാതുമൂടി– അലങ്കരിക്കപ്പെട്ടിരിക്കുന്നത് അവൾ പുച്ഛത്തോടെ നോക്കി. ഒരു ദൈവത്തിന്, ഏതെങ്കിലും ഒരു ദൈവത്തിനെങ്കിലും ആത്മാവുണ്ടായിരുന്നെങ്കിൽ, ഹൃദയമുണ്ടായിരുന്നെങ്കിൽ, അവൾ അറിയാതെ മോഹിച്ചു.

തെരുവോരങ്ങളിലെ ആഘോഷത്തിമിർപ്പുകൾ ആടിയുലയുന്നത് അവൾ കണ്ടു. നീളൻ മുടി പിന്നിയിട്ട്, മുല്ലപ്പൂചൂടി, നിറമുള്ള വസ്ത്രങ്ങൾ ധരിച്ച്, മുഖത്ത് പൗഡറും പൂശി വലിയ ചാന്തുപൊട്ടും ചാർത്തി തെരുവോരങ്ങളിലെ ഘോഷയാത്രയുടെ ഭാഗമായി പോകുന്ന സ്ത്രീക്കൂട്ടങ്ങളെ ഹരിത അത്ഭുതത്തോടെ നോക്കി. അറിയാതെ മനസ്സിൽ പറയുകയും ചെയ്തു. ഇവർക്കൊക്കെ എങ്ങനെ, ഇങ്ങനെ ആകാൻ കഴിയുന്നു?

ജനാലയ്ക്ക് വെളിയിൽ പുറത്തെ തെരുവ് എപ്പോഴോ ഇരുളിലേക്ക് മായുകയും തെരുവിലൂടെ കടന്നുപൊയ്ക്കൊണ്ടിരുന്ന ഘോഷയാത്രയും ദൈവരൂപങ്ങളും, മദ്യാസക്തിയിൽ നൃത്തം ചെയ്തുകൊണ്ടിരുന്ന മനുഷ്യരൂപങ്ങളും, കഥയറിയാതെ അണിഞ്ഞൊരുങ്ങി നടക്കുന്ന സ്ത്രീജനങ്ങളുടെ കൂട്ടവും എപ്പോഴോ എവിടെയോ പോയ് മറയുകയും ചെയ്തിരുന്നു. ഹരിത ഓർക്കുകയായിരുന്നു. ആ മദ്ധ്യാഹ്നത്തിന് ശേഷമുള്ള പകലിനെ. ആ പകലിൽ അവൾ വല്ലാതെ വേദനകൊണ്ടു വീർപ്പുമുട്ടുകയും അഗ്നിപർവ്വതത്തിന് മുകളിലൂടെ താൻ എപ്പോഴോ വലിച്ചിഴയ്ക്കപ്പെടുന്നതുപോലെ തോന്നുകയും ചെയ്തിരുന്നു. ആ സമയങ്ങളിലെപ്പോഴോ ആണ് പുറത്ത് ആരവങ്ങളിലേക്കും ആർപ്പുവിളികളിലേക്കും അവൾ ജനാല തുറന്നിരുന്നത്. ഇപ്പോൾ എല്ലാം എവിടെയോ എപ്പോഴോ മാഞ്ഞുപോയിരിക്കുന്നു. കടന്നുപോയ ദൈവരൂപങ്ങൾ ഏത് ഓരങ്ങളിൽ ഉപേക്ഷിക്കപ്പെട്ടെന്നോ, ആർപ്പുവിളിച്ച ജനക്കൂട്ടം ബോധം മറഞ്ഞ് ഏത് ഓരങ്ങളിൽ വീണുറങ്ങിയെന്നോ, അണിഞ്ഞൊരുങ്ങിയ സ്ത്രീക്കൂട്ടങ്ങൾ ഏത് ചെകുത്താന്റെ ഗുഹകളിലേക്ക് ആനയിക്കപ്പെട്ടെന്നോ അവൾ അറിഞ്ഞില്ല. അവളുടെ ഹൃദയത്തിൽ അപ്പോഴും അഗ്നിപർവ്വതങ്ങൾ മാത്രമായിരുന്നു. ആ പുകച്ചുരുളുകൾക്കിടയിൽ, ചാരക്കൂമ്പാരങ്ങൾക്കിടയിൽ അയാളുടെ മുഖം അപ്പോഴും അവളുടെ മുന്നിൽ ഉണ്ടായിരുന്നു. അയാൾ ഇപ്പോൾ എവിടെയാകും? ഏതോ ഗുഹാകവാടത്തിലാവാം തന്റെ വൃത്തികെട്ട ശരീരവുമായി കിടക്കുന്നത്. അയാളുടെ ചീർത്ത മുഖവും ചുവന്ന കണ്ണുകളും നിലത്തുറയ്ക്കാത്ത പാദങ്ങളുമോർത്തപ്പോൾ വീണ്ടും താൻ ഏതോ അഗ്നികുണ്ഡത്തിലേക്ക് വലിച്ചെറിയപ്പെടുന്നതുപോലെയാണ് ഹരിതയ്ക്ക് തോന്നിയത്.

തുറന്ന ജനാലയ്ക്കു വെളിയിലെ കട്ടപിടിച്ച ഇരുട്ടിൽ എല്ലാ ആഘോഷത്തിമിർപ്പുകളും പോയ് മറഞ്ഞത് നോക്കിനിന്നപ്പോൾ ഒരിക്കലൂടെ അവൾ ഓർത്തു. ഒരുപക്ഷേ, ഈ ജന്മത്തിലെ കാഴ്ചകളൊന്നുമാവില്ലിത്. കാലത്തിന്റെ ഏതോ ഗുഹയിൽനിന്ന് പ്രത്യക്ഷപ്പെട്ട ഒരു തെരുവോ, ആ തെരുവിലെ ശബ്ദകോലാഹലങ്ങളോ ആവാം താൻ കാണുകയോ കേൾക്കുകയോ ചെയ്തത്. ഹരിതയുടെ ചുണ്ടുകളിലേക്ക് പടർന്നൊഴുകിയ അഗ്നിയിൽ കാലങ്ങളോ ദേശങ്ങളോ പോയ് മറയുകയായിരുന്നു.

അവൾ അപ്പോഴും പുറം തിരിഞ്ഞു നോക്കുകയായിരുന്നു ലോകത്തിന്. ആ ലോകത്തിലെ എല്ലാ ഘോഷങ്ങളും ആരവങ്ങളും എല്ലാ മുഖമില്ലാത്ത മനുഷ്യരും എവിടെയോ പോയ് മറയട്ടെ ഹരിതയുടെ ചുണ്ടുകൾ അറിയാതെയെങ്കിലും ഉറക്കെ മന്ത്രിച്ചത് അതായിരുന്നു.

ലോകമെന്നാൽ ഒരു കൂടാരമാണെന്നും ആ കൂടാരം നിറയെ കുത്തിയൊലിക്കുന്ന മലവെള്ളപ്പാച്ചിലുമാണെന്നവൾക്ക് തോന്നി. ആ തോന്നലിലെല്ലാം അവൾക്ക് മുന്നിലെ വൃത്തികെട്ട മുഖം അയാളുടേതായിരുന്നു. മദ്യപിച്ചു ലക്കുകെട്ട് തെരുവോരങ്ങളിലൂടെ അലയുന്ന അയാളുടെ ചീർത്ത മുഖം.

താനീ ലോകത്ത് നിന്നേ മറഞ്ഞു മാഞ്ഞുപോകുന്നതായും താൻ നില്ക്കുന്ന തുരുത്ത് ഏതോ അഗാധതകളിലേക്ക് മുങ്ങിത്താഴുന്നതായും അവൾക്കു തോന്നി. അപ്പോഴും അവളുടെ ഹൃദയത്തിൽ ഏതൊക്കെയോ അഗ്നിപർവ്വതങ്ങൾ ശബ്ദമില്ലാതെ പുകയുന്നുണ്ടായിരുന്നു. എല്ലാ പുകച്ചുരുളുകളിലൂടെയും തെന്നിമറഞ്ഞുകൊണ്ടിരിക്കുന്ന രൂപങ്ങൾ അവൾക്കു നേരെ നിറം കെട്ട പല്ലുകൾ കാട്ടിചിരിക്കുകയോ കൂർത്തനഖച്ചീളുകൾ അവൾക്ക് നേരെ കാട്ടുകയോ ചെയ്തു. അപ്പോൾ അവൾക്കു മുന്നിലൂടെ ആ മഞ്ഞവാഹനവും കടന്നുപോകുകയായിരുന്നു. കറുത്ത മെല്ലിച്ച മനുഷ്യരെ കുത്തിനിറച്ച വാഹനം. എല്ലാ മനുഷ്യരുടെ മുഖവും വസ്ത്രങ്ങളും കരിപുരണ്ടതും, കണ്ണുകൾക്കും മാത്രം തിളക്കമുള്ളതുമായിരുന്നു. അവളോർത്തു. ഏത് അജ്ഞാതതീരത്താണ് താൻ അകപ്പെട്ടിരിക്കുന്നതെന്ന്. താൻ ഇന്നലെവരെ ജീവിച്ച വെളിച്ചം കുറഞ്ഞ മുറിയും ആ മുറിയിൽ നിന്ന് പുറത്തേക്ക് തുറക്കുന്ന മരജനാലയുമിന്നെവിടെ? അഗ്നിപർവ്വതം എപ്പോഴാണവളെ ചാരം കൊണ്ട് മൂടിയത്, അവളിലെ അവളെ ഭസ്മമാക്കി അന്തരീക്ഷത്തിലേക്ക് പറത്തിയത്? ആവോ ഒന്നുമറിയില്ല.

കറുത്തു മെല്ലിച്ച മനുഷ്യരെ വഹിച്ച മഞ്ഞവാഹനം അന്തമില്ലാതെ, ഏതോ അജ്ഞാതഗുഹയിലേക്ക് ഓടിമറഞ്ഞപ്പോൾ അവൾ അഗ്നി ജാലകങ്ങൾക്കരികിൽ അവൾ പോലുമറിയാതെ വെന്തു നീറുകയായിരുന്നു. കാലം ഏതഗാധതയിലേക്കാണ് അവരെ തള്ളിയിടുന്നത്, സ്വപ്നം കാണാനുള്ള അവകാശംപോലും നിഷേധിച്ച്? താനും ആ വാഹനത്തിലൂടെ മുന്നോട്ടു പൊയ്ക്കൊണ്ടിരിക്കുകയാണോ? ആവോ? ആർക്കറിയാം. ചവിട്ടി നില്ക്കുന്ന ഭൂമി എപ്പോഴൊക്കെയോ നിന്ന് വിറയ്ക്കുന്നതായി

തോന്നി. ഹൃദയത്തിൽ നിന്ന് തികട്ടിവന്ന ഓർമ്മകൾ കനൽച്ചൂടിൽ വെന്തു നീറിയപ്പോൾ ഹരിതയുടെ കണ്ണുകളിലൂടെ, കരളിലൂടെ, എല്ലാ രോമകൂപങ്ങളിലൂടെയും വെണ്ണീറിന്റെ തണുത്തഗന്ധം പുറത്തേക്ക് വമിക്കുകയായിരുന്നു. അവൾ അപ്പോൾ ഓർത്തു. തന്റെ അജ്ഞാത തീരത്തെ, ആ അജ്ഞാത തീരത്തിലൂടെ കാലത്തിന്റെ അങ്ങേയറ്റത്തേക്ക് ഓടിമറയുന്ന മഞ്ഞ വാഹനങ്ങളെ, ആ വാഹനങ്ങളിലെ കറുത്തുമെല്ലിച്ച മനുഷ്യരെ.

എല്ലാ മനുഷ്യരും എങ്ങോട്ടെന്നില്ലാതെ ഓടിമറയുകയാണ്. എല്ലാ കാഴ്ചകളും ആകാശങ്ങൾക്കപ്പുറത്തേക്ക് സഞ്ചരിച്ചുകൊണ്ടിരിക്കുകയാണ്. ആകാശങ്ങൾക്കപ്പുറത്തെ അജ്ഞാത തീരങ്ങളിലിരുന്ന് കാലത്തിനെക്കുറിച്ച് കഥയറിയാതെ സംസാരിക്കുകയാണ്. അവൾക്കും സംസാരിക്കണമെന്നുണ്ടായിരുന്നു. പക്ഷേ, അവളുടെ നാവ് അറുത്ത് മാറ്റപ്പെട്ടുപോയിരുന്നു. അവളുടെ ചുണ്ടുകളിലെ തുടിപ്പിനെയും അഗ്നി കരിവാളിപ്പിച്ചിരുന്നു. കരുവാളിച്ച ചുണ്ടുകളോടെ അവൾ പൊള്ളുന്ന കാലത്തെ നോക്കി, കാലത്തിലെ മഞ്ഞവാഹനങ്ങളെ നോക്കി, മഞ്ഞ വാഹനങ്ങളിലെ കറുത്ത മനുഷ്യരെ നോക്കി, വെറുതെ എന്തൊക്കെയോ മന്ത്രിച്ചുകൊണ്ടിരുന്നു. എന്തൊക്കെയാണ് മന്ത്രിക്കുന്നതെന്ന് അവൾ പോലുമറിയാതിരുന്ന എപ്പോഴോ ആണ് അയാൾ, അരവിന്ദൻ കതകിന് ആഞ്ഞുചവിട്ടിയതും ഒരുചിലമ്പിച്ച ശബ്ദത്തോടെ കതക് പാളി രണ്ടായി പിളർന്ന് അടർന്ന് മാറിയതും അവളോർത്തു. അവൾ തീർച്ചയായും കതക് നന്നായി ബന്ധിച്ചിരുന്നതാണ്. ആ ബന്ധനത്തിൽ നിന്നുകൊണ്ട്തന്നെയാണ് അഗ്നിപർവ്വതങ്ങളുടെ പൊള്ളുന്ന ചൂടിലേക്ക് അവൾ വീണ്ടും പിടഞ്ഞുകൊണ്ടിരുന്നത്. അവളുടെ കരിഞ്ഞ ഗന്ധം നിറഞ്ഞ മുറിയിൽ നിലത്തുറയ്ക്കാത്ത പാദത്തോടെ അയാൾ അവളെ തേടുകയായിരുന്നു. നിലത്തുവീണ കതകുപാളികൾക്കിടയിലെ നേർത്ത വരകൾക്കിടയിൽ ഉറുമ്പുകൾ ഘോഷയാത്ര നടത്തുന്നത് അയാൾ കാണുന്നുണ്ടായിരുന്നു. അയാൾ അപ്പോൾ പുറത്തേക്കുള്ള ജനാല വലിച്ചുതുറക്കുകയായിരുന്നു. ജനാലയ്ക്കപ്പുറത്തെ തെരുവിലൂടെ, തെരുവിൽ നിറഞ്ഞ ഇരുട്ടിലൂടെ, ഉയരുന്ന പുകച്ചുരുളുകൾക്കുള്ളിൽ അവളുടെ മുഖം എപ്പോഴോ തെളിയുന്നതായോ, മെല്ലെമെല്ലെ ആ മുഖം അപാരതയിലേക്ക്, അനന്തതയിലേക്ക് എങ്ങോട്ടെന്നില്ലാതെ പോയി മറയുന്നതായോ അയാൾക്കു തോന്നി. അയാൾ അപ്പോൾ തന്റെ ഹൃദയം ഒരിക്കലൂടെ ഉയർത്തുകയായിരുന്നു. മദ്യം നിറഞ്ഞു നില്ക്കുന്ന തന്റെ ഹൃദയാന്തർഭാഗം എപ്പോൾ ശൂന്യമായിപ്പോയിയെന്നോ, ആ ശൂന്യതയിൽ അവളുടെ നിഴൽപോലും അവശേഷിക്കുന്നില്ലല്ലോയെന്നോ അയാൾക്കുതോന്നി. അയാൾ ജനാല വലിച്ചടച്ചു. മുറിയിലെ കനത്ത ഇരുളിൽ തണുത്ത തറയിൽ നീണ്ടുനിവർന്നു കിടന്നപ്പോൾ എപ്പോഴോ, എങ്ങോട്ടോ പോയി മറയുന്ന ഘോഷയാത്രകളെ അയാൾ ഓർത്തു. ദൈവവാഹനത്തിന്ചുറ്റും നൃത്തം വയ്ക്കുന്ന, മദ്യാസക്തിയിൽ

വിറളിപൂണ്ടു നില്ക്കുന്ന ജനക്കൂട്ടത്തെ കണ്ടു. അയാൾ അപ്പോൾ അവർക്കിടയിൽ ആരുമില്ലാത്തവനായി, ആരെയും കാണാതെ എങ്ങോട്ടൊക്കെയോ അലയുകയായിരുന്നു. അവൾ മാഞ്ഞുപോയ ദിക്കുകളിലൂടെ, എപ്പോഴൊക്കെയോ അഗ്നിപർവ്വതങ്ങൾ വീണ്ടും വീണ്ടും പുകയാൻ തുടങ്ങുകയും അയാളാ ചാരക്കൂമ്പാരങ്ങളിലേക്ക്, മറഞ്ഞുപോയ മഞ്ഞ വാഹനങ്ങളിലെ ഏതോ അജ്ഞാതയാത്രികനായി അവളെയും തേടി അലയുകയും ചെയ്തു. കാലം അപ്പോഴും അവസാനിച്ചിരുന്നില്ല.

ഹിമക്കാറ്റുകളുടെ അവസാനം

'രമേശന്റെ തലച്ചോറിൽ അപ്പോൾ ഒരു ഭൂകമ്പം നടക്കുകയായിരുന്നു. താൻ അപ്പോൾ എവിടെ നില്ക്കുന്നുവെന്നോ, എന്തിനു നില്ക്കുന്നുവെന്നോ അയാൾ അല്പം പോലും ഓർത്തതേയില്ല. തലച്ചോറിലെ ഭൂകമ്പത്തിലൂടെ അയാൾക്ക് കാതുകൾ നഷ്ടപ്പെടുകയും കണ്ണുകൾ നഷ്ടപ്പെടുകയും ചെയ്തു. ഇളകിവന്ന ഏതോ ഒരു തിരമാലയിൽ അകപ്പെട്ടതുപോലെ തന്റെ കൈകാലുകൾ രമേശൻ ആഞ്ഞുകുടയുകയും അറിയാത്ത ഒരുതുരുമ്പിനെ മുറുകെ പിടിച്ചതുപോലെ എവിടെയോ അമർന്നിരിക്കുകയും ചെയ്തു.

അത് നഗരത്തിലെ ഏറ്റവും മുന്തിയ മാളുകളിൽ ഒന്നായിരുന്നു. രമേശനും ഭാര്യ സുനിതയും വാരാന്ത്യത്തിൽ വീട്ടിലേക്കുള്ള സാധനങ്ങൾ വാങ്ങാൻ എത്തിയതായിരുന്നു. നീണ്ടു നിവർന്നു വെളിച്ചത്തിൽ ആറാടി വർണ്ണാഭമായി കിടക്കുന്ന മാളിലൂടെ സുനിത അനായാസേന ഒരു മാടപ്രാവിനെപോലെ പറന്നുനടക്കുകയും തങ്ങൾക്ക് വേണ്ടതും വേണ്ടാത്തതുമായ സാധനങ്ങളുടെ ഒരുപാടു നിര തന്നെ ട്രോളിയിലേക്ക് വാരി ഇടുകയും ചെയ്യുന്നുണ്ടായിരുന്നു. രമേശനും കുറേ നേരം സുനിതയ്ക്കൊപ്പം സാധനങ്ങൾ തെരഞ്ഞെടുക്കുവാൻ കൂടെ ഉണ്ടായിരുന്നുവെങ്കിലും ഇടയ്ക്കെപ്പോഴോ അയാളുടെ തലച്ചോറിലൂടെ ഒരു ഇരമ്പൽ പാഞ്ഞുവരുന്നതായി തോന്നുകയും രമേശൻ ഏതോ കണ്ണാടി പതിച്ച തൂണിന് അരികിലേക്ക് തലചായ്ച്ചു നില്ക്കുകയും ചെയ്തു. വർണ്ണാഭമായ സാധനങ്ങളിൽനിന്ന് സാധനങ്ങളിലേക്ക് ഒഴുകി നടന്ന സുനിത, ഇടയ്ക്ക് രമേശൻ കൂടെയില്ലാത്ത വിവരം അല്പം പോലും അറിയാതെ വീണ്ടും മുന്നോട്ട് ഒഴുകുകയായിരുന്നു.

രമേശന്റെ തലച്ചോറിൽ ആരംഭിച്ച ഭൂകമ്പത്തിൽ അയാൾക്കു മുന്നിൽ

ലോകം മുഴുവൻ കറങ്ങി. വെളിച്ചത്തിൽ ആറാടി നിന്ന ആ നഗരത്തിലെ രാത്രിയും, താനും സുനിതയും നില്ക്കുന്ന വിശാലവും വർണ്ണാഭമായ ആ മാളും അയാളിൽനിന്ന് എവിടേക്കോ ഒലിച്ചിറങ്ങിപ്പോയിരുന്നു. അയാൾ അപ്പോൾ അറ്റ്ലാന്റിക് സമുദ്രത്തിന്റെ അഗാധതകളിലേക്ക് അറിയാതെ തല ഊളിയിട്ടുപോയി. സമുദ്രഗാധതയിലെ വിചിത്രതരം മത്സ്യങ്ങളുടെ വർണ്ണാഭമായ ഉടലുകളുടെ വെളിച്ചത്തിൽ രമേശൻ തന്നെത്തന്നെ മറക്കുകയും ചെയ്തു. തന്റെ മെല്ലിച്ച കൈവിരലുകൾ കൊണ്ട് അവയെ തൊട്ടു തലോടാൻ നോക്കിയെങ്കിലും അവയൊന്നും അയാൾക്കു പിടികൊടുക്കാതെ അഗാധതകളിൽനിന്ന് അഗാധതകളിലേക്ക് വീണ്ടും ഒഴുകിമാഞ്ഞു കൊണ്ടിരുന്നു. ഒരുപാട് പ്രകമ്പനങ്ങൾ എപ്പോഴും അയാളുടെ തലച്ചോറിൽ ഉണ്ടാകുകയായിരുന്നു. ആ തുടർചലനങ്ങളിൽ അയാളുടെ നാവ് വരളുകയും, അഴുകിയ വാഴത്തണ്ടുപോലെ അത് വായ്ക്കുള്ളിൽ തളർന്ന് മയങ്ങുകയും ചെയ്തു. അപ്പോൾ അയാൾ അന്റാർട്ടിക്കയുടെ തണുത്തുറഞ്ഞ മഞ്ഞുപാളികൾക്കിടയിൽ നിശ്ചലം കിടക്കുകയും അയാൾക്കു മുകളിലൂടെ ഹിമക്കട്ടകൾ ഒന്നിനുമുകളിൽ ഒന്നായിവന്നു പതിക്കുകയും ചെയ്തു. അയാളുടെ തലയോട്ടിയിലൂടെ, മഞ്ഞുമൂടിയ നെഞ്ചിൻകൂടുകളിലൂടെ ആഞ്ഞുവീശിയ ഹിമക്കാറ്റ് നേരറിയാത്ത കഥകളുമായി വിദൂരതകളിലേക്ക് പോയി അലയുകയായിരുന്നു. മഞ്ഞിന്റെ കൊടുങ്കാറ്റുകളിൽ രമേശന്റെ കണ്ണുകൾ രണ്ടു വലിയ ഐസ് കട്ടകളായി രൂപാന്തരം പ്രാപിക്കുകയും ആ ഐസ് കട്ടകളിലൂടെ രമേശൻ മുമ്പ് ഒരിക്കലും കണ്ടിട്ടില്ലാത്ത തീരങ്ങൾ കാണാൻ തുടങ്ങുകയും ചെയ്തു. അപ്പോഴും അയാൾ അഗാധതകളിലായിരുന്നു. ആ അഗാധതകളിൽ കിടന്നും അയാൾക്കു ചിറകു മുളയ്ക്കുകയും ആ മുളച്ച ചിറകുകളോടെ രമേശൻ കറങ്ങുന്ന ഭൂമിയിലൂടെ എങ്ങോട്ടെന്നില്ലാത്ത പലായനം ചെയ്യുകയും ചെയ്തു. ആ പലായനത്തിൽ ആർട്ടിക് തീരങ്ങളും അനന്തമായ പർവ്വതനിരകളും അയാൾ കണ്ടു. ഹൃദയധമനികളിലൂടെ, സിരകളിലൂടെയുള്ള രക്തപ്രവാഹത്തിന് ശക്തി പ്രാപിക്കുകയും അവ ഏതോ കുത്തൊഴുക്കുപോലെ ശരീരമാസകലം പ്രളയം സൃഷ്ടിക്കുകയും ചെയ്തു. ആ പ്രളയത്തിലൂടെ കൈ കാലിട്ടടിച്ച് തളരുമ്പോൾ രമേശൻ വോൾഗാ നദിയുടെ തീരത്തും ആ നദിയുടെ അപാരതയിലും അറിയാതെ എത്തപ്പെടുന്നുണ്ടായിരുന്നു. അയാൾ അപ്പോൾ മിഴികൾ വലിച്ചു തുറക്കുകയായിരുന്നു. ചരിത്രം ഉറങ്ങുന്ന സെൻ പീറ്റേഴ്സ് ബർഗിന്റെ നാട്ടിലെ വോൾഗാ നദി വിപ്ലവസ്മരണകൾ അയവിറക്കി, കുലം കുത്തിയൊഴുകുന്നതു കണ്ടു. അപ്പോഴതാ തീരങ്ങളിൽ മുഴുവൻ മഞ്ഞിന്റെ കാറ്റ് ആഞ്ഞു വീശിത്തുടങ്ങിയിരുന്നു, മഴത്തുള്ളികൾക്കൊപ്പം. വോൾഗായിൽ പതിച്ച മഴത്തുള്ളികൾ അനാദിസൗന്ദര്യത്തോടെ നൃത്തം വയ്ക്കുന്നതും തീരങ്ങളിൽ ഇലകൊഴിഞ്ഞ മരങ്ങളിലെ ചില്ലകളിൽ സ്വപ്നങ്ങൾ ഉറങ്ങുന്നതും രമേശൻ കണ്ടു. രമേശന്റെ ഹൃദയത്തിൽ അപ്പോൾ ചിരിയുണ്ടായിരുന്നു. ജീവിതത്തിലെ വലിയ ഒരു മോഹമായിരുന്നു. വോൾഗാ നദിയെയും അതിന്റെ

തീരത്തെയും കാണാൻ, ആ സൗന്ദര്യങ്ങളിൽ ലയിച്ചു നില്ക്കാൻ. വോൾഗയിലെ തീരങ്ങളിലെ കാറ്റിന് എപ്പോഴോ ശക്തി പ്രാപിക്കുകയും, മഴ അതിഭയങ്കരമായ ശബ്ദത്തോടെ ആഞ്ഞു തകർത്തുപെയ്യാൻ തുടങ്ങുകയും ചെയ്തു. രമേശന്റെ കണ്ണുകൾക്കു മുമ്പിൽ എല്ലാം മാഞ്ഞ് മറയുകയായിരുന്നു. എല്ലാ ഇലകൊഴിഞ്ഞ മരച്ചില്ലകളും വായുവിലൂടെ കൊടുങ്കാറ്റ് സൃഷ്ടിച്ച് അലമുറയിടുന്നുണ്ടായിരുന്നു. രമേശന്റെ ഹൃദയധമനികളിലൂടെയുള്ള രക്തത്തിന്റെ കുത്തൊഴുക്ക് അപ്പോഴും അവസാനിച്ചിരുന്നില്ല.

അയാളുടെ ഞരമ്പുകൾ വലിഞ്ഞു മുറുകുകയും അവയെല്ലാം പൊട്ടിച്ചിതറാനെന്നവണ്ണം ഞെങ്ങിഞെരുങ്ങി പുറത്തേക്ക് തെറിച്ചു നില്ക്കുകയും ചെയ്തു. കണ്ണുകൾക്കു മുന്നിലൂടെ വോൾഗാ നദിയുടെ അലമുറയിടലും, അതിന്റെ തീരങ്ങളിലെ വൃക്ഷച്ചില്ലുകളുടെ ആത്മാലാപനങ്ങളും ഒഴുകി നടന്നപ്പോഴും രമേശനിൽ വീണ്ടും തുടർചലനങ്ങൾ നടന്നുകൊണ്ടിരുന്നു. ആ തുടർ ചലനങ്ങളിൽ തലച്ചോറിലൂടെ കൊള്ളിമീനുകൾ പരക്കം പായുകയും രമേശൻ മറ്റേതോ അജ്ഞാത തീരങ്ങളിലേക്ക് അറിയാതെ എത്തപ്പെടുകയും ചെയ്തു. അയാൾ അപ്പോൾ ആമസോൺ മഴക്കാടുകൾക്കുള്ളിലായിരുന്നു. ആ മഴക്കാടുകൾക്കിടയിലെ ഇലകൾ നിറഞ്ഞ മരങ്ങളിലെ കാറ്റിനോട് അയാൾ പതിഞ്ഞ സ്വരത്തിൽ സംസാരിച്ചു. എന്തു കൊതിയായിരുന്നുവെന്നോ എനിക്ക് നിങ്ങളെയെല്ലാം കാണാൻ. ഉച്ചയ്ക്കുശേഷമുള്ള ആകാശം അപ്പോൾ കറുത്തിരുളുകയായിരുന്നു. കറുത്ത മേഘക്കൂട്ടുകൾ കരിംഭൂതങ്ങളെപോലെ അയാളെ വലയം ചെയ്യാൻ തുടങ്ങുകയും അവളാ വലയത്തിൽ കിടന്നുകൊണ്ട് ആമസോൺ മഴക്കാടുകളിലെ ഒരിക്കലും വറ്റാത്ത ഈർപ്പങ്ങളിലേക്ക് ആഞ്ഞു പതിക്കുകയും ചെയ്തു. അയാൾക്കു മുകളിലൂടെ അപ്പോൾ ഘോരമായ ശബ്ദത്തിൽ വൃക്ഷങ്ങൾ അലറി നിലം പതിക്കുകയായിരുന്നു. രമേശന്റെ ഹൃദയവും കരളും ശ്വാസകോശവുമെല്ലാം അപ്പോൾ ആകാശങ്ങളിൽ അനാഥമാക്കപ്പെടുകയും അവ ലക്ഷ്യം തെറ്റിപ്പറന്ന് ദിശാബോധമില്ലാത്തതുപോലെ ദ്രുതവേഗതയിൽ മിടിച്ചു തളർന്നു കൊണ്ടുമിരുന്നു.

രമേശൻ അപ്പോഴും ആ കണ്ണാടിത്തൂണിനു പിന്നിലുള്ള ചെറിയ വിടവുകൾക്കിടയിൽ തലച്ചോറിലെ എല്ലാ ഭൂകമ്പത്തോടുംകൂടി തളർന്നിരിക്കുകയായിരുന്നു. വെളിച്ചങ്ങൾ ആർത്തുല്ലസിച്ചു കിടന്നിരുന്ന ആ ഷോപ്പിങ് മാളും, അതിന്റെ വിശാലതയിലൂടെ തെന്നി നീങ്ങിക്കൊണ്ടിരുന്ന മനുഷ്യക്കൂട്ടങ്ങളും അയാളുടെ ബോധമണ്ഡലത്തിൽനിന്നും എവിടെയോ മാഞ്ഞു പോയിരുന്നു.

തിരക്കുകൾക്കിടയിൽ നിന്ന് തിരക്കുകൾക്കിടയിലേക്ക് ട്രോളി വലിച്ചുകൊണ്ടു നടന്ന സുനിത എപ്പോഴോ രമേശനെ തിരക്കുകയും ഒഴുകിയൊലിച്ചുകൊണ്ടിരുന്ന നിറങ്ങൾക്കിടയിൽ എവിടെയെല്ലാമോ അയാളെ തേടി അലയുകയും ചെയ്തു. രമേശൻ അപ്പോഴും ഭൂകമ്പങ്ങളിൽനിന്ന് ഭൂകമ്പങ്ങളിലേക്കും പൊട്ടിത്തെറിക്കുന്ന അഗ്നിപർവ്വതങ്ങളിൽ നിന്ന് അഗ്നിപർവ്വതങ്ങളിലേക്കും വഴുതി വീണുകൊണ്ടിരുന്നു. അയാളുടെ വറ്റിത്തീരാറായ

ഹൃദയത്തുണ്ടിലെവിടെയോ അപ്പോഴും ഏകാന്തതമായ മരുഭൂമികളും, ആ മരുഭൂമികളിലെ ഒരിക്കലും അവസാനിക്കാത്ത മണൽക്കാറ്റുകളും, ആ കാറ്റുകൾക്കുള്ളിൽ നിന്നൂറിയ ഉഷ്ണവുമുണ്ടായിരുന്നു. ആ ഉഷ്ണം മുഴുവൻ രമേശന്റെ തലച്ചോറിലൂടെയും ഹൃദയത്തിലൂടെയും എല്ലാ കോശങ്ങളിലൂടെയും ശരീരം മുഴുവൻ വ്യാപിക്കുകയും ആ വ്യാപനത്തിൽ നിറയെ വിയർത്തൊലിച്ച ശരീരവുമായി അയാൾ, തിരക്കേറിയ മാളിന്റെ ഇടുങ്ങിയ കോണിൽ ആരും കാണാതെ നിപതിക്കുകയും ചെയ്തു. അപ്പോഴും അയാൾക്കു മുന്നിലൂടെ ട്രോളികൾ ഒന്നിനുപുറകെ ഒന്നായി ഒഴുകി നീങ്ങിക്കൊണ്ടേയിരുന്നു. ഹൃദയത്തിനും തലച്ചോറിനും ആവശ്യമില്ലാത്ത എന്തൊക്കെയോ വാരിവലിച്ചു നിറച്ച്. അപ്പോഴും സുനിത വലിച്ചുകൊണ്ടുവരുന്ന ട്രോളിയുമായി രമേശന്റെ മൊബൈൽ നമ്പറിലേക്ക് നിരന്തരം വിളിക്കുകയും അയാളുടെ മൊബൈൽ ഫോൺ ആർക്കും വേണ്ടാത്തൊരു ശബ്ദത്തോടെ എവിടെയോ കിടന്ന് ഞരങ്ങുകയും ചെയ്തു. രമേശനിൽ അപ്പോഴേക്കും മരുഭൂമികളും, അഗ്നിപർവ്വതങ്ങളും, മഴക്കാടുകളും, നദീപ്രവാഹങ്ങളും അവസാനിച്ചു തുടങ്ങുകയും അയാൾക്കു മുന്നിൽ അന്ധകാരം മാത്രം വന്നു നിറയുകയും ചെയ്തു.

ഇന്നലെ

ഒരുപാടുനേരമായി ഉണർന്നു കിടന്നിട്ടും അയാൾ കിടക്ക വിട്ട് എഴുന്നേറ്റില്ല. ഉണർന്ന മനസ്സോടെ തന്നെയായിരുന്നു അയാൾ ഏറെ നേരമായി കിടന്നിരുന്നത്. തലവഴിയെ പുതപ്പ് ഒന്നുകൂടി വലിച്ചിട്ട് കിടന്നപ്പോഴും ഓർത്തു. എത്ര മൂടിപ്പുതച്ച് കിടന്നാലും നേരം വെളുക്കുക തന്നെ ചെയ്യും. ഒന്നും ചെയ്യാനില്ലാത്ത മറ്റൊരു പകൽ കൂടി മുന്നിലെത്തുകയും ചെയ്യും. ഒന്നും ചെയ്യാനില്ല. അല്ലെങ്കിൽ ഒന്നും ചെയ്യാൻ കഴിയുന്നില്ല. അതുതന്നെയായിരുന്നു അയാളുടെ അവസ്ഥ.

എഴുന്നേല്ക്കാതെ പുതപ്പിനുള്ളിൽ കിടന്നപ്പോഴും അയാൾ നേരം കടന്നുപോകുന്നത് അറിയുന്നുണ്ടായിരുന്നു. പുറത്തെ ആരവങ്ങളിൽ നിന്ന്, പത്രക്കാരന്റെയും പാല്ക്കാരന്റെയും ശബ്ദങ്ങൾ വീടുകൾക്ക് മുന്നിൽ കേട്ടു. മീൻവണ്ടി കടന്നുപോകുന്ന ശബ്ദവും കേട്ടു. എല്ലാം പ്രഭാതത്തിന്റെ ചിഹ്നങ്ങൾ. അയാൾ അപ്പോൾ പുതപ്പിനുള്ളിൽനിന്ന് എഴുന്നേല്ക്കുകയായിരുന്നു. തുറന്ന് കിടന്ന ജനാലയിൽകൂടി വെളിച്ചം ധാരാളമായി മുറിയിലേക്ക് ഒഴുകി പരക്കുന്നുണ്ടായിരുന്നു. താഴെ ചെറിയ റോഡിൽക്കൂടി സ്കൂൾ യൂണിഫോറം അണിഞ്ഞ ആൺകുട്ടികളും പെൺകുട്ടികളും നിരനിരയായി കടന്നുപോകുന്നതു കണ്ടു.

അയാൾ ഓർത്തു. ജീവിതം അത് എങ്ങോട്ടാണ്? എല്ലാം പുലർകാലങ്ങളിലും ഉണരുന്നു. പകലിന്റെ ചൂടുകളിലൂടെ, പകലിന്റെ മഴകളിലൂടെ അതുമല്ലെങ്കിൽ നിസ്സംഗതയിലൂടെ ഒരു പുൽതുമ്പിനെപ്പോലെ കടന്നുപോകുന്നു. എന്നും ജനാലയിൽ കൂടി കാണുന്ന നേർകാഴ്ചകൾ, ഒന്നിനും ഒരു വ്യത്യാസവുമില്ല. റോഡിനിരുവശവും നിരന്നുനില്ക്കുന്ന കൊച്ചു പൂച്ചെടികളും മുകളിലായി കാണുന്ന നരച്ച ആകാശവുമെല്ലാം പതിവു കാഴ്ചകൾത്തന്നെ. സ്കൂൾ കുട്ടികളുടെ മുഖങ്ങൾക്കും ഒരു വ്യത്യാസ

വുമില്ല. വളരെ ധൃതിപ്പെട്ടാണ് എല്ലാവരും കടന്നുപോകുന്നത്. ചില കുട്ടികളുടെ കൈയിൽ തുറന്ന പുസ്തകങ്ങൾ പോലുമുണ്ട്. ജനാലയ്ക്കരികിൽ പലപ്പോഴും തന്നെ അവർ കണ്ടിരിക്കാം. അയാൾ വെറുതെ ഓർത്തു.

എന്നത്തെയും പോലെ അപ്പോഴും അയാൾ ചിന്തിച്ചത് തന്റെ ജീവിതത്തെക്കുറിച്ചു തന്നെയാണ്. നീരൊഴുക്ക് നിലച്ചുപോയ ഒരുപാവം കൈത്തോടായി ജീവിതത്തെ എത്ര നാൾ മുന്നോട്ടു കൊണ്ടുപോകുവാൻ കഴിയും? അറിയില്ല, ഒന്നുമറിയില്ല. എല്ലാം ഒരുപക്ഷേ, നേരത്തെ എഴുതപ്പെട്ടതുപോലെ കടന്നുപോകുന്നതാവാം. അയാളുടെ ദീർഘനിശ്വാസം എവിടെയോ തട്ടി പ്രതിദ്ധ്വനിക്കുന്നുണ്ടായിരുന്നു. അറിയാതെയെങ്കിലും അയാൾ അപ്പോൾ ഓർത്തത് അയാളുടെ ഭാര്യയെ ആയിരുന്നു. ഭാര്യയുടെ നിറഞ്ഞ ചിരിയെ ആയിരുന്നു, അവരുടെ സ്നേഹത്തിൽ പൊതിഞ്ഞ വാക്കുകളെ ആയിരുന്നു. അയാളുടെ കിടക്കമുറിക്കപ്പുറം നിശ്ചലമായി കിടക്കുന്ന അടുക്കളയിൽനിന്ന് പലപ്പോഴും അവരുടെ പാദചലനം കേൾക്കുന്നതായി അയാൾക്ക് തോന്നിയിട്ടുണ്ട്. ഇല്ല, ഒന്നിനും ഒരു മാറ്റവുമില്ല. എന്നോ അവർ ഭദ്രമായി വെച്ചതുപോലെ തന്നെ ഇപ്പോഴും ആ കൊച്ചടുക്കള ഒന്നുമറിയാത്തതുപോലെ ആരെയോ കാത്തുകിടന്നു. അവർ തേച്ചുമിനുക്കി വെച്ചിരിക്കുന്ന അടുക്കളപ്പാത്രങ്ങൾ അവരുടെ കൈകൾ എപ്പോഴും ചെന്നെത്തിയിരുന്ന അടുക്കളയുടെ ഓരോ ചെറിയ മൂലയും...

അയാൾ കുറേനേരം അവയെല്ലാം നോക്കി വെറുതെ നില്ക്കും. എന്നും എല്ലാം പതിവുള്ളതാണ്. എന്നാലും എല്ലാ ദിവസവും ആദ്യത്തേതു പോലെ തന്നെ അയാളാ അടുക്കളവാതില്ക്കൽ ചെന്ന് കുറേനേരം നില്ക്കുന്നു. ഒരു കട്ടൻചായപോലും ഇടാൻ അറിയാത്ത അയാൾ ഒരിക്കൽ പോലും ആ ആളൊഴിഞ്ഞ അടുക്കളയിലേക്ക് കയറുകയോ എന്തെങ്കിലും ഒന്ന് പാകപ്പെടുത്തി കഴിക്കാൻ തുനിയുകയോ ചെയ്തില്ല. അല്ലെങ്കിൽ തന്നെ അയാൾക്ക് എന്തറിയാം? എല്ലാം എത്ര സമയനിഷ്ഠയോടെ അയാളുടെ ഭാര്യ അയാൾക്ക് പാകപ്പെടുത്തി കൊടുത്തിരുന്നതാണ്. അയാൾ പലപ്പോഴും ഏറെനേരം അടുക്കള വാതില്ക്കൽനിന്ന് ആ നിറഞ്ഞ ശൂന്യതയിലേക്ക് നോക്കി എന്തൊക്കെയോ സംസാരിച്ചു. തിരിച്ച് അവയൊന്നും സംസാരിക്കില്ലെങ്കിലും അയാൾക്ക് അയാളുടെ ഭാര്യയുടെ മുഖം അവയിലെല്ലാം കാണാൻ കഴിയുമായിരുന്നു.

ആ വീടുനിറയെ ഒഴിഞ്ഞതും ഇരുണ്ടതുമായ മുറികളായിരുന്നു. കാൽപെരുമാറ്റം ഇല്ലാതെ, നിറഞ്ഞ മൂകതയോടെയും ചുമരുകളിൽ പറ്റിപ്പിടിച്ചിരിക്കുന്ന മാറാലകളോടെയും അവയെല്ലാം അയാൾക്ക് മുന്നിൽ നിറഞ്ഞ നിസ്സംഗതയോടെ കിടന്നു. എന്തിനാണ് താൻ ഈ വലിയ വീട്ടിലെ ഒറ്റപ്പെട്ട മുറിയിൽ ഏകനായി കഴിയുന്നതെന്ന് അയാൾ പലപ്പോഴും ചിന്തിക്കാറുള്ളതാണ്. ഉത്തരം അയാൾക്ക് കണ്ടെത്താനേ കഴിഞ്ഞില്ല.

ഉഷ്ണിച്ച പകലുകളിൽ പലപ്പോഴും അയാൾ മകളുടെ മുറിയിലും

മകന്റെ മുറിയിലും ഒരുപാട് നേരം പോയി ഇരിക്കാറുള്ളതാണ്. മകളുടെ മുറി വളരെ ഭംഗിയായിട്ടും കൃത്യതയോടും കൂടിയാണ് അയാൾ എപ്പോഴും കണ്ടത്. മകൾ ധരിക്കുന്ന വസ്ത്രങ്ങളും അണിയുന്ന ആഭരണങ്ങളുമെല്ലാം വളരെ നിഷ്ഠയോടെ തന്നെ അലമാരയിൽ ഭദ്രമാക്കിവെച്ചിരിക്കുന്നത് കാണാം. മകൾ വായിച്ചു പകുതിയാക്കിയ പുസ്തകങ്ങളും ഡയറികളുമെല്ലാം മേശപ്പുറത്ത് തന്നെ അടുക്കിയിരിക്കുന്നതുകാണാം. മണിക്കൂറുകളോളം അയാൾ മകളുടെ കട്ടിലിൽ ഇരുന്ന് വെളിയിലേക്ക് നോക്കിയിട്ടുണ്ട്. മകളും അങ്ങനെ തന്നെയായിരുന്നു. ആ കിടക്കയിൽ ഇരുന്നുകൊണ്ടായിരുന്നു അവൾ തുറന്ന ജനാലയിലൂടെ പുറം കാഴ്ചകളിലേയ്ക്ക് നോക്കിയിരുന്നത്. അയാളുടെ ഹൃദയത്തിൽ അപ്പോൾ തേങ്ങൽ മാത്രമേ ഉണ്ടാവുകയുള്ളൂ.

പലപ്പോഴും മകൾ ഭർത്തൃഗൃഹത്തിൽ നിന്ന് അയാളെ വിളിച്ചു. വളരെ നിർബ്ബന്ധമായി, അച്ഛൻ തനിയെ ആ വീട്ടിൽ നില്ക്കണ്ടായെന്നും തന്നോടൊപ്പം ചെല്ലണമെന്നും നിർബ്ബന്ധിക്കുകയും ചെയ്തു. അയാൾ അതെല്ലാം വളരെ ക്ഷമാപൂർവ്വം കേൾക്കുകയും ഒടുവിൽ ഒരു വിട്ടുവീഴ്ചയ്ക്കും ഇടം കൊടുക്കാതെ മകളോട് തറപ്പിച്ചുതന്നെ പറയുകയും ചെയ്തു. “ഞാനീ വീടുവിട്ട് എങ്ങോട്ടും വരില്ല മോളേ. ഇവിടെയാണെന്റെ എല്ലാ ജീവിതവും.” മകൾ പിന്നീട് നിർബ്ബന്ധിക്കാറില്ല. അവൾക്കറിയാമല്ലോ തന്റെ അച്ഛന്റെ ഉറച്ച തീരുമാനങ്ങളെ, അയാൾ എല്ലാ മുകളിലൂടെയും അയാളുടെ ഭാര്യയുടെ പാദചലനങ്ങൾ കേൾക്കുകയും, അവർ പതിയെ എന്തൊക്കെയോ പറയുന്നതിന് മറുപടി പറയുകയും ചെയ്തു. കഴിഞ്ഞ ദിവസം മകൾ വിളിച്ചപ്പോൾ അയാൾ വളരെ ആനന്ദത്തോടെയാണ് ആ കാര്യം മകളോട് പറഞ്ഞത്. കഴിഞ്ഞ പ്രഭാതം, പ്രഭാതത്തിൽ അയാൾ ഉണർന്ന് കിടക്കുമ്പോൾ കണ്ട സ്വപ്നത്തെക്കുറിച്ച്. ആ സ്വപ്നത്തിൽ അയാളുടെ ഭാര്യ ആ വീടു മുഴുവൻ നിറഞ്ഞുതൂവുന്നുണ്ടായിരുന്നു. അവരുടെ പരിഭവങ്ങളും സ്നേഹസ്വരങ്ങളും ശാസനകളുമെല്ലാം അയാൾ വ്യക്തമായി കേട്ടു. അവരുടെ വെളുത്തുതുടുത്ത ആ മനോഹരമായ മുഖം കാണുകയും ചെയ്തു. അവർ വളരെ വാചാലതയോടെ അയാളുടെ ചെവിയിൽ എന്തൊക്കെയോ മന്ത്രിച്ചുവത്രേ. അതെല്ലാം, അയാൾ തനിയെ താമസിക്കുന്നതിലുള്ള അവരുടെ ദുഃഖത്തെക്കുറിച്ചായിരുന്നു. മകൾ ആ സ്വപ്നത്തിനു മറുപടിയായി ഏങ്ങലടിച്ച് കരയുക മാത്രമാണ് ചെയ്തത്.

അയാൾ ചെന്നിരിക്കാറുള്ള മറ്റൊരു മുറി അയാളുടെ മകന്റേതാണ്. ചെറുപ്പത്തിൽ മകൻ ഉപയോഗിച്ചിരുന്ന കൊച്ചു കൊച്ചു കളിപ്പാട്ടങ്ങൾ വരെ ആ മുറിയിൽ ഭദ്രമായി സൂക്ഷിച്ചുവെച്ചിരിപ്പുണ്ട്. മകന്റെ ചെറുപ്പത്തിലെ ചെരുപ്പുകൾ, ഓരോ പ്രായത്തിലുമണിഞ്ഞിരുന്ന വിവിധ ഫാഷനിലുള്ള ഡ്രസുകൾ. എല്ലാം വളരെ കൃത്യതയോടെ തന്നെ അടുക്കിവെച്ചിരിപ്പുണ്ട്. അയാൾക്കറിയാം അതെല്ലാം അയാളുടെ ഭാര്യ, മകന്റെ ഭാര്യ വളരെ കൃത്യമായി സൂക്ഷിച്ചു വെച്ചിരിക്കുന്നതാണെന്ന്. അയാൾ അവ

ഓരോന്നിനെയും തൊട്ടുതലോടുകയും ഉമ്മവെക്കുകയും ചെയ്യാറുണ്ട്. ഒരിക്കൽ മകൻ വിളിച്ചപ്പോൾ അയാൾ മകന്റെ, ഒന്നാം പിറന്നാളിന് അണിഞ്ഞിരുന്ന ഡ്രസ് കൈയിൽ വച്ചുകൊണ്ട് നില്ക്കുകയായിരുന്നു. അപ്പോൾ അയാളുടെ കണ്ണുകൾ നിറഞ്ഞു തുളുമ്പുന്നുണ്ടായിരുന്നു. ഇടറിയ അയാളുടെ സ്വരം കേട്ട് മകൻ സ്നേഹത്തോടെ ശാസിക്കുകയും ചെയ്തു. "അച്ഛനിതെന്താ ഇങ്ങനെ? അച്ഛന്റെ മകൻ ഒരു സൈനിക ഓഫീസറാണെന്ന് അറിയില്ലേ? ഇത്ര ദുർബ്ബലനാകാമോ? ശരിയാണ് അയാൾ മനസ്സിനെ സാന്ത്വനിപ്പിക്കാൻ ശ്രമിക്കാറുണ്ട്. രാജ്യം കാക്കാൻ സ്വന്തം ജീവൻപണയം വെച്ച് അതിർത്തിയിൽ കഴിയുന്ന ഒരു പട്ടാള ഓഫീസറുടെ അച്ഛനല്ലേ താൻ. എത്ര ചിന്തിച്ചാലും അയാളുടെ ഹൃദയം തുളുമ്പുകതന്നെ ചെയ്യും. ഗദ്ഗദത്തോടെ എത്ര പട്ടാള മേധാവി ആയാലും അവൻ തന്റെ കൈയിലിരുന്ന് കളിക്കുന്ന കൊച്ചുമകനാണ്. ആ മുഖം അങ്ങനെയേ തന്റെ മനസ്സിലുള്ളൂ. അവൻ ബാല്യത്തിൽ കളിച്ചുകൊണ്ടിരുന്ന കളിത്തോക്കുകളും പട്ടാളവണ്ടിയുമെല്ലാം അയാൾ ഭദ്രതയോടെ സൂക്ഷിച്ചുവച്ചു.

മകളുടെയും മകന്റെയും മുറികളിലൂടെ, അവർ ഓടിനടന്നു കളിച്ചിരുന്നു ഇടവരാന്തകളിലൂടെ, ഭാര്യയുടെ പാദചലനം വീണുറങ്ങുന്ന നടവഴികളിലൂടെ അയാൾ പകലുകളിലും രാത്രികളിലും ഒരുപോലെ കടന്നുപോയി. അപ്പോഴെല്ലാം അയാളുടെ ഹൃദയത്തിലൂടെ രക്തം തുളുമ്പുന്ന തേങ്ങലുണ്ടായിരുന്നു. ആ തേങ്ങലുകൾക്കൊടുവിലും അയാൾ നിറഞ്ഞ ഏകാന്തതയോടെ സംസാരിച്ചു. "താൻ ഏകനാണ്. തീർത്തും ഏകൻ." അപ്പോഴും മഴ പെയ്യാതെ ആകാശം കറുത്തുമൂടിത്തന്നെ കിടന്നു. അയാളിലൂടെ അയാളുടെ രക്തക്കുഴലുകളിലൂടെ ഉഷ്ണം കുത്തിയൊലിക്കുന്നുണ്ടായിരുന്നു. അകലങ്ങളിലെ ശൂന്യതയിൽ അപ്പോഴും അയാൾക്ക് അയാളുടെ ഭാര്യയുടെ മുഖം കാണാമായിരുന്നു. വെളുത്തുതുടുത്ത ഭംഗിയുള്ള മുഖം. എല്ലാ നാട്ടിടവഴികളെയും നിരതെറ്റി വിടർന്നുനിന്നിരുന്ന എല്ലാ കാട്ടുപൂക്കളെയും അയാൾ അന്നും സ്വപ്നത്തിൽ കാണുകയും ആ സ്വപ്നത്തിൽ കൂടിത്തന്നെ അയാൾ അയാളുടെ ഭാര്യക്കൊപ്പം സഞ്ചരിക്കാൻ തുടങ്ങുകയും ചെയ്തു.

മൃഗകോശങ്ങൾ

മൃഗം ആദ്യം പ്രത്യക്ഷപ്പെട്ടത് തോട്ടുവക്കത്തായിരുന്നു. കലങ്ങി മറിഞ്ഞു കിടന്ന തോട്ടുവെള്ളത്തിലേക്ക് ഉറ്റുനോക്കി ഒരുപാടുനേരം മൃഗം ഒരേ നില്പു തന്നെനിന്നു. ഉച്ചവെയിലിൽ തളർന്നു കിടന്ന കൊന്ന മരച്ചില്ലകളെയും ആ ചില്ലകൾക്കിടയിൽ തളർന്നുറങ്ങിയ കാറ്റിനെയും മൃഗം അറിഞ്ഞതായി പോലും നടിച്ചില്ല. കലക്കവെള്ളത്തിലൂടെ നീന്തി നടന്ന കൊച്ചു പരൽ മീനുകൾ മൃഗത്തിന്റെ കണ്ണുകളിൽനിന്ന് ഓടിയൊളിക്കാൻ വെള്ളത്തിനടിയിലേക്ക് ഊളിയിടുകയും അടിയിൽ ചെന്ന് മുകളിലേക്ക് കണ്ണുതുറന്ന് നിശ്ശബ്ദം നീന്തി നടക്കുകയും ചെയ്തു. ആ മൃഗത്തിനെ കണ്ട മനുഷ്യൻ എന്ന ഖ്യാതി ലഭിച്ചത് തെരുവോരത്ത് പച്ചക്കറി നിരത്തി വില്ക്കാൻ ഇരിക്കുന്ന ഒറ്റക്കണ്ണൻ ഔസേപ്പിനാണ്. ഔസേപ്പ് തന്റെ ഒറ്റക്കണ്ണിലൂടെ മൃഗത്തെ കണ്ട ആദ്യ നിമിഷത്തിൽ വല്ലാതെ ഞെട്ടുകയും കൈയിലിരുന്ന തോർത്തും സോപ്പും അറിയാതെ തറയിൽ വീണ്, നിശ്ചലനായി നില്ക്കുകയും ചെയ്തു.

മൃഗം അയാൾക്ക് മുമ്പിൽ ഒരു ചലനമറ്റ ചിത്രമായി ദൂരെ നിശ്ശബ്ദം തോട്ടുവെള്ളത്തിലേക്ക് ഉറ്റു നോക്കുകയായിരുന്നു. ഉച്ചവെയിലിൽ തോട്ടുവെള്ളത്തിലെ കലക്കലിലൂടെ തുഴഞ്ഞ് തുഴഞ്ഞ് നീന്താറുള്ള ഔസേപ്പിൽ ഭയത്തിന്റെ ഒരു അഗ്നി പൂക്കാൻ തുടങ്ങുകയും അയാൾ വെള്ളത്തിലേക്ക് ചാഞ്ഞുനിന്ന കൊന്നമരത്തിന്റെ മറവിലേക്ക് ചുരുണ്ട് നില്ക്കുകയും ചെയ്തു. കൊന്നമരച്ചില്ലകളിൽനിന്ന് എപ്പോഴൊക്കെയോ നിസ്സഹായരായ പൂക്കൾ നിശ്ശബ്ദതയോടെ തോട്ടുവെള്ളത്തിലെ കലക്കലിലേക്ക് വീഴുകയും വെള്ളത്തിനു മുകളിലൂടെ ഒഴുകി നടക്കാൻ തുടങ്ങുകയും ചെയ്തു. ഔസേപ്പിന്റെ ഒറ്റക്കണ്ണിലൂടെ മൃഗം വല്ലാതെ വളർന്നു വളർന്നു വലുതാവുകയായിരുന്നു. കൂർത്ത മുഖവും തിളങ്ങുന്ന കണ്ണുകളും നീണ്ടു

കൂർത്ത കൊമ്പുകളുമുള്ള മൃഗത്തിന് നീണ്ട ഉടലും ബലിഷ്ഠങ്ങളായ കാലുകളും ഉള്ളതായി ഔസേപ്പ് കണ്ടു. വെള്ളത്തിലേക്ക് തന്നെ ദൃഷ്ടിയൂന്നിനിന്ന മൃഗത്തിന്റെ കണ്ണുകളിൽനിന്ന് ചിലപ്പോൾ തീപ്പൊരി പറക്കുന്നതായോ ചിലപ്പോൾ കണ്ണുനീർത്തുള്ളികൾ അടർന്നുവീഴുന്നതായോ ഔസേപ്പിനു തോന്നി. അയാളപ്പോൾ കൊന്നമരത്തിന്റെ വരണ്ട തൊലിമടക്കുകൾക്കിടയിലൂടെ ഇഴഞ്ഞുനീങ്ങുന്ന കുഞ്ഞനുറുമ്പുകളെ കൈയിലിട്ട് കശക്കി കശക്കി കൊല്ലുകയായിരുന്നു.

തെരുവിന്റെ ഓരത്ത് നിരത്തിയിട്ടിരിക്കുന്ന പച്ചക്കറികളെയും അസഹിഷ്ണുതയോടെ അതിനു കാവലിരിക്കുന്ന മകനെയും എപ്പോഴോ ഓർത്ത ഔസേപ്പ് കുളി ഉപേക്ഷിച്ച് മൃഗത്തിന്റെ ദൃഷ്ടിയിൽപെടാതെ തോട്ടുവക്കിൽ നിന്ന് മുകളിലേക്ക് നീണ്ടുകിടക്കുന്ന റോഡിലേക്ക് ഇഴഞ്ഞു നീങ്ങുകയും തെരുവിന്റെ ഓരത്തേക്ക് വലിച്ചോരോട്ടം വച്ചുകൊടുക്കുകയും ചെയ്തു. ആ ഓട്ടത്തിനിടയിലെല്ലാം അയാളുടെ ഒറ്റക്കണ്ണിനു മുന്നിൽ മൃഗത്തിന്റെ അഗ്നി ജ്വലിക്കുന്നതും, അതേ സമയം കണ്ണുനീർ വാർക്കുന്നതുമായ കണ്ണുകളായിരുന്നു. പക്ഷേ, സായാഹ്നത്തിൽ തെരുവ് സജീവമാവുകയും തെരുവ് ചന്തസാധനങ്ങൾ വാങ്ങാൻ വന്നവരെകൊണ്ട് നിറയുകയും ചെയ്തപ്പോൾ അയാൾ പച്ചക്കറി വില്പനയിലേക്ക് കൂപ്പുകുത്തുകയും മൃഗത്തെയും മൃഗത്തിന്റെ കണ്ണുകളെയും മറക്കുകയും ചെയ്തു. ആകാശം ആർഭാടത്തോടെ വെയിൽ പൊഴിക്കുകയും തിളച്ച വെയിലിനുശേഷം നനവാർന്ന ആലസ്യത്തിന്റേതായ മറ്റൊരു സന്ധ്യ കടന്നുവരികയും ചെയ്തപ്പോൾ അയാൾ പതിവുപോലെ ബാക്കി വന്ന പച്ചക്കറികളെല്ലാം വേർതിരിച്ചു ചാക്കുകളിൽ നിറയ്ക്കുകയും അവയെല്ലാം കുടുസ്സായ ഒറ്റമുറിക്കടയിലേക്ക് തിരികെ നിക്ഷേപിക്കുകയും ചെയ്തു. അപ്പോഴും സന്ധ്യ കെട്ടടങ്ങിയിരുന്നില്ല. മാഞ്ഞുപോകുന്ന അന്തിവെളിച്ചത്തിലൂടെ ക്ഷീണിച്ച കാലുകളുമായി അയാളെപ്പോഴോ കുഞ്ഞച്ചന്റെ കള്ളുഷാപ്പിലേക്ക് തിരിക്കുകയും ചെയ്തു. അപ്പോഴും അയാൾ സഹായത്തിന് കൂടെ നിർത്തുന്ന മകനെക്കുറിച്ചോർക്കുകയോ അവൻ എപ്പോൾ വീട്ടിലേക്ക് മടങ്ങിയെന്ന് തിരക്കുകയോ ചെയ്തില്ല. മീൻ ചെതുമ്പലിന്റെ മണമുള്ള മുഷിഞ്ഞ നോട്ടുകൾ അടുക്കിപ്പെറുക്കി കീശയിലേക്ക് തിരുകുമ്പോഴായിരുന്നു അയാളുടെ മനസ്സിലേക്ക് പെട്ടെന്ന് മൃഗം കടന്നുവന്നത്. ഉച്ചവെയിലിൽ തളർന്നുകിടക്കുന്ന തോട്ടിറമ്പും തോട്ടിലെ കലക്കവെള്ളവും ആ കലക്കവെള്ളത്തിലേക്ക് ദൃഷ്ടിയൂന്നി നില്ക്കുന്ന മൃഗവും ഒരു നിശ്ചല ചിത്രംപോലെ മനസ്സിലേക്ക് ഓടിയെത്തിയപ്പോൾ ഔസേപ്പിന്റെ ഉള്ളിൽ കിടന്ന കള്ള് അറിയാതൊന്നു ഉയർന്നുവരികയും വായ്ക്കുള്ളിൽ കള്ളിന്റെ പുളിച്ച രസം വന്നു നിറയുകയും ചെയ്തു. അപ്പോഴെല്ലാം അയാൾ ഉറക്കെ ആരോടെല്ലാമോ പറഞ്ഞു, മൃഗത്തെക്കുറിച്ച്, മൃഗത്തിന്റെ കണ്ണുകളെക്കുറിച്ച്, മൃഗത്തിന്റെ കടും ചാരനിറത്തെക്കുറിച്ച്, അപ്പോൾ മദ്യപാനികൾ മാത്രം നടന്നു നീങ്ങിയിരുന്ന ഇടവഴികളിൽ അയാളുടെ

ഒച്ച വെറുമൊരു മദ്യപാനിയുടെ ജല്പനങ്ങളായി എവിടെയൊക്കെയോ ഒഴുകിപ്പരന്നു. അപ്പോഴും ഇരുളിലൂടെ അയാൾ നടന്നു കൊണ്ടേയിരുന്നു.

മകൻ എപ്പോഴോ ഔസേപ്പിനെ കൂടാതെ തെരുവിൽനിന്ന് വീട്ടിലേക്ക് പുറപ്പെട്ടിരുന്നു. തന്ത അറിയാതെ ചൂണ്ടിയെടുത്ത മുഷിഞ്ഞ നോട്ടും കൊണ്ട് കറിയാച്ചന്റെ കടയിൽ കയറുകയും തണുത്തു വിറങ്ങലിച്ചിരുന്ന പരിപ്പുവടയും ചായയും കുടിച്ച ശേഷം ഒരു സിഗററ്റും പുകച്ച് അന്തിവെട്ടം മാഞ്ഞുതുടങ്ങിയ ഇടവഴികളിലൂടെ നടക്കുകയും ചെയ്തു. സിഗററ്റ് പുക മുകളിലേക്ക് ഊതി ഊതി വിടുമ്പോൾ ചെറുക്കൻ അറിയാതെ പോലും ഒരിക്കലെങ്കിലും, മദ്യത്തിലൂടെ നടക്കുന്ന ഔസേപ്പിനെ ഓർക്കുകയോ അയാളെ തേടിച്ചെല്ലുകയോ ചെയ്തില്ല. ഔസേപ്പ് കയറി വരാൻ ഇടയില്ലാത്ത ഇടവഴികളിലെ ഇരുട്ടിലൂടെ ചെറുക്കൻ എപ്പോഴോ കുന്നിൽ ചെരുവിലെ ഒറ്റപ്പെട്ട വീട്ടിലേക്ക് കയറിച്ചെല്ലുകയും നേരെ അടുക്കളയിലേക്ക് കയറിച്ചെന്ന് മീൻ കഴുകിക്കൊണ്ടിരുന്ന തള്ളയോട് കയർത്ത് എന്തോ പറയുകയും ചെയ്തു.

“മീൻ കഴുകാൻ കിട്ടിയ സമയം. കുറച്ചു വെള്ളം കൂടി ഒഴിച്ചുതരില്ല. തള്ളയാണു പോലും തള്ള.”

മീശ കിളിർത്തു തുടങ്ങിയ ചെറുക്കന്റെ മുഖത്ത് കോപം കൊണ്ട് വിയർപ്പ് പൊടിയുകയും അല്പം വളഞ്ഞ മൂക്ക് നിന്നുവിറയ്ക്കുകയും ചെയ്തു. ചെറുക്കന്റെ ഉച്ചത്തിലുള്ള ശകാരം കേട്ട് കത്രീന എന്ന തള്ള നുറുക്കിക്കൊണ്ടിരുന്ന മീൻ ചട്ടിയിലേക്ക് തന്നെ തിരികെ ഇട്ട്, ഉടുത്തിരുന്ന മുഷിഞ്ഞു നാറിയ കൈലിയിലേക്ക് കൈയും തുടച്ച് ചെറുക്കന് കുടിക്കാൻ വെള്ളം ഒഴിച്ചുകൊടുക്കുകയും അവനെ ഉറക്കെ ശകാരിക്കുകയും ചെയ്തു.

“ഗുണം പിടിക്കില്ലെടാ ഗുണം. നീയും നിന്റെ തന്തയെപ്പോലെ തന്നെയേ ആവുള്ളൂ. കിട്ടുന്നത് മുഴുവൻ നശിപ്പിച്ച്...” തള്ള പിന്നെ എന്തൊക്കെ പുലഭ്യം പറയുന്നെന്ന് ശ്രദ്ധിക്കാതെ ചെറുക്കൻ മീൻ നാറ്റം അടിക്കുന്ന വെള്ളം മോന്തിക്കുടിക്കുകയും വീടിന്റെ പിറകുവശത്തെ വരാന്തയുടെ അരഭിത്തിയിൽ കയറിയിരുന്ന് പുറത്തെ ഇരുട്ടിലേക്ക് തുറിച്ചു നോക്കിക്കൊണ്ട് മറ്റൊരു സിഗററ്റിനു കൂടി തീ കൊളുത്തുകയും ചെയ്തു. അതിന്റെ പുകച്ചുരുളുകൾ മുകളിലേക്ക് ഊതിവിട്ട് ഗൂഢമായി ആനന്ദിക്കുമ്പോൾ ചെറുക്കൻ മീനിന്റെ നാറ്റം അടിച്ച വെള്ളത്തെ മറക്കുന്നുണ്ടായിരുന്നു.

രാത്രി ഒരുപാട് കനക്കുകയും ഇരുട്ട് സർവ്വശക്തിയോടുംകൂടി ഭൂമിയെ ആലിംഗനം ചെയ്യുകയും ചെയ്തപ്പോഴാണ് ചെറുക്കന്റെ മനസ്സിലൂടെ എപ്പോഴോ ഒരു കൊള്ളിയാൻ ആഞ്ഞുവീശിയത്. ഒസേപ്പ് എന്ന അപ്പൻ ചന്തയിൽ വച്ച് ഏതോ മൃഗത്തെക്കുറിച്ച് പറഞ്ഞതായിരുന്നു ചെറുക്കന്റെ മനസ്സിലൂടെ മിന്നലായി വീശിയത്. അപ്പോഴവന് അത്ര ശ്രദ്ധിക്കാൻ തോന്നിയില്ല. ഉച്ചവെയിലിലെ തളർച്ചയിലൂടെ തോർത്തും സോപ്പുമെടുത്ത്

പതിവുപോലെ അപ്പൻ തോട്ടുവെള്ളത്തിൽ കുളിക്കാൻ പോയതും അല്പം കഴിഞ്ഞ് ഓടിക്കിതച്ച് പാഞ്ഞെത്തിയതും ചെറുക്കന്റെ മനസ്സിലൂടെ മിന്നിലായി തെളിഞ്ഞു. പച്ചക്കറികൾക്കുവേണ്ടി കാശും നീട്ടി മുന്നിൽ നില്ക്കുന്ന പെണ്ണുങ്ങളുടെ കൂട്ടമായിരുന്നു ചെറുക്കന്റെ മുന്നിലപ്പോൾ. ഫാക്ടറിയിൽനിന്ന് കൂട്ടത്തോടെ കലപില പറഞ്ഞെത്തിയ പെണ്ണുങ്ങൾ ഔസേപ്പിന്റെ പച്ചക്കറികൾക്കു മുന്നിൽ തള്ളുകൂടുകയും ചെറുക്കൻ അവരോടെല്ലാം ഒന്നും രണ്ടും തമാശ പറഞ്ഞ്, അപ്പനോടൊപ്പം അവർക്ക് പച്ചക്കറികൾ പൊതിഞ്ഞുകൊടുക്കുകയും ചെയ്തു. അപ്പോൾ ആയിരുന്നു ഔസേപ്പ് തോട്ടുവക്കത്തെ മൃഗത്തെക്കുറിച്ച് വർണ്ണിച്ചു പറഞ്ഞതും ചെറുക്കൻ അത് അരച്ചെവികൊണ്ട് കേട്ടശേഷം മുന്നിൽ നില്ക്കുന്ന മുഷിഞ്ഞ പെണ്ണുങ്ങളെ നോക്കി വഷളൻ ചിരി ചിരിക്കുകയും ചെയ്തു.

"നിന്റെ തന്ത എവിടെപ്പോയി തുലഞ്ഞെടാ? ഇന്നിങ്ങോട്ട് കയറി വരത്തില്ലേ.... ഷാപ്പിൽ തന്നെയാണോ?" കത്രീന എന്ന തള്ള അവനോടായി നേരിട്ടല്ലാതെ തന്നെ എവിടെയോ നോക്കി പുലമ്പുകയും അടുപ്പിലിരുന്ന് തിളച്ചുകൊണ്ടിരുന്ന മീൻകറിയുടെ ചട്ടി കൈത്തടയില്ലാതെ തന്നെ അടുപ്പിൽനിന്ന് താഴത്ത് ഇറക്കി വയ്ക്കുകയും ചെയ്തു. അപ്പോഴവരുടെ നെറ്റിത്തടത്തിൽനിന്ന്, മൂക്കിൻതുമ്പിൽനിന്ന് കവിളുകളിൽനിന്ന് അഴുക്ക് കലർന്ന വിയർപ്പുവെള്ളം താഴോട്ടു ചാലുവച്ചൊഴുകുകയായിരുന്നു. അവരത് ഉടുത്തിരുന്ന മുഷിഞ്ഞ കൈലിമുണ്ടിന്റെ കോന്തല പൊക്കി ആഞ്ഞു തുടയ്ക്കുകയും അടുപ്പിലെ കെട്ടു തുടങ്ങുന്ന തീക്കനലുകളെ നോക്കി അമർഷത്തോടെ എന്തോ പുലമ്പുകയും ചെയ്തു.

ചെറുക്കൻ ഉടുത്തിരിക്കുന്ന കൈലിമുണ്ട് ഒന്നുകൂടി മുറുക്കിയുടുത്ത് പെൻടോർച്ചുമെടുത്ത് വീടിന്റെ പിറകുവശത്തെ ഇടവഴിയിൽക്കൂടി തോട്ടുവക്കിനെ ലക്ഷ്യമാക്കി നടക്കാൻ തുടങ്ങിയപ്പോഴേക്കും ആകാശം അറിയാതെ ഗർജ്ജിച്ചു തുടങ്ങിയിരുന്നു. ചെറുക്കന്റെ മുന്നിലൂടെ അപ്പോൾ മിന്നി മറഞ്ഞത് ഔസേപ്പ് എന്ന അപ്പന് പകരം തോട്ടുവക്കത്തെവിടെയോ നിശ്ചലമായി നില്ക്കുന്ന ഏതോ ഒരു അജ്ഞാത മൃഗമായിരുന്നു. നിരന്നു കിടന്നിരുന്ന പച്ചക്കറികൾക്കു മുമ്പിലിരുന്ന് അപ്പൻ പറഞ്ഞത് എന്തൊക്കെയോ ചെറുക്കൻ ഓർക്കാൻ ശ്രമിച്ചു. കൂർത്ത മുഖം, തിളങ്ങുന്ന കണ്ണുകൾ, നീണ്ടുകൂർത്ത കൊമ്പുകൾ, തടിച്ചു കൊഴുത്ത നീണ്ട ശരീരവും ബലിഷ്ഠങ്ങളായ കൈകാലുകളും. ചെറുക്കന്റെ സിഗററ്റുകറ പുരണ്ട ചുണ്ടിലൂടെ ഒരു ഗൂഢചിരി എപ്പോഴോ മിന്നിമറയുന്നുണ്ടായിരുന്നു. ഇരുട്ടിലൂടെ തപ്പിത്തടഞ്ഞ് മലഞ്ചെരിവ് ഇറങ്ങി തോട്ടുവക്കിലേക്ക് നടക്കുമ്പോൾ ചെറുക്കന്റെ കൈലിമടക്കിൽ കിടന്ന് കൂർത്ത കത്തി മിന്നിത്തിളങ്ങി. ചെറുക്കൻ ഇരുളിലൂടെ തന്നെ നടക്കുകയായിരുന്നു. ചുണ്ടുകളിലെപ്പോഴോ മാംസത്തിന്റെ രുചി നിറയുകയും ചെറുക്കൻ വീണ്ടും ഗൂഢമായി പുഞ്ചിരിക്കുകയും ചെയ്തു.

മദ്യം തലച്ചോറിലൂടെ വീണ്ടും വീണ്ടും വിപ്ലവം സൃഷ്ടിച്ചപ്പോൾ

ഔസേപ്പ് എന്ന അപ്പൻ ഇരുട്ടിനെ മറക്കുകയും തകർത്തു പെയ്തു തുടങ്ങിയ മഴയിലൂടെ തന്നെ ആനന്ദ നൃത്തത്തോടെ മുന്നോട്ടു നീങ്ങുകയും ചെയ്തു. മദ്യത്തിന്റെ ആത്യന്തിക ലഹരിയിൽ തന്നെ മൃഗം അയാൾക്കു മുന്നിൽ വന്നു നിറയുന്നതായും അയാൾക്കു നേരെ കൂർത്ത കൊമ്പുകളുമായി പാഞ്ഞടുക്കുന്നതായും ഔസേപ്പ് അറിഞ്ഞു. അപ്പോഴെല്ലാം അയാൾ പച്ചതെറിയഭിഷേകത്തോടെ മൃഗത്തിന്റെ ഓർമ്മകളെ നേരിടുകയും ഉറക്കെ ആക്രോശിക്കുകയും ചെയ്തു.

“എടാ കള്ളക്കഴുവേറി പന്ന മൃഗമേ.... നിന്നോടാരു പറഞ്ഞെടാ എന്റെ തോട്ടുവക്കിൽ വന്നു നില്ക്കാൻ. നീയാര്, പരമശിവന്റെ കാളയോ? യമന്റെ പോത്തോ? നീ കാരണം എന്റെ ഉച്ചക്കുളി ഇന്ന് മുടങ്ങിയില്ലിയോടാ. ആ കലക്കവെള്ളത്തിൽ നിനക്കെന്തു കാര്യമാടാ.... നിന്നെയിന്നു കൊന്നിട്ടുതന്നെ.” ഔസേപ്പിന്റെ അമറലുകൾ എവിടെയൊക്കെയോ കെട്ടിമറിയുകയും തോട്ടരികിലെ ചെറിയ ചെളിക്കുണ്ടിലേക്ക് അയാളുടെ കാലുകൾ പുതഞ്ഞുപോകാൻ തുടങ്ങുകയും ചെയ്തു. പക്ഷേ, വളരെ വിദഗ്ദ്ധമായി ആ വീഴ്ചയിൽനിന്ന് അയാൾക്ക് കാലൂരാനും പഴയതുപോലെ മുന്നിലെ മൃഗത്തെ നോക്കി വേച്ചുവേച്ചു നടക്കാനും കഴിഞ്ഞു.

മഴയുടെ ആരവം എപ്പോഴോ ഒന്നു കുറയുകയും മരച്ചില്ലകൾ ശാന്തമാകാൻ തുടങ്ങുകയും ചെയ്തപ്പോഴാണ് ഔസേപ്പിന്റെ തലച്ചോറിൽ ഒരു കൊടുങ്കാറ്റ് പോലെ ചെറുക്കന്റെ ഓർമ്മ ആഞ്ഞുവീശിയത്. അയാൾ അതിവേഗം തോട്ടുവക്കിലൂടെ നീങ്ങുകയും തെളിയാൻ തുടങ്ങുന്ന നിലാവെളിച്ചത്തിലൂടെ അകലെ നില്ക്കുന്ന മൃഗത്തെ കാണുകയും ചെയ്തു. നിശ്ചലമായ ഒരു പ്രതിമ കണക്കെ മഴയിൽ നനഞ്ഞു കുതിർന്ന് ഇപ്പോഴും തോട്ടുവെള്ളത്തിലേക്ക് തന്നെ ദൃഷ്ടിയൂന്നി നില്ക്കുന്ന മൃഗത്തിന്റെ കണ്ണുകളിൽ അഗ്നി ജ്വലിക്കുന്നതായും ആ അഗ്നി തന്നെ വലയം ചെയ്യാൻ പാഞ്ഞുവരുന്നതായും അയാൾക്കു തോന്നി. അടുത്ത നിമിഷത്തിൽ തന്നെ ഉള്ള നിലാവെളിച്ചം അപ്പാടെ പൊലിഞ്ഞു പോവുകയും പ്രപഞ്ചത്തിലെ ഏക വെളിച്ചത്തിന്റെ തരിയായി മൃഗത്തിന്റെ കണ്ണുകളിലെ തീജ്വാല നിശ്ശബ്ദം നിന്നു ജ്വലിക്കുകയും ചെയ്തു. അയാളുടെ മൂക്കിലേക്ക് എന്തിന്റെയൊക്കെയോ ഗന്ധം തുളച്ചുകയറാൻ തുടങ്ങുന്നുണ്ടായിരുന്നു. പാലമരച്ചോടുകളിലെ പൊത്തുകളിൽനിന്ന് നത്തുകൾ മൂളാൻ തുടങ്ങുകയും അയാൾ അതവഗണിച്ച് മൃഗത്തിന്റെ അരികിലേക്ക് നടന്നടുക്കാൻ ശ്രമിക്കുകയും ചെയ്തു. അയാളുടെ ഒറ്റക്കണ്ണിനു മുമ്പിൽ മൃഗത്തിന്റെ കണ്ണുകളിലെ തീജ്വാല നിശ്ശബ്ദം ജ്വലിക്കുകയായിരുന്നു. ആ വെളിച്ചത്തിലേക്ക് തന്നെ അയാളുടെ കാലുകൾ അനായാസം ചലിച്ചു നീങ്ങി. ഓരോ ചുവടുവയ്പിലും അയാളുടെ കാലുകൾക്ക് ഒരു മൃഗീയത വരികയും അയാൾ അതിവേഗം മുന്നോട്ട് പോവുകയും ചെയ്തു. അയാളപ്പോൾ മദ്യത്തെ മറന്നു തുടങ്ങിയിരുന്നു. തെരുവിലെ പച്ചക്കറികളെ മറന്നു തുടങ്ങിയിരുന്നു, കുടുസ്സായ ഒറ്റമുറിയിൽ ചീഞ്ഞു നാറാൻ തുടങ്ങിയ തക്കാളി പഴങ്ങളുടെയും കാബേജിന്റെയും അവിഞ്ഞ ഗന്ധത്തെയും മറന്നു തുടങ്ങി

യിരുന്നു. മലഞ്ചെരിവിലെ ഒറ്റപ്പെട്ട തന്റെ കൊച്ചുവീടും കത്രീനയെന്ന ഭാര്യയും തലതിരിഞ്ഞു നടക്കുന്ന തന്റെ ഒരേയൊരു മകനും അയാളുടെ ഓർമ്മകളിൽ നിന്ന് മാഞ്ഞുപോവുകയും തോട്ടുവക്കിലെ മൃഗരൂപം മാത്രം അയാളുടെ തലച്ചോറിലും നാഡികളിലും ഹൃദയത്തിലും ഒരേ കോശങ്ങളിലും വന്നു നിറയുകയും ചെയ്തു. അയാളപ്പോൾ മൃഗതൃഷ്ണയിലൂടെ നടന്ന്, മൃഗചിന്തകളിലൂടെ ചിന്തിച്ച് മൃഗത്തിലേക്ക് തന്നെ നടന്നടുക്കുകയായിരുന്നു. അപ്പോഴും ഔസേപ്പിന്റെ ഒറ്റക്കണ്ണിനു മുന്നിൽ കണ്ണുകളിലെ തീജ്വാലയുമായി ഇരുട്ടിലെ മൃഗം നിറഞ്ഞു നിന്നു. പക്ഷേ, എപ്പോഴോ മൃഗത്തിന്റെ കണ്ണുകൾ നിറയുന്നതായോ അവയിൽനിന്ന് നീർത്തുള്ളികൾ താഴോട്ടു ഒഴുകുന്നതായോ അയാൾക്ക് തോന്നി.

മൃഗം എപ്പോഴോ ഒന്നു മുരളാൻ തുടങ്ങുകയും അത് നിശ്ചലതയിൽ നിന്ന് ഔസേപ്പിന്റെ അരികിലേക്ക് നടക്കാൻ തുടങ്ങുകയും ചെയ്തു. മഴയ്ക്കു ശേഷമുള്ള നിലാവെളിച്ചത്തിൽ മൃഗത്തിന്റെ കൂർത്ത മുഖത്ത്, തിളങ്ങുന്ന കണ്ണുകളിൽ, കൂർത്ത കൊമ്പിൽ – കാരുണ്യം വന്നു നിറയുന്നതായോ ഔസേപ്പിന്റെ മുഖത്തേക്ക് അത് സ്നേഹപൂർവ്വം നോക്കുന്നതായോ അയാൾക്കു തോന്നി. തോട്ടിലെ കലക്കവെള്ളം മഴയിൽ ഒന്നുകൂടി കലങ്ങിമറിയുകയും കൊച്ചു പരൽ മീനുകൾ വെള്ളത്തിന്റെ ആഴത്തിലേക്ക് ഊളിയിട്ട് മറയുകയും ചെയ്തു കൊണ്ടിരുന്നു. തോട്ടുവക്കിലെ കൊന്നമരച്ചില്ലകളിൽ കാറ്റ് യഥേഷ്ടം വീശാൻ തുടങ്ങുകയും കൊന്ന മരത്തിന്റെ വരണ്ട തൊലിമടക്കുകൾക്കിടയിലൂടെ കുഞ്ഞെറുമ്പുകൾ അങ്ങോട്ടുമിങ്ങോട്ടും വെറുതെ ഉലാത്തുകയും ചെയ്തു. ഔസേപ്പ് അപ്പോൾ മൃഗത്തിന്റെ കാരുണ്യ വെളിച്ചത്തിൽ അലിഞ്ഞ് അലിഞ്ഞ് അയാൾ പോലുമറിയാതെ അയാളിലേക്ക് മൃഗകോശങ്ങൾ വന്നു നിറയുകയായിരുന്നു. തോട്ടു വെള്ളത്തിലെ കലങ്ങൽ എപ്പോഴോ തെളിയാൻ തുടങ്ങുകയും ഔസേപ്പിന്റെ ഒറ്റക്കണ്ണിലൂടെ കലക്കവെള്ളം തെളിഞ്ഞ് തെളിഞ്ഞ് ഒഴുകാൻ തുടങ്ങുകയും ചെയ്തു. അപ്പോഴും പരൽ മീനുകൾ വെള്ളത്തിന്റെ ആഴത്തിൽ നിന്ന് മുകളിലെ തെളിഞ്ഞ വെള്ളത്തിലേക്ക് നീന്തിവരുകയും മഴ തോർന്ന ആകാശത്ത് തെളിഞ്ഞു തുടങ്ങിയ നക്ഷത്രങ്ങളെ നോക്കി അവ കണ്ണുചിമ്മുകയും ചെയ്തു.

പെയ്തിറങ്ങിയ നിലാവെളിച്ചത്തിലൂടെ തോട്ടുവരമ്പത്തുകൂടി മറ്റൊരു സിഗററ്റിനുകൂടി തീ കൊളുത്തി മൃഗത്തെ തേടിയിറങ്ങിയ ചെറുക്കന് അകലെ വച്ചു തന്നെ കൊന്നമരച്ചില്ലകളിൽ കാറ്റ് യഥേഷ്ടം ആഞ്ഞു വീശുന്നതായും ആ കാറ്റിലൂടെ കൊഴിഞ്ഞു വീണുകൊണ്ടിരുന്ന കൊന്നപ്പൂക്കളുടെ ഗന്ധം തോട്ടുവക്കിൽ മുഴുവൻ നിറയുന്നതായും തോന്നിയിരുന്നു. നിലാവിന്റെ വെളിച്ചത്തിൽ പ്രതിമ കണക്കെ നില്ക്കുന്ന മൃഗത്തിന്റെയരികിലേക്ക് ചെറുക്കൻ അതിവേഗം നടക്കുകയും കൈലി മടക്കിലെ കത്തിയിലേക്ക് അറിയാതെ വിരലുകൾ ഉടക്കുകയും ചെയ്തു.

മൂക്കിലേക്ക് തുളച്ചുകയറിയ രൂക്ഷഗന്ധത്തിലൂടെ ചെറുക്കൻ എപ്പോഴോ അറിഞ്ഞു മൃഗത്തിന് മുഖമില്ലായിരുന്നുവെന്ന്, മൃഗത്തിന്

കണ്ണുകൾ ഇല്ലായിരുന്നുവെന്ന്. മൃഗത്തിന്റെ നീണ്ടു തടിച്ച ശരീരത്തിൽ എപ്പോഴോ ഔസേപ്പ് എന്ന തന്റെ അപ്പന്റെ മുഖം വന്നു നിറയുന്നതായോ മൃഗം ഔസേപ്പിന്റെ ശബ്ദത്തിൽ എന്തോ പറയാൻ തുടങ്ങുന്നതായോ തോന്നി. ശരീരം നിറയെ കുത്തിയൊലിച്ച വിയർപ്പുമായി ചെറുക്കൻ അതിവേഗം ഓടുകയായിരുന്നു. തോട്ടിറമ്പുകളിലൂടെ തെങ്ങിൻ തോപ്പുകളിലൂടെ മലഞ്ചെരുവുകളൂടെ — മൃഗത്തിന്റെ സ്വരം ചെറുക്കൻ വീണ്ടും വീണ്ടും കേൾക്കുകയും മടിക്കുത്തിലെ കത്തിയിൽ നിന്ന് അറിയാതെ രക്തത്തുള്ളികൾ ഇറ്റിറ്റു വീഴാൻ തുടങ്ങുകയും ചെയ്തിരുന്നു.

മലഞ്ചെരുവിലെ ഒറ്റപ്പെട്ട വീട്ടിലിരുന്ന് കത്രീനാ എന്ന ചെറുക്കന്റെ അമ്മ മീൻകറി ഒന്നുകൂടി തിളപ്പിച്ച് ഇറക്കിവയ്ക്കുകയും ഔസേപ്പിനും ചെറുക്കനും വേണ്ടി പാത്രത്തിൽ അത്താഴം വിളമ്പി അകലെ ഇരുളിലേക്ക് നോക്കി ഇരിക്കുകയും ചെയ്തു. അപ്പോഴും ഔസേപ്പിലൂടെ മൃഗകോശങ്ങൾ നിറഞ്ഞു കവിയുകയോ അയാളിലേക്ക് കൂർത്ത കൊമ്പുകളും ജ്വലിക്കുന്ന കണ്ണുകളും ബലിഷ്ഠങ്ങളായ കൈകാലുകളും നീണ്ട ഉടലും ജനിച്ചു തുടങ്ങുകയോ ചെയ്തിരുന്നു.

പ്രപഞ്ചാക്ഷരങ്ങൾ

ആകാശപ്പരപ്പിലെവിടെയോ, മേഘങ്ങൾ പരസ്പരം ചൊല്ലി, പിന്നെ കിന്നരിച്ചു. ആയിരം സാന്ദ്രതയോടെ, ആയിരം നിർവൃതിയോടെ, മഴയായി പെയ്തിറങ്ങാൻ വീണ്ടും വീണ്ടും പെയ്തിറങ്ങാൻ, വീണ്ടും മുകളിലേക്ക് പറന്നുയരാൻ നീരാവി വെമ്പൽ കൂട്ടി. അവ കലപില ശബ്ദിച്ചു. മേഘക്കീറുകൾക്കുള്ളിൽനിന്ന് ഒരു ദേവത തലനീട്ടി. ആയിരം പുഷ്പങ്ങൾ തലയിലേറ്റിയ ദേവത പതിയെ മന്ത്രിച്ചു. അവസാനമില്ലാത്ത പ്രയാണങ്ങൾക്കാണ് ലോകം നില്ക്കുന്നത്; ഒന്നുമേ അവസാനിക്കാതിരിക്കുവാൻ. പിന്നെയും പിന്നെയും പൂക്കളും തളിരുകളും വിടരാൻ.

ദേവതയുടെ ചുണ്ടുകൾ ആർദ്രമായി....

അസ്തമനത്തിന്റെ തെന്നൽ അകലേക്ക് എവിടേക്കോ ഒഴുകിപ്പോയി. കാലം തുറന്ന പുസ്തകമാകുന്നു. ആയിരം ദേവതമാർ ആകാശച്ചുരുളുകളിൽ നിന്നിറങ്ങിവന്ന് ഭൂമിയുടെ മാറിൽ നൃത്തം ചവിട്ടുന്നു. കാറ്റും മഴയും പൂച്ചില്ലകളും ഗാനത്തിന്റെ സമുദ്രം തീർക്കുന്നു. ഗാനസമുദ്രങ്ങളിലെ വേലിയിറക്കമില്ല. വേലിയേറ്റങ്ങൾ മാത്രം.

പ്രപഞ്ചം ഒരു തെന്നലായി വീണ്ടും വീണ്ടും തെന്നലായി... അതിലൊരു പുഷ്പത്തിന്റെ ഭാരം പോലുമില്ലാതെ ഭൂമി.....

മണ്ണ്

ആകപ്പാടെ തന്റെ ശരീരത്തെയൊന്നു വീക്ഷിച്ചപ്പോൾ കുഞ്ഞാപ്പിക്ക് തന്നോടുതന്നെ വല്ലാത്ത പുച്ഛം തോന്നി. ഇത്രയും കോലംകെട്ട, യാതൊരു വടിവുമില്ലാത്ത ഒരു ശരീരവും ഏന്തിവലിച്ചുകൊണ്ടാണോ താനിത്ര നാൾ, എന്നുവച്ചാൽ ഈ അറുപത്തിയെട്ടു വർഷവും ജീവിച്ചുകൊണ്ടിരുന്നത്. ഒരിക്കൽ പോലും, ഈയൊരു നിമിഷത്തിന് തൊട്ടുമുമ്പിലുള്ള നിമിഷം വരെ കുഞ്ഞാപ്പി തന്റെ ശരീരത്തെക്കുറിച്ചോ, ശരീരത്തിന്റെ ആകാരവടിവിനെക്കുറിച്ചോ, അതിന്റെ ഭംഗിയെക്കുറിച്ചോ, ഭംഗികേടിനെക്കുറിച്ചോ അല്പംപോലും ചിന്തിച്ചിരുന്നില്ല. ചിന്തയുടെ ഈയൊരു നിമിഷം സൃഷ്ടിച്ചത് 'ചേച്ചാ'യെന്ന് കുഞ്ഞാപ്പി നീട്ടിവിളിക്കുന്ന, എന്തിനും ഏതിനും വിളിക്കാപ്പുറത്തുള്ള ഭാര്യയാണ്.

ഇളയമകൻ ബെന്നി ഖത്തറിൽനിന്ന് വന്നപ്പോൾ കൊണ്ടുവന്ന വിശേഷതരം മുന്തിയ വാസനതൈലം ദേഹം മുഴുവൻ പുരട്ടുവാൻ സ്നേഹപൂർവ്വം പറഞ്ഞത് ചേച്ചയാണ്. മുന്തിയ വാസനതൈലം പോയിട്ട് ഒരു തരം തൈലവും കുഞ്ഞാപ്പിക്ക് പരിചിതമായിരുന്നില്ല. അതുകൊണ്ട് തന്നെ ആദ്യം അല്പം മടിച്ചതുമാണ്. എങ്കിലും ചേച്ചാ വീണ്ടും വീണ്ടും നിർബ്ബന്ധിക്കുകയായിരുന്നു.

'നിങ്ങള് മനുഷ്യാ ആ കരടി ദേഹത്ത് ഇതൊന്ന് പുരട്ടി നോക്കിയേ, അപ്പോ അറിയാം അതിന്റെ സുഖം'. ഈ ലോകത്ത് താൻ അറിയാത്ത എന്തെല്ലാം സുഖങ്ങൾ ഉണ്ടായിരിക്കുമെന്ന് കുഞ്ഞാപ്പി അല്പം പോലും അന്നേരവും ചിന്തിച്ചില്ല. അല്ലെങ്കിൽതന്നെ സുഖങ്ങളെക്കുറിച്ച് ചിന്തിക്കാൻ കുഞ്ഞാപ്പിക്ക് എവിടെ സമയം. ഒരു ദിവസം തികയില്ല പറമ്പിലെ വാഴയെയും ചീനിയെയും ചേനയെയുമൊക്കെ പരിചരിക്കാൻ, അവയുടെ പച്ചപ്പുകളിലേക്ക് തന്റെ ഹൃദയം ചേർത്തു വയ്ക്കുവാൻ. അവയുടെ മൂട്ടിൽ

ചെന്നുനിന്ന് അവയോട് സല്ലപിക്കുന്നതായിരുന്നു കുഞ്ഞാപ്പിയുടെ എക്കാലത്തെയും സുഖം. അതിനിടെയിലൂടെത്തന്നെയാണ് ഭാര്യ ചേച്ചയുടെയും മക്കൾ അഞ്ചുപേരുടെയും കാര്യങ്ങൾ കുഞ്ഞാപ്പി അണുവിട ശ്രദ്ധവിടാതെ നോക്കിയിരുന്നത്. അതുകൊണ്ട് തന്നെയാണ് ചേച്ചാ നീട്ടിയ മുന്തിയ വാസനതൈലം വാങ്ങാൻ കുഞ്ഞാപ്പി മടിച്ചതും.

"നീയതു പിള്ളാർക്ക് തന്നെ കൊടുത്തേക്ക്. നമുക്കെന്തിനാ ഈ പെരുത്ത മണം. നമ്മുടെ മണമൊക്കെ മണ്ണിന്റെയല്ലേ." പക്ഷേ, ചേച്ചാ വീണ്ടും നിർബ്ബന്ധിക്കുകയായിരുന്നു. ബെന്നി ഖത്തറിൽനിന്ന് വന്നിട്ട് അന്ന് മൂന്ന് ദിവസങ്ങളേ ആയിരുന്നുള്ളൂ. ഉച്ചകഴിഞ്ഞാണ് ബെന്നി ഭാര്യ ലൂസിയയുടെ വീട്ടിലേക്ക് മക്കൾ രണ്ടുപേരും സഹിതം പോയത്. പോകാൻ നേരവും ബെന്നി ചേച്ചായോട് പറഞ്ഞത്രെ, "അപ്പച്ചനോട് പറയണേ ഈ തൈലം ദേഹം മുഴുവൻ പുരട്ടുവാൻ. വൃത്തികെട്ട ചെളിയുടെ നാറ്റമൊക്കെ മാറാൻ നല്ലതാണ്." ആദ്യം കേട്ടപ്പോൾ കുഞ്ഞാപ്പിക്ക് ആഞ്ഞുതുപ്പാനാണ് തോന്നിയത്. എന്നാണ് മണ്ണ് കുഴഞ്ഞ ചെളിക്ക് നാറ്റമായത്. ആ ചെളിയിൽ നിന്നുകൊണ്ടല്ലേ താനവനെ കരയിലേക്ക് കയറ്റി പറത്തിവിട്ടത്. ഖത്തറിലേക്ക്. എന്നിട്ടുമവനത് നാറ്റമായി. ചേച്ചയാണ് കുഞ്ഞാപ്പിയെ പറഞ്ഞു സമാധാനിപ്പിച്ചതും മനസ്സിലാക്കിച്ചതും.

"പുത്തൻ പിള്ളാരല്ലേ, അവർക്ക് അങ്ങനെയൊക്കെ തോന്നും, നമ്മളല്ലേ ക്ഷമിക്കേണ്ടത്? കുഞ്ഞാപ്പിക്കും അതിൽ കാര്യമുണ്ടെന്ന് തോന്നി. അതുകൊണ്ട് തന്നെയാണ് കുഞ്ഞാപ്പി മറുത്തൊന്നും പറയാതിരുന്നതും, വാസനാ തൈലം ദേഹത്ത് പുരട്ടാമെന്ന് കരുതിയതും. ഒന്നുമില്ലേലും അവൻ തന്റെ മകനല്ലേ. കടലിനക്കരെനിന്ന് അവൻ കൊണ്ടുവന്ന സാധനം വേണ്ടെന്ന് പറയുന്നത് തെറ്റല്ലേ. എങ്കിലും കുഞ്ഞാപ്പിക്ക് മനസ്സിന്റെ ഉള്ളിന്റെയുള്ളിൽ അറിയാമായിരുന്നു, അവൻ കൊണ്ടുവന്നു തന്ന മുന്തിയ വാസന തൈലത്തിന്റെ ഗന്ധത്തിനേക്കാൾ തനിക്കു പ്രിയം തന്റെ പ്രിയപ്പെട്ട മണ്ണിന്റെയും ചെളിയുടെയും തന്നെയാണെന്ന്.

ബെന്നി ഇളയമകനായതുകൊണ്ടും അവനോടല്പം പ്രിയം കൂടുതലുള്ളതുകൊണ്ടും ചേച്ചാ പറഞ്ഞത് അനുസരിക്കുകയായിരുന്നു. അല്ലെങ്കിൽതന്നെ മക്കളിൽ ബാക്കി നാലുപേരും, കുഞ്ഞാപ്പിയെ വിട്ടു കൂടുവിട്ടു പറന്നുപോയിട്ട് കാലമെത്രയായി. ക്രിസ്തുമസ്സിനോ, ഈസ്റ്ററിനോ മറ്റോ ഭാര്യയെയും മക്കളെയുംകൂട്ടി ഒന്നു വന്നെങ്കിലായി, അത്രതന്നെ. മൂന്ന് ആൺമക്കളും അങ്ങനെതന്നെ. ഒരുപക്ഷേ, മകൾ മേരി അങ്ങനെയല്ലെന്ന് കുഞ്ഞാപ്പി പലപ്പോഴും ചേച്ചായോട് പറഞ്ഞിട്ടുണ്ട്. നഗരത്തിലെ സ്കൂളിൽ ടീച്ചറായ മേരി അവധി ദിവസങ്ങളിലെല്ലാം മക്കളെയും കൂട്ടി, ഭർത്താവ് കൂടിയില്ലെങ്കിൽകൂടി കുഞ്ഞാപ്പിയെയും ചേച്ചായെയും കാണാൻ വരാറുണ്ട്. അതുകൊണ്ട് തന്നെ മണ്ണിൽ വിളയുന്ന വാഴക്കുലയും ചേനയും ചേമ്പും തേങ്ങയുമെല്ലാം കൂടുതൽ കുഞ്ഞാപ്പി കൊടുക്കുന്നതും മകൾ മേരിക്കു തന്നെ. മേരി പലപ്പോഴും ലാന്റ് ഫോണിൽ വിളിക്കുമ്പോൾ പറയാറുമുണ്ട്, സ്കൂളിലെ എച്ച് എമ്മിനും മറ്റു ടീച്ചേ

ഴ്സിനുമൊക്കെ അപ്പച്ചൻ കൊടുത്തയയ്ക്കുന്ന ഏത്തക്കയും ചേനയു മൊക്കെ ഒരുപാട് ഇഷ്ടമാണെന്ന്. ഇത്തരം നാടൻ സാധനങ്ങൾ ഇപ്പോൾ കിട്ടാനേയില്ലെന്ന്. അതുപറഞ്ഞപ്പോഴാണ് ഓർത്തത്, കുഞ്ഞാപ്പിക്ക് ബെന്നി ഒരു മൊബൈൽ ഫോൺ സമ്മാനിച്ചതും അതു കൈയോടെ കുഞ്ഞാപ്പി നിരസിച്ചതും. "എന്റെ പൊന്നു മോനെ ഈ കുന്ത്രാണ്ടമൊക്കെ ഞെക്കാൻ എനിക്കറിയാൻ മേല. നീയിത് നിന്റെ കൈയിൽ തന്നെ വച്ചോ." ബെന്നി പിന്നെ നിർബ്ബന്ധിച്ചില്ല. അതിനുശേഷമാണ് ബെന്നിയുടെ ഇളയ മകൻ നാലുവയസ്സുള്ള ജസ്റ്റിൻ അതും ഞെക്കി കളിച്ചുകൊണ്ടു നടക്കു ന്നത് കണ്ടത്. സത്യത്തിൽ കുഞ്ഞാപ്പിക്ക് അതിശയമായിരുന്നു എല്ലാം.

"കർത്താവിന്റെ ഓരോ കളിയേ, ഒന്നു ഞെക്കിയാൽ മതി, എന്തെല്ലാം കാര്യങ്ങളാ." ചേച്ചായ്ക്കും അതിശയമായിരുന്നു. എങ്കിലും ബെന്നി കൊടുത്ത മൊബൈൽ ഫോൺ അവൾ എങ്ങനെയൊക്കെയോ വിളി ക്കാൻ പഠിച്ചു. ബെന്നിയുടെ ഭാര്യ ലൂസിയ എന്തൊക്കെയോ പറഞ്ഞുമ നസ്സിലാക്കിച്ചശേഷം പ്രത്യേകം ഓർമ്മപ്പെടുത്തി. "അമ്മച്ചി ആവശ്യമി ല്ലാത്തതിലൊന്നും കേറി കുത്തരുതേ." കോള് വരുമ്പോൾ പച്ചയിൽ കുത്തി എടുക്കാൻ മാത്രം ലൂസിയ ചേച്ചായെ പഠിപ്പിച്ചു.

ഒറ്റത്തോർത്തുമുടുത്തു കുളിമുറിയിൽ നില്ക്കുന്ന കുഞ്ഞാപ്പിയിലൂടെ ചിന്തകൾ കാടുകയറുകയായിരുന്നു. ആ ഒരു നില്പിലാണ് കുഞ്ഞാപ്പി തന്റെ ശരീരത്തിന്റെ ആകെയൊരു പൊരുത്തമില്ലായ്മയെക്കുറിച്ച് ആദ്യ മായി ചിന്തിച്ചത്. ദേഹം മുഴുവൻ ആ തൈലം തേച്ചുപിടിപ്പിച്ച് മുക്കാൽ മണിക്കൂറിനുശേഷം ഇളം ചൂടുവെള്ളത്തിൽ കുളിക്കാനാണ് ബെന്നിയുടെ നിർദ്ദേശമെന്ന് കുഞ്ഞാപ്പിയോട് ചേച്ചാ പറഞ്ഞിരുന്നു. എന്റെ കർത്താവേ ഇതെന്തിരു പുകില്, മുക്കാൽ മണിക്കൂർ എന്നുവച്ചാൽ, ഒരു പറമ്പിലെ പത്തുതെങ്ങിനെങ്കിലും തടമെടുക്കാനുള്ള സമയം - താൻ ഒന്നും ചെയ്യാതെ തൈലവും തേച്ച് വെറുതെ കൈയും കാലുമിളക്കി അഭ്യാസം കാണിച്ച് നില്ക്കാനോ. അങ്ങനെതന്നെയാണ് ബെന്നി പറഞ്ഞിരിക്കുന്ന തും. ശരീരം മുഴുവൻ രക്തയോട്ടം നേരെയാവാനത്രെ. അല്ലെങ്കിൽ തന്നെ തന്റെ ശരീരത്തിലെ രക്തയോട്ടത്തിന് ഒരു കുഴപ്പവുമില്ലെന്ന് പറയാൻ തോന്നിയതാണ്. അപ്പോഴും ചേച്ചായുടെ വാക്കുകൾ കാതുകളിൽ മിന്നൽപോലെ വീണിരുന്നു.

"അവർ പുത്തൻ പിള്ളാരല്ലേ, അവരു പറയുന്നത് അല്പമൊന്നു കേട്ടേക്കൂ. ആർക്ക് എന്ത് ചേതം?" ചേതമുണ്ടെന്ന് പറയാൻ തോന്നിയ താണ് കുഞ്ഞാപ്പിക്ക്. തന്റെ പറമ്പിലെ ഓരോ വാഴയ്ക്കും, ചേനയ്ക്കും, ചേമ്പിനുമൊക്കെ ചേതം തന്നെ. പക്ഷേ, അപ്പോഴും കുഞ്ഞാപ്പി മൗനം ദീക്ഷിച്ചു. ആകെയൊരു വിട്ടുവീഴ്ച. അത്രയേ ചിന്തിച്ചുള്ളൂ. അതുകൊണ്ട് തന്നെയാണ് പറമ്പിലെ ഇഞ്ചിക്ക് വളമിടേണ്ട സമയത്ത് കുളിമുറിയിൽ കയറി തൈലം തേക്കാൻ തുടങ്ങിയത്. തൈലം തേക്കാൻ തുടങ്ങിയ പ്പോഴല്ലേ അറിയുന്നത് തന്റെ ശരീരത്തിന്റെ പരിതാപകരമായ അവസ്ഥ. ഉന്തി വീർത്ത വയറിനു മുകളിലെ പരന്ന നെഞ്ചിൽ പടർന്നുകിടക്കുന്ന

നരച്ച രോമങ്ങൾ. വശംകെട്ട കുഴിപോലെയുള്ള ഒരു പൊക്കിൾ. സത്യത്തിൽ അങ്ങനെയൊരു അവയവം വയറിന് മദ്ധ്യത്തിലുണ്ടായിരുന്നതു തന്നെ കുഞ്ഞാപ്പി ശ്രദ്ധിച്ചത് ഇപ്പോഴാണ്. ആ കുഴി കണ്ടപ്പോൾ താൻ വാഴയ്ക്ക് നനയ്ക്കാൻ വെള്ളമെടുക്കുന്ന വക്കുടഞ്ഞ കുടം പോലെയാണ് കുഞ്ഞാപ്പിക്ക് തോന്നിയത്. മാംസം ഉരുണ്ട് കൂടിയിരിക്കുന്ന രണ്ടു വലിയ തുടകളും, പാറക്കല്ല് ഉരുട്ടിവച്ചിരിക്കുന്നതുപോലെയുള്ള രണ്ട് മുട്ട് ചിരട്ടകളും, അതിനു താഴെ അവിടവിടെ ചൊറിഞ്ഞു പൊട്ടിയ ചുവന്ന അടയാളങ്ങളോടുകൂടിയ കാലുകളും കണ്ടപ്പോൾ കുഞ്ഞാപ്പി ആകെയൊന്ന് പതറുകയായിരുന്നു. "എന്റെ കർത്താവേ, ഞാനീ ലവലില്ലാത്ത ദേഹവും ചുമന്നുകൊണ്ടാണോ ഇക്കാലമത്രയും ഈ വഴികളിലൂടെയെല്ലാം നടന്നിരുന്നത്. നിന്റെ പള്ളിത്തിരുമുമ്പിലും ഞാൻ കുരിശ് വരച്ച് നിന്നിരുന്നത് ഈ ചൊറിപിടിച്ച വക്കുടഞ്ഞ ദേഹം കൊണ്ടായിരുന്നോ?" തന്റെ രണ്ടു കാല്പാദങ്ങളിലെ വിരലുകളും ഭംഗിയുടെ കാര്യത്തിൽ അല്പം പോലും മുന്നിലല്ലെന്ന് കുഞ്ഞാപ്പി കണ്ടു. രണ്ടു കാലിലും കൂടിയുള്ള പത്തുവിരലുകളും മാംസം ചെറുതായി ഉരുട്ടി വച്ചിരിക്കുന്നതുപോലെ കുറുകി തടിച്ചിരിക്കുന്നു. എന്റെ ദൈവമേ, ഈ ദേഹത്താണോ ബെന്നി കൊണ്ടുവന്ന മുന്തിയ വാസനതൈലം താൻ പുരട്ടേണ്ടത്?

കുഞ്ഞാപ്പി അപ്പോൾ കുളിമുറിയിലെ കണ്ണാടിയിലേക്ക് അറിയാതെ നോക്കിപ്പോയി. തടിച്ചു തൂങ്ങിയ കറുത്ത കവിളുകളും പരന്ന വീതിയുള്ള അല്പംപോലും ഭംഗിയില്ലാത്ത മൂക്കും, പീള കെട്ടിയ ഇടുങ്ങിയ കണ്ണുകളും എല്ലാത്തിനുമുപരി അവിടവിടെ രോമം എഴുന്നു നില്ക്കുന്ന മരുഭൂമി പോലെ വെട്ടിത്തിളങ്ങി കിടക്കുന്ന കഷണ്ടിത്തലയും കുഞ്ഞാപ്പിയെ പരിഹാസത്തോടെ തുറിച്ചുനോക്കുകയായിരുന്നു.

കുഞ്ഞാപ്പിക്ക് അപ്പോൾ ചേച്ചായെ ഉറക്കെ വിളിക്കാനാണ് തോന്നിയത്. "ഈ ഞാനാണോ ഇത്രയും നാളും നിന്റെ ഭർത്താവായിരുന്നത്. ഈ എന്നെയാണോ നീ പള്ളിയിൽവച്ച് അച്ചന്റെ അനുഗ്രഹത്തോടെ ഭർത്താവായി സ്വീകരിച്ചത്. ഈ എന്നിൽ നിന്നാണോ നിനക്ക് നാല് ആൺമക്കളും ഒരു മകളുമുണ്ടായത്." കുഞ്ഞാപ്പിക്ക് പക്ഷേ, സ്വരം തൊണ്ടയിൽ എവിടെയോ കുടുങ്ങിക്കിടക്കുകയായിരുന്നു. കുളിമുറിയുടെ ഭിത്തിക്ക് മുകളിലായുള്ള ഇടുങ്ങിയ ജനാലയിൽക്കൂടി കുഞ്ഞാപ്പി അപ്പോൾ പറമ്പിലെ വാഴകളെ കണ്ടു. തെങ്ങുകളെ കണ്ടു. ഇഞ്ചിനിരകളെ കണ്ടു, കവുങ്ങിൻ നിരകളെയും കണ്ടു. വാഴയും തെങ്ങും കവുങ്ങും ഇഞ്ചിയുമെല്ലാം വിളറിയ പകൽ വെളിച്ചത്തിൽ ആലസ്യമാർന്നു കിടക്കുന്നതായോ, അപ്പോൾ വീശിത്തുടങ്ങിയ ചെറിയ കാറ്റിൽ അവയെല്ലാം പതിയ തലയാട്ടി, കുഞ്ഞാപ്പിയെ ഗൂഢമായി ക്ഷണിക്കുന്നതായോ അയാൾക്കു തോന്നി. അപ്പോഴയാൾക്കു മുന്നിൽ ചേച്ചായെന്ന ഭാര്യയില്ലായിരുന്നു. ബെന്നിയും മേരിയുമുൾപ്പെടെ മക്കൾ അഞ്ചുപേരുമില്ലായിരുന്നു. കൈയിൽ ബെന്നി കൊണ്ടുവന്നിരുന്ന വാസന തൈലവുമില്ലായിരുന്നു. ഉടുത്തിരുന്ന ഈരെഴയൻ ഒറ്റത്തോർത്തോടെ കുഞ്ഞാപ്പി പറമ്പി

ലേക്ക് അപ്പോൾ ഓടുകയായിരുന്നു. ഓരോ വാഴയെയും ഓരോ തെങ്ങിനെയും ഓരോ കവുങ്ങിനെയും ഓരോ മണൽത്തരിയെയും മുറുകെ പുണരാൻ. മണ്ണിന്റെ ആത്മാവിലേക്ക് ആണ്ടിറങ്ങാൻ. അപ്പോഴയാൾ തന്റെ ദേഹത്തെക്കുറിച്ച് ചിന്തിച്ചതേയില്ല. തന്റെ ദേഹത്തിന്റെ ആകാരമില്ലായ്മയെ കുറിച്ചും ചിന്തിച്ചില്ല. മഴമേഘങ്ങൾ അപ്പോൾ ആകാശത്ത് ഉരുണ്ട് കൂടാൻ തുടങ്ങുകയും അപ്രതീക്ഷിതമായി ഭൂമിയിലേക്ക് തകർത്തു പെയ്യാൻ തുടങ്ങുകയും ചെയ്തു.

കുഞ്ഞാപ്പി അപ്പോൾ മഴയിലും മണ്ണിലും മാത്രമായിരുന്നു.

വെയിലിന്റെ നിറം

മഞ്ഞിച്ച പകലിന്റെ മാറിലൂടെ, പൂക്കളുടെ ആത്മാവുതേടി അലയുന്ന, ആ ആത്മാവിന്റെ ആഴങ്ങളിലേക്ക് മുങ്ങിത്താഴാൻ വെമ്പുന്ന, തീ നിറമുള്ള ശലഭങ്ങളെയും നോക്കി ഊർമ്മിള പതിനെട്ടു നിലയുള്ള ഫ്ളാറ്റു സമുച്ചയത്തിന്റെ പന്ത്രണ്ടാമത്തെ നിലയിലെ അപ്പാർട്ടുമെന്റിന്റെ പുറത്തെ ബാൽക്കണിയിൽ ഇരിക്കുകയായിരുന്നു. ശലഭങ്ങൾക്ക് എപ്പോഴൊക്കെയോ വഴി തെറ്റുന്നതായും അവയെല്ലാം ചിത്തഭ്രമം ബാധിച്ചവരെപ്പോലെ, മുന്നിൽ കാണുന്ന പൂക്കളിലേക്ക് ആഴ്ന്ന് അമരുന്നതായും ഊർമ്മിളയ്ക്ക് തോന്നി. ശലഭങ്ങളുടെ തീക്കുപ്പായങ്ങൾക്കുള്ളിലെ ആളിക്കത്തുന്ന മനസ്സുകളിലേക്ക് ഊർന്നിറങ്ങിയപ്പോൾ, ഊർമ്മിള അറിയാതെയെങ്കിലും വെറുതെ പുഞ്ചിരിച്ചു.

ബാംഗ്ലൂർ എന്ന മെട്രോസിറ്റിയുടെ ഉച്ചപ്പകലിന് തീർച്ചയായും കാതങ്ങൾക്കകലെയുള്ള തന്റെ, നിലാവിന്റെ നിറമുള്ള, ഗന്ധമുള്ള ഗ്രാമപ്പകലിന്റെ ആർത്തിരമ്പുന്ന നിഷ്കളങ്ക സൗന്ദര്യം ലഭിക്കുകയില്ലെന്ന് ഊർമ്മിള ഓർത്തു. അവളപ്പോൾ വെറുതെയെങ്കിലും വാഴത്തോട്ടങ്ങൾ മുന്നിൽ നീണ്ടു കിടക്കുന്ന, തന്റെ ചെറിയ വീടിന്റെ പൂമുഖമായിരുന്നു ഓർത്തത്. അവിടുത്തെ കാറ്റിലൂടെ ശലഭങ്ങൾ അന്തമില്ലാതെ പറക്കുന്നത്, അവളാ പൂമുഖത്തിരുന്ന് കൗതുകത്തോടെ കണ്ടിട്ടുണ്ട്. ശലഭങ്ങളുടെ പ്രണയത്തെയും കാത്ത്, ആത്മദാഹത്തോടെ കാറ്റിനോട് എന്തോ പതിയെ പതിയെ മന്ത്രിച്ച്, കൊച്ചു കൊച്ചു പൂച്ചെടികൾ പൂവിടർത്തി നില്ക്കുന്നതും കണ്ടിട്ടുണ്ട്. തന്റെ ജീവിതം ഏതെല്ലാം പന്ഥാവുകളിലൂടെ, ഏതെല്ലാം നിറച്ചാർത്തുകളിലൂടെ ഒഴുകി പരക്കുന്നുവെന്ന് ഓർത്തപ്പോൾ

ഹൃദയം നിറയെ കയ്പുജലം നിറയുന്നതുപോലെ ഊർമ്മിളയ്ക്ക് തോന്നി. ബാൽക്കണിയിൽ അവളപ്പോൾ ഏകയായിരുന്നു. അടുത്ത അപ്പാർട്ടുമെന്റു കളെല്ലാം ഒഴിഞ്ഞുതന്നെ കിടക്കുകയാവാം. എല്ലാവരും അതിരാവിലെ തന്നെ ഡ്യൂട്ടിസ്ഥലങ്ങളിലേക്ക് പോയിരിക്കും.

ഊർമ്മിളയുടെ ഹൃദയത്തിലൂടെ അപ്പോൾ തീക്കുപ്പായമണിഞ്ഞ ശല ഭങ്ങൾ ഒന്നിനുപിറകെ ഒന്നായി തീജ്വാലകളിലേക്ക് വീണു പിടയുകയാ യിരുന്നു. പൂക്കളുടെ ആത്മാവിലേക്ക് ആണ്ടിറങ്ങാനുള്ള അവയുടെ ഒടു ങ്ങാത്ത വെമ്പലുകൾ തീയിൽ കിടന്ന് കത്തിക്കരിയുന്നത്, അവ നിറഭേദ ങ്ങളോട് ചാരക്കൂമ്പാരങ്ങളായി മാറുന്നത് ഊർമ്മിള അറിഞ്ഞു. പുലർച്ചെ ഡ്യൂട്ടിക്ക് പോകാൻ ഇറങ്ങുമ്പോൾ തന്നെ ഭദ്രൻ അവളുടെ തോളിൽ തട്ടി പറഞ്ഞിരുന്നു. പകൽ നീ ധാരാളം സ്വപ്നം കണ്ടിരുന്നോളൂ. സ്വപ്ന ങ്ങളുടെ ചിറകുകൾ എത്ര ഉയരങ്ങളിൽ പറന്നുവെന്ന്, അവ ഏത് മേഘ പടലങ്ങൾക്കിടയിൽ വർണ്ണശോഭയോടെ ചിറകടിച്ചുവെന്ന്, ഞാൻ വരു മ്പോൾ പറഞ്ഞാൽ മതി. ഊർമ്മിള അപ്പോൾ കിടക്ക വിട്ട് എഴുന്നേറ്റിരു ന്നില്ല. പതിവുപോലെതന്നെ അവൾ കിടക്കയിൽനിന്ന് എഴുന്നേല്ക്കുന്ന തിന് മുമ്പ് തന്നെ ഭദ്രൻ കുളിച്ച് റെഡിയായി, ലിഫ്റ്റിറങ്ങി, വെളുപ്പാൻ കാലത്തെ തണുപ്പിലൂടെ, കാറ്റിലൂടെ മൾട്ടി പർപ്പസ് കമ്പനിയുടെ ലക്ഷ റികോച്ച് വണ്ടിയിൽ കയറി കമ്പിനിയിലേക്ക് പോകുന്നു. ഊർമ്മിളയ്ക്ക് ചെയ്യുവാൻ ഒന്നും അവശേഷിച്ചിരിക്കില്ല അവിടെ. സ്വപ്നം കാണുന്ന തൊഴികെ. കൃത്യമായി എത്തുന്ന തടിച്ചിരുണ്ട സ്ത്രീ, ഒരു യന്ത്രം കണക്കെ, എല്ലാം കൃത്യമായി ചെയ്തു വയ്ക്കുന്നു. അവർ വരുന്നതും പോകുന്നതെന്ന് ഊർമ്മിള ശ്രദ്ധിക്കാറേയില്ല. തനിയെ എന്തെങ്കിലും പിറു പിറുത്തു നടക്കുന്ന ആ സ്ത്രീ എത്രപെട്ടെന്നാണ് ജോലികളെല്ലാം ഒതു ക്കുന്നതെന്ന് ഊർമ്മിള ഓർത്തു. ഭദ്രന്റെയും തന്റെയും ഡ്രസുകൾ കൂടി കഴുകി ഉണങ്ങാൻ വിരിച്ച്, വച്ച ഭക്ഷണത്തിന്റെ കുറച്ചുഭാഗമെടുത്ത് പൊതിഞ്ഞ് കൈയിൽ വച്ച് വന്നതുപോലെ മടങ്ങുന്ന ആ സ്ത്രീയുടെ പേരുപോലും ഊർമ്മിള തിരക്കിയിരുന്നില്ല. എല്ലാം ഭദ്രന്റെ തീരുമാനങ്ങൾ, ഭദ്രൻ പലതവണ പറഞ്ഞു. ജോലിക്ക് ആളിനെ ഈ നഗരത്തിൽ കിട്ടുക യേയില്ല. ഞാനെന്തു ബുദ്ധിമുട്ടിയെന്നോ ഇവരെ ഏർപ്പാടാക്കാൻ.

ഊർമ്മിള ഒന്നു മൂളിയതേയുള്ളൂ. മനസ്സിന്റെ എല്ലാ ഒത്തുതീർപ്പു കളും ആ മൂളലിൽ ഒതുങ്ങുന്നുണ്ടായിരുന്നു. അവളോർക്കുകയായിരുന്നു നഗരജീവിതത്തിന്റെ ആഘോഷങ്ങളെ ആർപ്പുവിളികളെ, സങ്കടപ്പാച്ചി ലുള്ള, എല്ലാം ഈ ബാൽക്കണിയിൽ ഇരുന്നാൽ കാണുന്ന നഗരത്തിന്റെ മേലാപ്പുകളിലൂടെ പടർന്നലയുന്നതുപോലെ ഊർമ്മിളയ്ക്ക് തോന്നി. ആകാശത്ത് എപ്പോഴോ വിമാനത്തിന്റെ ഇരമ്പൽ കേട്ടു. എല്ലാം വട്ടമിട്ടു പറക്കുന്നു. പത്തു ദിവസം നീണ്ടു നില്ക്കുന്ന വ്യോമാഭ്യാസപ്രകടനം.

പലവട്ടം ഭദ്രൻ ക്ഷണിച്ചതാണ്. “നമുക്ക് കാണാൻ പോകാം, എത്ര ഭംഗിയാണെന്നോ.” ഊർമ്മിള നിഷേധാർത്ഥത്തിൽ തലയാട്ടിയതേയുള്ളൂ. അവൾക്കൊന്നും കാണാൻ തോന്നിയില്ല. മനുഷ്യരുടെ ഹൃദയാകാശങ്ങളിലൂടെ വട്ടമിട്ടു പറക്കുന്ന കൂർത്ത നഖമുള്ള കഴുകന്റെ ചിറകടികളേ അവൾ കേട്ടുള്ളൂ. എവിടെ, എപ്പോൾ എന്തു വേണമെങ്കിലും സംഭവിക്കാം. ജീവിതം എന്ത് അനിശ്ചിതാവസ്ഥയിലാണ്. ഉറക്കത്തിന്റെ തീവ്രതയിലും അവൾ ഞെട്ടിയുണർന്നു. ഭയപ്പാടോടെ പുലമ്പി. “കേട്ടോ ഭദ്രൻ ഈ ഭൂമി ഒട്ടും സുരക്ഷിതമല്ല. ആയിരം തലയുള്ള ഹിംസ്രജന്തുക്കൾ ആകാശങ്ങൾ കീഴടക്കുന്നുണ്ട്. ഭൂമിയുടെ ഹൃദയത്തുടിപ്പുകൾ കീഴടക്കുന്നുണ്ട്.” അവൾ കാണുന്ന സ്വപ്നങ്ങളെ ഭദ്രൻ പുച്ഛത്തോടെ നിരസിച്ച ശേഷം പുറം തിരിഞ്ഞ് കിടന്ന് പറഞ്ഞിട്ടുണ്ട്.

“ഓരോന്ന് ആവശ്യമില്ലാതെ വായിച്ച് ചിന്തിച്ചു കിടക്കും. പിന്നെ എങ്ങനെയാ പേടിസ്വപ്നങ്ങൾ കാണാതിരിക്കുന്നത്.” ഊർമ്മിള വീണ്ടും ഇരുളിൽ തുറന്ന കണ്ണുകളോടെ, തണുത്ത രാത്രിയിലും വിയർത്തൊലിച്ച് മറയുന്ന ആകാശത്തിന്റെ ഘോരശബ്ദങ്ങളിലേക്ക് അറിയാതെ ഹൃദയം ചേർത്തുവച്ച് ശബ്ദമില്ലാതെ തേങ്ങിക്കരഞ്ഞുകൊണ്ടിരുന്നപ്പോൾ തന്നെ എത്ര പകലുകളും എത്ര രാത്രികളും അർത്ഥശൂന്യമായി, അലകടലിലെവിടെയോ പോയി മറഞ്ഞു ഹൃദയം എപ്പോഴും ഊർമ്മിളയ്ക്ക് അങ്ങനെ തന്നെയാണ്. ആർത്തിരമ്പുന്ന ജീവിതം പെരുമഴയിലും, വേദനയുടെ കയങ്ങളിൽ തന്നെ മുങ്ങിത്തപ്പി അന്ധവികാരവിഹായസ്സിലേക്ക് അറിയാതെ ആഞ്ഞെറിയപ്പെടുകയാണ്. ഭദ്രൻ എത്ര വിവേകശാലിയായ യുവാവ്. സ്വിച്ചിട്ട മെഷീൻപോലെ അയാൾ ഉണർന്നു പ്രവർത്തനപഥങ്ങളിൽ ഊർജ്ജസ്വലനാകുന്നു. ഉന്മേഷപൂർവ്വം ഉറക്കത്തിലേക്ക് വഴുതുന്നു. മനുഷ്യജന്മങ്ങൾ എന്തോ ഇത്രയധികം വൈവിദ്ധ്യമാകുന്നു? ചേർച്ചയില്ലാത്ത ഉരസലുകളോടെ ഹൃദയങ്ങൾ കൂട്ടിയുരസുമ്പോൾ അടർന്നുവീണു പോകുന്നത് ഒരിക്കലും കൈവരാത്ത ജീവിതമഹാഗന്ധങ്ങളാണ്.

ഊർമ്മിള അറിയുന്നുണ്ട്, പകലുകളുടെ ഗന്ധങ്ങളെ, രാത്രിയുടെ ഗന്ധങ്ങളെ, എല്ലാത്തിലും മൗനങ്ങളുടെ ആർപ്പുവിളികളല്ലാതെ മറ്റൊന്നുമില്ല. ഭദ്രന്റെ മാറിലെ നിറഞ്ഞ രോമങ്ങളിൽ വിരലോടിച്ച് അവൾ എത്ര പ്രാവശ്യം പതിയെ മന്ത്രിച്ചു. “ഇതെല്ലാം അർത്ഥശൂന്യമല്ലേ, ഇതെല്ലാം ഈ ലോകത്തിന്റെ മേലാപ്പുതന്നെ കരിമേഘങ്ങളുടെ കരിഞ്ഞ ഗന്ധങ്ങൾ കൊണ്ട് മൂടി പുതയ്ക്കപ്പെടുകയല്ലേ.” അയാൾ അതിന് എന്ത് മറുപടി പറയുന്നുവെന്ന് അവളറിഞ്ഞില്ല. അവളുടെ ഹൃദയത്തിലൂടെ, ആത്മാവിന്റെ അകത്താളുകളിലൂടെ ഓരോ ചിലമ്പിച്ച മിഴിമിടിപ്പുകളിലൂടെ ആയിരം വർണ്ണരഹിതമായ നിഴലുകൾ നിറം ചാർത്തിക്കൊണ്ടിരുന്നു. തുറന്ന ബാൽക്കണിയിലിരുന്ന്, നഗരത്തിന്റെ വിഷഗന്ധങ്ങളെ ആവാഹിച്ച

കാറ്റിനോട്, നിരത്തപ്പെട്ടു കിടക്കുന്ന ഫ്ളാറ്റുസമുച്ചയങ്ങളുടെ പുറം വരാന്തകളോട്, എല്ലാറ്റിനുമുപരി തടവിലാക്കപ്പെട്ടു കിടക്കുന്ന ആത്മദാഹങ്ങളോട് അവൾ നിരന്തരം സംവദിച്ചുകൊണ്ടിരുന്നു. പുലരികൾ ഉച്ചകളാവുകയോ ഉച്ചകൾ സന്ധ്യകളാവുകയോ സന്ധ്യകൾ ഇരുട്ടുതുപ്പുന്ന രാത്രികളാവുകയോ ചെയ്തുകൊണ്ടിരുന്നപ്പോഴും ഊർമ്മിളയുടെ ആത്മദാഹങ്ങൾ അപാരമായി വെന്തു പിടയുകയായിരുന്നു. മഞ്ഞിച്ച പകലിന്റെ മാറിലൂടെ പൂക്കളുടെ ആത്മാവുതേടി അപ്പോഴും തീ നിറമുള്ള ശലഭങ്ങൾ അലയുന്നുണ്ടായിരുന്നു.

വാതിലുകളും ജനാലകളും

എല്ലാവരും വന്നു. എല്ലാവരും പോയി. വീട് ശരിക്കും ശൂന്യമായി. ആളുകളുടെ വരവ് തുലാവർഷപ്പാച്ചിൽ പോലെയായിരുന്നു. ഇരമ്പി വന്ന കുത്തൊഴുക്ക് പെട്ടെന്നുതന്നെ നിലയ്ക്കുകയും ചെയ്തു. എങ്കിലും മഴ തോർന്നിട്ടും മഴ പെയ്യുന്നതുപോലെ, ഇടവിട്ട് ഇടവിട്ട് അടുത്ത സുഹൃത്തുക്കൾ ആരെങ്കിലുമൊക്കെ വന്നാലായി. വന്നവർ തനിയെ കസേര ഉമ്മറത്തേക്ക് പിടിച്ചിട്ട് അയാൾക്കൊപ്പം കുറേനേരം ഇരിക്കുകയും ഒടുവിൽ ഒന്നും പറയാനില്ലാത്തവരെപ്പോലെ പുറത്തേക്ക് ഇറങ്ങിപ്പോവുകയും ചെയ്തു. അയാൾക്ക് ഒന്നും ആരോടും സംസാരിക്കാൻ തോന്നിയില്ല. അതുകൊണ്ട് തന്നെ അയാളുടെ ഭാഷ മൗനം മാത്രമായിരുന്നു. നിറഞ്ഞ നിശ്ശബ്ദതയിൽ അയാൾ ജനാലകളോട് സംസാരിച്ചു. വാതിലുകളോട് സംസാരിച്ചു. നിറം മങ്ങിയ ചുവരുകളോട് സംസാരിച്ചു. അവയും അയാളോട് തിരിച്ചും സംസാരിച്ചു. അങ്ങനെ കുറെ ദിവസങ്ങൾ കൊണ്ടുതന്നെ അയാളും വീട്ടിലെ അചേതന വസ്തുക്കളും തമ്മിൽ അറിയാതൊരു ഗാഢബന്ധം എവിടെനിന്നോ ഉണർന്ന് ഉയരുന്നുണ്ടായിരുന്നു. അവയോട് സംസാരിക്കുമ്പോൾ ആണ് സത്യത്തിൽ അയാളുടെ ഹൃദയം ഗദ്ഗദം കൊണ്ട് നിറയുന്നത്. വീടുമുഴുവൻ നിറഞ്ഞുനിന്നിരുന്ന മനുഷ്യരുടെ മുമ്പിലൊന്നും കണ്ണുകൾ നിറയാതിരിക്കുവാനും സ്വരം ഇടറാതിരിക്കുവാനും അയാൾ പ്രത്യേകം ശ്രദ്ധിച്ചു. പക്ഷേ, അയാൾ വീടിനോട് സംസാരിച്ചു തുടങ്ങുമ്പോൾ കണ്ണുകൾ നിറയുകയും സ്വരം ഗദ്ഗദം കൊണ്ട് ഇടറുകയും ചെയ്തു. ഒരുവേള അയാൾ ഉമ്മറത്തെ തൂണിനെ ആലിംഗനം ചെയ്ത് ഹൃദയം പൊട്ടിക്കരയുകപോലും ചെയ്തു. അയാളുടെ ഹൃദയത്തിൽ ആ നിശ്ശബ്ദമായ വീടും ആ വീടിന്റെ ഭാഗങ്ങളുമേ ഉണ്ടായിരുന്നുള്ളൂ. ഇരുട്ടിലും വെളിച്ചത്തിലും ഒരുപോലെ ആയിരുന്നു അയാൾ വാതി

ലുകളോട് സംസാരിച്ചത്, ജനാലകളോട് സംസാരിച്ചത്. പ്രാഭതങ്ങളിലും മദ്ധ്യാഹനങ്ങളിലും രാത്രികളിലും വീടു മുഴുവൻ ഒന്നായി അയാൾക്കൊപ്പം ചേർന്നു.

ഉമ്മറത്തെ ചാരുകസേരയിൽ തളർന്നു കിടക്കുമ്പോൾ അയാൾ വെറുതെയെങ്കിലും പലപ്പോഴും മോഹിച്ചു. കുറേ ദിവസങ്ങൾക്കു മുമ്പു വരെയുണ്ടായിരുന്ന തന്റെ പഴയ ജീവിതം ഒരിക്കലൂടെ തനിക്ക് തിരികെ കിട്ടിയിരുന്നെങ്കിൽ? അടുത്ത സുഹൃത്തുക്കൾ ആരൊക്കെയോ വന്നപ്പോൾ അയാളോട് നിർബ്ബന്ധിച്ചതാണ്, "സുകുമാരാ താനിങ്ങനെ ഈ വീട്ടിൽ ചുരുണ്ടുകൂടാതെ, പഴയതുപോലെ പുറത്തേക്ക് ഇറങ്ങുന്നേ. എത്ര നാളെന്നുവച്ചാ ഇങ്ങനെ." അവർ പറയുന്നതിലെ കാര്യം അയാൾക്ക് മനസ്സിലാകാഞ്ഞിട്ടല്ല, പക്ഷേ, ഒന്നിനും കഴിയുന്നില്ല. ഹൃദയത്തിലെവിടെയൊക്കെയോ പെയ്തു തീരാത്ത മേഘപടർപ്പുകളാണ്. അവ ആർത്തിരമ്പി പെയ്തൊഴിഞ്ഞാലേ തനിക്ക് അല്പമെങ്കിലും ആശ്വാസം ലഭിക്കൂ.

പലപ്പോഴും സുഹൃത്തുക്കളുടെ വാക്കുകൾ അയാൾ ഓർക്കുകയായിരുന്നു. "താനിങ്ങനെ വീട്ടിൽ ചുരുണ്ടു കൂടിയാൽ വട്ട് പിടിക്കും. പഴയതുപോലെ നമുക്ക് വൈകുന്നേരങ്ങളിൽ ലൈബ്രറിയിൽ പോകാം, കോഫി ഹൗസിൽ കയറാം."

അയാൾ അപ്പോൾ വേദനയോടെ ചിരിക്കുകയായിരുന്നു.

കഴിഞ്ഞുകൊണ്ടിരുന്ന തന്റെ ജീവിതത്തിന് നിറമുണ്ടായിരുന്നുവെന്ന് ശരിക്കും ബോദ്ധ്യമാകുന്നതിപ്പോഴാണ്. ലൈബ്രറി, കോഫിഹൗസ്, സുഹൃത്തുക്കൾ, വേണ്ടതും വേണ്ടാത്തതുമായ തങ്ങൾക്കിടയിലെ തർക്കങ്ങൾ, ചർച്ചകൾ. എല്ലാം എല്ലാം അവസാനിച്ചതുപോലെ തോന്നുന്നു. വീട് ഇത്ര വേഗം ശൂന്യമാകുമെന്ന്, നിറംകെട്ടതാകുമെന്ന് ഒരിക്കൽപോലും നിനച്ചില്ല. വൈകുന്നേരങ്ങളിൽ പുറത്തുപോയി രാത്രി താമസിച്ചുവരുന്ന തന്നോട് കലഹിക്കുവാൻ പരിഭവിക്കുവാൻ ഇത്ര വേഗം ആരും ഇല്ലാതാകുമെന്ന് ഒട്ടും നിനച്ചില്ല. എത്ര പെട്ടെന്നാണ് ജീവിതത്തിന്റെ നിറം മാറുന്നത്. സത്യത്തിൽ അതിനൊക്കെ എത്ര മാധുര്യമുണ്ടായിരുന്നുവെന്ന് ഈ ശൂന്യത തന്നോടു വീണ്ടും വീണ്ടും വിളിച്ചു പറയുന്നതുപോലെ അയാൾക്കു തോന്നി. ജനാലകൾ അയാളോടു പരിഭവിച്ചില്ല. വാതിലുകളും അയാളോട് പരിഭവിച്ചില്ല. നിറഞ്ഞ നിസ്സംഗതയോടെ അവ അയാളിലേക്ക് ഉറ്റുനോക്കി. അയാൾ ഉറങ്ങുകയും ഉണരുകയും ചെയ്തു. ഉണരുകയും ഉറങ്ങുകയും ചെയ്തു. വീടും അയാളോടൊപ്പം ഉണർന്നു. ഉറങ്ങി. ഉറക്കങ്ങളിൽ അയാൾ പലപ്പോഴും അയാളുടെ നിറഞ്ഞു തൂവിയിരുന്ന വീടിനെ സ്വപ്നം കണ്ടു. ആ വീടിന്റെ ചുമരുകൾക്ക് നിസ്സംഗതയുടെ നിറമല്ലായിരുന്നു. വാതിലുകൾക്കും ജനാലകൾക്കും നിർജ്ജീവതയുടെ നിറമല്ലായിരുന്നു. എല്ലാം ആഘോഷങ്ങളോടെ കൈകൊട്ടിപാടുകയോ ചിരിക്കുകയോ ചെയ്തിരുന്നു.

മുറ്റത്തെ വേപ്പിൻ മരവും അതിലെ വള്ളിപ്പടർപ്പുകളും, ആ പടർപ്പുകളിലുറങ്ങുന്ന രാക്കിളികളും ഒരുപോലെ അയാളുടെ ഉറക്കത്തിലേക്ക്

എത്തിനോക്കുകയും അയാൾ സ്വപ്നങ്ങളിൽനിന്ന് അറിയാതെ വഴുതി വീഴുകയും ചെയ്തു. എല്ലാ ഉറക്കങ്ങൾക്കു നടുവിലും അയാൾ ഉണർന്നു തന്നെയിരുന്നു. ആ ഉണർവ്വിലൂടെ തനിക്കു മുന്നിലുള്ള ഏകാന്തമായ, അനന്തമായ മണൽപ്പരപ്പുകളെ കണ്ടു. ആ മണൽപ്പരപ്പുകളിലെ അഗ്നിച്ചൂടിൽ അയാളുടെ ഹൃദയം വെന്തു വെണ്ണീറായിക്കൊണ്ടിരുന്നു. അപ്പോഴെല്ലാം അയാൾ രാക്കിളികളോടും വേപ്പിൻമരത്തോടും വള്ളിപ്പടർപ്പുകളോടും മൗനമായി സംസാരിച്ചു. ഈ ഭൂമിയിലെ ഓരോ നിമിഷവും എത്ര അഗാധവും നിഗൂഢവുമാണെന്നും ആ നിമിഷങ്ങൾക്കുള്ളിലൂടെ ജീവിതം ഞെങ്ങി ഞെരുങ്ങി വീർപ്പുമുട്ടുകയാണെന്നും. അയാൾ പലപ്പോഴും അവയോടു സംസാരിച്ചു.

അയാളുടെ വീടിന്റെ ഇടനാഴികളിൽ എവിടെയോ വീണുമറന്ന ഒരു പാദചലനം അയാൾ കേൾക്കുന്നുണ്ടായിരുന്നു. ആ പാദചലനം എപ്പോഴോ വീടു മുഴുവൻ നിറയുന്നതായി അയാൾ കണ്ടു. പൂമുഖത്തുകൂടെ, ഇടനാഴികളിൽകൂടി, അയാളുടെ കിടപ്പുമുറിയിലൂടെ, വായനാ മുറിയിലൂടെ മുറ്റത്തും തൊടികളിലും ആ പാദചലനം അയാൾ കേട്ടു. മുറ്റത്തു വിടർന്നു നിന്ന റോസാപ്പൂക്കൾ അയാളെ നോക്കി പലതും പറയാൻ വെമ്പുകയാണ്. ഒടുവിൽ ഒന്നും പറയാതെ കാറ്റിൽ വെറുതെ മൗനമായി തലയാട്ടുകയും ചെയ്തു.

അയാൾക്കു മുമ്പിൽ അയാളുടെ ജീവിതം ഒരുപാടു പരിവർത്തനപ്പെട്ടുകൊണ്ടിരുന്നു. ആരും അയാളോട് പരിഭവം പറയാറില്ല. ആരും അയാളോട് ക്ഷോഭിക്കാറില്ല. ആരും അയാൾക്കുവേണ്ടി വൈകുന്നേരങ്ങളിൽ കാത്തിരിക്കാറുമില്ല. അയാൾ ഈ ലോകത്തെ ഏറ്റവും വലിയ ഒറ്റപ്പെട്ടവനും നിശ്ശബ്ദനുമായത് എത്ര പെട്ടെന്നായിരുന്നു. നിറഞ്ഞ ശൂന്യതകളിലേക്ക് ജീവിതം വലിച്ചിഴയ്ക്കപ്പെട്ടപ്പോൾ, അയാൾ വീണുടഞ്ഞ ശില്പങ്ങളുടെ, ഒരിക്കലും തീരാത്ത ആകാരഭംഗിയോർത്ത് ഇരുളിലും വെളിച്ചത്തിലും മഴയിലും, വെയിലിലും ഒരുപോലെ നെടുവീർപ്പിടുകയും ആ നെടുവീർപ്പുകളുടെ ഉലച്ചിലിൽ സ്വയം വീണുറങ്ങുകയും ചെയ്തു. വീടിന്റെ മൗനത്തിലേക്ക് വീണ്ടും അയാളുടെ സുഹൃത്തുക്കൾ എത്തിനോക്കുന്നുണ്ടായിരുന്നു.

"സുകുമാരാ ലോകത്ത് ഇതൊക്കെ സ്വാഭാവികമാണ്. ഇന്നല്ലെങ്കിൽ നാളെ നമ്മളെല്ലാം ഒറ്റയ്ക്കാകേണ്ടവരോ, ഇവിടെ നിന്ന് കടന്നുപോകേണ്ടവരോ ആണ്. താനിങ്ങനെ വീടിനകത്ത് ഒതുങ്ങാതെ പുറത്തേക്കിറങ്ങൂ." സുഹൃത്തുക്കളുടെ സ്വരം അയാളെ സദാ പിന്തുടർന്നെങ്കിലും അയാൾ വീണ്ടും വീണ്ടും വീടിന്റെ മൗനങ്ങളിൽ തന്നെ വീണുറങ്ങുകയായിരുന്നു. ആ മൗനം നിറയെ നിറഞ്ഞുതുളുമ്പുന്നുണ്ടെന്നും, അത് മുഴുവൻ നിറയുന്നത് തന്റെ ഭാര്യയുടെ ഹൃദയത്തുടിപ്പുകൾ കൊണ്ടാണെന്നും തിരിച്ചറിയാൻ തുടങ്ങുമ്പോഴെല്ലാം അയാൾ അഗാധമായി വേദനിക്കുകയും വാതിലുകളോടും ജനാലകളോടും തന്റെ ഹൃദയവാതിലുകൾ തുറന്നിടുകയും ചെയ്തു. ആ ഹൃദയവാതിലുകളിലൂടെ പുറത്തേക്ക് നിറഞ്ഞു

തൂവിയത്, അയാൾ എന്നോ കെട്ടിനിർത്തിയിരുന്ന, ഒരിക്കലും പുറത്തേക്ക് വമിക്കാൻ ഇടനല്കാതിരുന്ന, അയാൾക്ക് ഭാര്യയോട് ഉണ്ടായിരുന്ന സ്നേഹമായിരുന്നു.

ആകാശം വെളുത്ത മേഘച്ചുരുളുകൾകൊണ്ട് നിറയുകയും ആ മേഘ ചുരുളുകൾക്കിടയിലൂടെ, അയാൾ ആകാശത്തിനപ്പുറമുള്ള ലോകത്തേക്ക് മിഴികൾ തുറക്കുകയും ചെയ്തു. ആകാശത്തിനപ്പുറം ഒരു ലോകം അലങ്കരിക്കപ്പെട്ടു കിടപ്പുണ്ടെന്നും മരണമടയുന്നവർ ആ ലോകത്തിന്റെ മാസ്മരികതയിലേക്ക് ചെന്നു ചേരുമെന്നും വെറുതെ നിനച്ചപ്പോൾ അയാൾ മനസ്സിലൂടെ ഒരിക്കൽ സ്വയം പറഞ്ഞു. തീർച്ചയായും അങ്ങനെയൊരു ലോകം അവിടെയുണ്ടെങ്കിൽ അവിടെവച്ച് തനിക്ക് തന്റെ ഭാര്യയെ ഒരിക്കലൂടെ കാണാൻ കഴിയുമെന്നും ഭൂമിയിൽവച്ച് താൻ അവൾക്ക് നല്കാൻ മറന്ന സ്നേഹം ആ അജ്ഞാത ലോകത്ത് വച്ച് താൻ അവൾക്ക് ആവോളം നല്കുമെന്നും അയാൾ സ്വയം പറയുകയായിരുന്നു.

വാതിലുകളും ജനാലകളും ഒരുപക്ഷേ, അയാളുടെ ആത്മഗതം കേട്ട് പൊട്ടിച്ചിരിച്ചുവോന്ന് അറിയില്ല. എങ്കിലും അവ അപ്പോൾ വീശിയ ചെറിയ കാറ്റിൽപോലും വെറുതെ ആടിയുലഞ്ഞു. എത്ര കാലങ്ങളായി അവ കണ്ടിരിക്കുന്നു. അയാൾ ഭാര്യയോടു കാണിക്കുന്ന അവഗണനന. മഴകൾക്കുള്ളിൽ. മഞ്ഞുകൾക്കുള്ളിൽ, കത്തുന്ന വെയിൽനാളങ്ങൾക്കുള്ളിൽ ഒരു ഏകാകിനിയായി കഴിഞ്ഞ അയാളുടെ ഭാര്യയുടെ മുഖം മറക്കാനേ അവയ്ക്കു കഴിയുന്നില്ല. ഏകാന്തതയുടെ വലിയ മഹാസമുദ്രങ്ങൾക്കുള്ളിൽ കൈകാലിട്ടടിക്കുമ്പോൾ അയാളുടെ ഭാര്യയും ഹൃദയം ചേർത്തുവച്ച് തേങ്ങിയിരുന്നതും നെടുവീർപ്പെട്ടിരുന്നതും വാതിലുകളെയോ ജനാലകളെയോ മുറുകെ പിടിച്ചുകൊണ്ടായിരുന്നു. അവയുടെ മൗനസാന്ത്വനങ്ങളിൽ മിഴികളൊപ്പി നെടുവീർപ്പെടുന്ന അയാളുടെ ഭാര്യയുടെ മുഖം ഓർക്കുമ്പോഴെല്ലാം വാതിലുകളോ ജനാലകളോ അയാളോട് സഹതപിച്ചില്ല. അവ ഓർക്കുന്നുണ്ട്. അയാളുടെ ഭാര്യ മരിക്കുന്നതിന്റെ തലേദിവസവും ആ വീട്ടിൽ ഉണ്ടായ കലഹത്തെക്കുറിച്ച്. പതിവുപോലെ തന്നെ രാത്രി വൈകി വന്ന അയാളോട് ഭാര്യ ഏറെ കയർക്കുകയും താൻ വെറും മരപ്പാവയല്ലെന്നും ഇത്രമാത്രം അവഗണന സഹിക്കുന്നതിൽപരം മരണം തന്നെയാണ് നല്ലതെന്നും അവർ പൊട്ടിത്തെറിച്ച് പറയുകയും അതിനുപോലും ചെവികൊടുക്കാതെ അയാൾ കടന്നുപോകുകയും ചെയ്യുന്നതും കണ്ടു. അന്നും അയാളുടെ ഭാര്യ ജനൽപ്പാളികളിൽ മുറുകെ പിടിച്ചുകൊണ്ടായിരുന്നു പുറത്തേക്ക്, ഇരുളിലേക്ക് നോക്കിനിന്നതും ഒടുവിൽ വലിയൊരു ഏങ്ങലടിയുടെ ശബ്ദത്തോടെ വാതിലടച്ച് വന്ന് കിടന്നതും ഒരു പക്ഷേ, അന്നത്തെ ആ ഇരുളിൽ വാതിലുകളും ജനാലകളും ഒരുപോലെ ദുഃഖിക്കുകയും അയാളുടെ ഭാര്യയോട് വല്ലാതെ സഹതപിക്കുകയും ചെയ്തിരുന്നു.

അയാളും ഇപ്പോൾ ജനൽപ്പാളികളിൽ പിടിച്ചുകൊണ്ട് ഇരുളിലേക്ക് നോക്കുന്നു. ആ ഇരുൾപരപ്പിലൂടെ എന്തെങ്കിലും നേരിയ ശബ്ദമെങ്കിലും

തന്റെ ഭാര്യയുടേതായി ഉണ്ടായെന്ന് അയാൾ സ്വയം ചികയുകയായിരുന്നു. ഇരുൾ മൂടികിടന്ന തെങ്ങിൻ തോപ്പുകളിലൂടെ, നാട്ടിടവഴികളിലൂടെ, പൂക്കൾ മുഴുവൻ കൊഴിഞ്ഞുപോയി നിന്നിരുന്ന കൊന്നമരച്ചില്ലകൾക്കിടയിലൂടെ വീശിത്തുടങ്ങിയ കാറ്റ് എപ്പോഴോ അയാളുടെ വീടിനു ചുറ്റും നിറയുന്നതായും വീട് ആ കാറ്റിലൂടെ ആടിയുലയുന്നതായും അയാൾക്ക് തോന്നി.

അപ്പോൾ വീശിത്തുടങ്ങിയ കാറ്റിൽ മുഴുവൻ നിറഞ്ഞു നിന്നിരുന്നത് അയാളുടെ ഭാര്യയുടെ ഗദ്ഗദങ്ങൾ മാത്രമാണെന്ന് തിരിച്ചറിഞ്ഞപ്പോൾ വാതിലുകളും ജനാലകളും ഒരുപോലെ ആഞ്ഞടയുകയായിരുന്നു. അയാൾ അപ്പോൾ തീർത്തും ഏകനും വിരഹിയുമായി എല്ലാ വാതിലുകളോടും ജനാലകളോടും വീടിനോടുതന്നെയും വീണ്ടും സംസാരിക്കാൻ തുടങ്ങുകയായിരുന്നു. ഗദ്ഗദത്തോടെ.

കാഴ്ചകൾ, കാലം, പാമ്പ്

അവർ മരണപ്പെട്ടു. അതു കണ്ട പാമ്പ് എങ്ങോട്ടെന്നില്ലാതെ, എവിടേക്കോ ഇഴഞ്ഞു പോയി. മണൽ വിരിച്ച മുറ്റത്തിനരികിലെ തെച്ചിക്കാടുകളും കടന്ന് പായലുകൾ പിടിച്ച കയ്യാലയ്ക്ക് അരികിലൂടെ ഇഴഞ്ഞിറങ്ങി. അങ്ങ് പൊന്തക്കാടുകൾക്കുള്ളിലെവിടേക്കോ പാമ്പ് ആഴ്ന്നിറങ്ങിപ്പോയി. കാട്ടുപൊന്തക്കാടുകൾക്കരികിലെ കലങ്ങിയ തോട്ടുവെള്ളത്തിൽ, പരൽമീനുകൾ ആകാശത്തേക്ക് നോക്കി നെടുവീർപ്പെടുകയോ തോട്ടിലേക്ക് ചാഞ്ഞുനിന്ന കാട്ടുമരത്തിലെവിടെയോ ഇരുന്ന് ഏതോ പക്ഷികൾ കലപില ശബ്ദം കൂട്ടുകയോ ചെയ്തു. ലോകത്തിലെ മഹാ മൗനങ്ങളൊക്കെയും ചുണ്ടിലൊതുക്കിയ കാറ്റ് അർത്ഥമില്ലാതെന്തൊക്കെയോ പുലമ്പുകയായിരുന്നു. ആകാശത്തിൽനിന്ന് മേഘച്ചീളുകൾ നൂലിഴകളെപ്പോലെ വേർപെട്ട്, വേർപെട്ട് ഭൂമിക്കരികിലേക്ക് പെയ്തിറങ്ങുന്നുണ്ടായിരുന്നു.

പാമ്പ് പൊന്തക്കാടുകൾക്കിടയിലിരുന്ന് അവരുടെ മുഖം ഓർക്കാൻ ശ്രമിക്കുകയായിരുന്നു. കണ്ണീർ വറ്റാത്ത അവരുടെ കണ്ണുകളിൽ ലോകത്തിന്റെ സർവ്വദുഃഖങ്ങളും ഉറഞ്ഞുകൂടിയിരിക്കുന്നത് പാമ്പറിഞ്ഞു. ഒട്ടിയ കവിളുകൾ, മെല്ലിച്ചുണങ്ങിയ കൈകൾ, ശുഷ്കിച്ച മാറിടം, അല്പം നീണ്ട കറുത്ത തലമുടി, പാമ്പ് എത്രയോ വട്ടം അവരെ കണ്ടിരിക്കുന്നു. അവരുടെ പൊട്ടിക്കരച്ചിൽ കേട്ടിരിക്കുന്നു. ചിരിക്കുന്ന അവരുടെ മുഖം പാമ്പിന് ഓർക്കാനേ കഴിയുന്നില്ല.

ആകാശം അകാരണമായി ഇരുളുകയോ, അനവസരത്തിൽ ഇടിമിന്നലോടെ പൊട്ടിത്തെറിക്കുകയോ ഭൂഗോളം മുഴുവൻ മഴയിൽ കുത്തിയൊലിച്ചു പോവുകയോ ചെയ്യുമെന്ന് തോന്നിയ ഒരു പകൽ പാമ്പ് ഇപ്പോഴും ഓർക്കുന്നു. പാമ്പ് അപ്പോൾ തെച്ചിക്കാടുക്കൾക്കിടയിലിരുന്ന്

തെച്ചിപ്പഴങ്ങൾ കൊത്തിത്തിന്നുകയായിരുന്നു. പെട്ടെന്നൊരലർച്ച, പാമ്പ് കാത് കൂർപ്പിച്ചു. അവരുടെ സ്വരം അവരുടെ തേങ്ങൽ, അവരെന്തൊക്കെയോ തേങ്ങലിനിടയിലൂടെ പറഞ്ഞൊപ്പിക്കുന്നു. പക്ഷേ, ആ ഇരുട്ടിൽ മുഖം പാമ്പ് തിരിച്ചറിഞ്ഞിരുന്നില്ല. നിമിഷ നേരത്തേക്ക് പാമ്പിന്റെ പ്രജ്ഞയറ്റു പോവുകയായിരുന്നു. മനുഷ്യരിത്ര ക്രൂരരോ? നിരാലംബയായ ഒരു സാധു സ്ത്രീയെ.

അന്നു രാത്രി മുഴുവൻ, മഴയുടെ തണുപ്പിൽ, പൊന്തക്കാടിനുള്ളിൽ, തണുത്തുവിറച്ചിരുന്നപ്പോൾ പാമ്പ് എപ്പോഴും ഓർത്തത് അവരുടെ ദൈന്യത നിറഞ്ഞ മുഖമായിരുന്നു. തല്ലാൻ ഓങ്ങുന്ന കൈകളെ അവർ പലവട്ടം തടയുന്നത് കണ്ടു. പക്ഷേ, അതെല്ലാം ആ ബലിഷ്ഠകായന്റെ മുന്നിൽ നിഷ്പ്രയോജനമായിരുന്നു. എപ്പോഴോ അവർ ബോധം മറഞ്ഞ് നിലം പതിച്ചപ്പോൾ അയാൾ ഉച്ചത്തിൽ ആൾക്കാരെ വിളിച്ചുകൂട്ടുകയോ എന്തൊക്കെയോ പറയുകയോ ചെയ്തു.

"ഗൗരിക്ക് എന്താണെന്നറിയില്ല, പെട്ടെന്നൊരു ബോധക്ഷയം. ഞാൻ പുറത്തുനിന്ന് വന്നപ്പോഴേ അവരിവിടെ കിടക്കുകയാണ്." എത്ര പെട്ടെന്നാണ് വാഹനം വന്നതും ആൾക്കാർ അവരെ താങ്ങി അതിൽ കയറ്റി എങ്ങോട്ടോ കുതിച്ചതും.

ദിവസങ്ങളോളം പാമ്പിന്റെ ഹൃദയത്തിൽ എവിടെയോ ഒരു തേങ്ങൽ വീണുടയുന്നുണ്ടായിരുന്നു. കണ്ണടച്ചാലും തുറന്നാലും അവരുടെ ദൈന്യത നിറഞ്ഞ മുഖം. മുൾച്ചെടികൾക്കിടയിലൂടെ, തോട്ടുവക്കിലെ കൈതക്കാടുകൾക്കിടയിലൂടെ കൊഴിഞ്ഞുവീണു കിടക്കുന്ന പാലപ്പൂക്കളുടെ മാസ്മര ഗന്ധങ്ങൾക്കിടയിലൂടെ, ഇഴഞ്ഞുനീങ്ങുമ്പോഴെല്ലാം പാമ്പിന്റെ ഹൃദയത്തിലൂടെ വരണ്ടകാറ്റ് ആഞ്ഞുവീശുകയോ ആ വരൾച്ചയിൽ തന്റെ ഉറ പോലും ഊരിയെറിഞ്ഞ് പാമ്പ് നെടുവീർപ്പുകളിലൂടെ ആടിയുലയുകയും ചെയ്തു.

തികച്ചും അപ്രതീക്ഷിതമായിട്ടാണ് പാമ്പ് അയാളെ കണ്ടത്. പാമ്പ് അപ്പോൾ അടഞ്ഞുകിടക്കുന്ന വീടിനു മുന്നിലെ പുൽപ്പടർപ്പിൽ ഒളിഞ്ഞു കിടക്കുകയായിരുന്നു. വീടിനകത്തുനിന്ന് എപ്പോഴൊക്കെയോ പല ശബ്ദങ്ങൾ കേട്ട പാമ്പ് അറിയാതെ തന്നെ കാതോർക്കുകയായിരുന്നു, അവരുടെ ശബ്ദം തിരിച്ചറിയാൻ വേണ്ടി. പക്ഷേ, ഒരിക്കൽ പോലും, ഒരു നേരിയ ശബ്ദം പോലും അവരുടേതായി പാമ്പ് കേട്ടില്ല. അയാൾ കതക് തുറക്കുന്നതും പുറത്തിറങ്ങുന്നതും ഒഴിഞ്ഞ മദ്യക്കുപ്പി പുറത്തേക്ക് വലിച്ചെറിയുന്നതും പാമ്പ് കണ്ടു. മറ്റു മൂന്നുപേർ കൂടി ലഹരിയിലൂടെ ആടിയുലഞ്ഞ് പുറത്തേക്കിറങ്ങുന്നതും ഇരുളിലൂടെ തന്നെ അപ്രത്യക്ഷമാകുന്നതും പാമ്പ് കണ്ടിരുന്നു. അവരെല്ലാം ഉറക്കെ ഉറക്കെ സംസാരിക്കുകയോ ഉച്ചത്തിൽ ചിരിക്കുകയോ ചെയ്യുന്നുണ്ടായിരുന്നു. ഇരുട്ടിലൂടെ മറഞ്ഞുപോയ അവരുടെ രൂപങ്ങളിലേക്ക് കണ്ണും നട്ടിരുന്ന പാമ്പിന്റെ ഹൃദയത്തിൽ അപ്പോൾ അഗ്നി ജ്വലിക്കുന്നുണ്ടായിരുന്നു.

അടഞ്ഞു കിടക്കുന്ന വീടിന്റെ മുന്നിലേക്ക് പെട്ടെന്നൊരു ദിവസം

ഒരു വെളുത്ത വാഹനം വന്നു നില്ക്കുന്നതും ഒരുപാടുപേർ ആ വീട്ടിലേക്ക് ഒരുമിച്ച് ഇരച്ചു വരുന്നതും പാമ്പ് തെച്ചിക്കാടുകൾക്കിടയിൽ കിടന്ന് കാണുന്നുണ്ടായിരുന്നു. വെള്ളത്തുണിയിൽ പൊതിഞ്ഞ അവരുടെ ശരീരം മുറിയിൽ അലങ്കരിച്ചു കിടത്തുന്നതും ആ ശരീരത്തെ കെട്ടിപ്പിടിച്ച് ആരൊക്കെയോ ഉറക്കെ വിലപിക്കുന്നതും പാമ്പ് കേട്ടു.

പക്ഷേ, തീരെ അവിശ്വസനീയമായി പാമ്പിന് തോന്നിയത് അയാളുടെ പൊട്ടിക്കരച്ചിലായിരുന്നു. ആരൊക്കെയോ താങ്ങിപ്പിടിച്ചാണ് അയാളെ മൃതദേഹത്തിനരികിലേക്ക് കൊണ്ടു വന്നത്. അയാൾ മൃതദേഹത്തെ കെട്ടിപ്പിടിച്ച് ഉറക്കെ കരയുകയും എന്തൊക്കെയോ അവ്യക്തമായി പുലമ്പുകയും ചെയ്യുന്നുണ്ടായിരുന്നു. തെച്ചിക്കാടുകൾക്കിടയിൽ കിടന്ന പാമ്പിന്റെ ഉടലൊന്നനങ്ങുകയോ പെട്ടെന്നുതന്നെ, പരിസര ബോധം വന്നതുപോലെ വീണ്ടും അനങ്ങാതെതന്നെ കിടക്കുകയോ ചെയ്തു. അപ്പോഴും വീട്ടിലെ കൂട്ടനിലവിളികൾ നിലച്ചിരുന്നില്ല. ബോധം മറഞ്ഞു വീണ അയാളെ ആരൊക്കെയോ താങ്ങി കിടത്തുന്നതും മുഖത്തു വെള്ളം തളിക്കുന്നതും പാമ്പറിഞ്ഞു.

പാമ്പ് അപ്പോൾ അറിയാതെയെങ്കിലും എന്തോ തേടിത്തുടങ്ങുകയായിരുന്നു. കെട്ടടങ്ങാത്ത ശബ്ദങ്ങൾക്കിടയിലൂടെ, കത്തിത്തീരാത്ത ചിതക്കൊള്ളികൾക്കരികിലൂടെ, രക്തം വാർന്നുപോയ ഉടലുമായി നീലിച്ച കണ്ണുകളുമായി പാമ്പ് അകലങ്ങളിലേക്ക് തന്നെ ഇഴയുകയായിരുന്നു. ഇഴഞ്ഞു നീങ്ങിക്കൊണ്ടിരുന്ന ഓരോ തുരുത്തിലൂടെയും പാമ്പിന് പിന്നാലെ ഏതോ ഒരു ശബ്ദം എപ്പോൾ മുതലോ അനുഗമിച്ച് തുടങ്ങുന്നതായി പാമ്പറിഞ്ഞിരുന്നു. പാമ്പിന് മുന്നിൽ അപ്പോൾ അവർ മാത്രമായിരുന്നു. അവരുടെ നിറകണ്ണുകൾ മാത്രമായിരുന്നു. മെല്ലിച്ച മുഖം മാത്രമായിരുന്നു. അവരപ്പോൾ മരിച്ചിരുന്നില്ല.

പ്രാണികൾ

'ഒരുപാട് പ്രാണികൾ കൂട്ടത്തോടെ മുറിയിലേക്ക് ഇരച്ചു വരികയായിരുന്നു. വിവിധ വർണ്ണത്തിലും രൂപത്തിലുമുള്ള അവയെല്ലാം മുറിയുടെ ഭിത്തികളിൽ പറ്റിപ്പിടിച്ചിരിക്കുകയോ പ്രൊഫസർ ഡെസ്മണ്ടിന്റെ തലയ്ക്കു ചുറ്റും വട്ടമിട്ടുപറക്കുകയോ ചെയ്തു. തകർത്തുപെയ്ത മഴയുള്ള ഒരു രാവിനു ശേഷമുള്ള പ്രഭാതമായിരുന്നു അത്. പ്രഭാതം ആരംഭിച്ചു തുടങ്ങിയിട്ടേയുണ്ടായിരുന്നുള്ളൂതാനും. പ്രൊഫസർ ഡെസ്മണ്ടിന് കിടക്കയിൽ നിന്ന് എഴുന്നേല്ക്കാൻ കൂടി തോന്നിയില്ല. മസ്തിഷ്കവും ഹൃദയവുമെല്ലാം തലേന്ന് രാത്രിയിലെ ലഹരിയിൽ നിന്ന് പൂർണ്ണമായി വിട്ടുണർന്നിരുന്നില്ല. തികച്ചും ആലസ്യത്തോടെ, തുറന്ന ജനാലയ്ക്കു പുറത്തെ അരണ്ട വെളിച്ചത്തെ നോക്കി കിടന്നപ്പോഴാണ് പ്രാണികൾ എങ്ങുനിന്നെല്ലാതെ കൂട്ടത്തോടെ, പ്രൊഫസറുടെ മുറിയിലേക്ക് ഇരച്ചു കയറിയത്. അവയൊന്നും അയാൾക്ക് അപരിചിതമായിരുന്നില്ലെങ്കിലും അപ്പോഴയാൾ ആദ്യം കാണുന്ന മുഖഭാവത്തോടെയാണ് അവയെ കണ്ടത്.

വീടിനുമുകളിലത്തെ കിടപ്പുമുറിയിൽ കിടന്നാൽ തന്നെ അയാൾക്ക് താഴെയുള്ള, അകലെയല്ലാത്ത ആ പച്ചപ്പിന്റെ പാടം കാണാവുന്നതാണ്. പേരറിയാത്ത പാഴ്ച്ചെടികൾ ആർത്തുല്ലസിച്ച് കൂട്ടത്തോടെ വളർന്നു നില്ക്കുകയും അവയിലെല്ലാം വിവിധ വർണ്ണങ്ങളിലെ പൂക്കൾ നിരതെറ്റി വിടർന്നു നില്ക്കുകയും ചെയ്തിരുന്നു. ആ പച്ചപ്പിന്റെ പ്രവാഹത്തിനു മുകളിൽ വട്ടമിടുന്ന പ്രാണികളുടെ കൂട്ടങ്ങളെ അയാൾ പലപ്പോഴും ജനാലയ്ക്കരികിൽ നിന്ന് സാകൂതം വീക്ഷിക്കാറുള്ളതാണ്. ഇന്നവ ഒരു മുന്നറിയിപ്പുമില്ലാതെയാണ് അയാളുടെ കിടപ്പുമുറിയിലേക്ക് പ്രഭാതത്തിന്റെ ആരംഭത്തിൽ തന്നെ കൂട്ടമായി എത്തിയതും കൊച്ചു കൊച്ചു ശബ്ദങ്ങളോടെ മുറിക്കകത്ത് തലങ്ങും വിലങ്ങും പറക്കാൻ തുടങ്ങിയതും. ഭിത്തി

യിൽ പറ്റിപ്പിടിച്ചിരുന്നവ ഒരുപക്ഷേ, നൂറ്റാണ്ടുകൾക്കു മുമ്പേ അവിടെ സമാധിയിലായിരുന്നുവെന്ന് തോന്നിപ്പിക്കും വിധമാണ് ഉറക്കത്തിലെന്ന വിധം അമർന്നിരുന്നത്. തലേന്നു രാത്രിയിലെ തകർത്തുപെയ്ത മഴയിൽ ഈ പ്രാണികൾ ഒരുപക്ഷേ, ആനന്ദത്തിലാറാടി വർഗ്ഗഭേദമെന്യേ പരസ്പരം ആലിംഗനം ചെയ്ത് ആകാശം നിറഞ്ഞിരുന്നിരിക്കാം. ആ ആലസ്യത്തോടെ തന്നെയാവാം തന്റെയീ കിടപ്പുമുറിയിലേക്ക് അവ ആഹ്ലാദത്തോടെ വട്ടമിട്ടു പറന്നുവന്നിരിക്കുന്നതെന്നും പ്രൊഫസർ ഡെസ്മണ്ട് ചുണ്ടിലൊരു ഗൂഢചിരിയോടെ സങ്കല്പിച്ചു. അപ്പോഴാണയാൾക്കു മുന്നിൽ തലേദിവസത്തെ ആ ലഹരിയുടെ രാത്രി ഒരു മഞ്ഞു പെയ്ത്തായി വന്നു നിറഞ്ഞത്. തീർച്ചയായും താനും തലേന്നാൾ ഒരു പ്രാണി തന്നെയായിരുന്നു. ശരീരവും മനസ്സും ഒരുപോലെ ലഹരികൊണ്ടു നിറച്ച ഒരു പ്രാണി. വണ്ടിയിൽ നിന്നിറങ്ങി മഴയിലൂടെ, തന്നെ കൈപിടിച്ച് മുറിയിൽ കൊണ്ടാക്കി മടങ്ങുമ്പോൾ വില്യംസ് തോളിൽതട്ടി പറഞ്ഞത് വിദൂരതയിലെവിടെയോനിന്ന് വീശുന്ന ഒരു ഹിമക്കാറ്റുപോലെ പ്രൊഫസർ ഡെസ്മണ്ട് ഓർത്തു. ആ വാക്കുകൾക്ക് തീർച്ചയായും മഞ്ഞിന്റെ മണവും കുളിരുമുണ്ടായിരുന്നു. എങ്കിലും ഏകനായ പ്രൊഫസർക്ക് ആ വാക്കുകളിലെ ലഹരി മാത്രമേ മോന്തിക്കുടിക്കുവാൻ കഴിഞ്ഞുള്ളൂ.

“പ്രൊഫസർ ഡെസ്മണ്ട്, താങ്കളീ മഴയുടെ രാത്രി ആഹ്ലാദപൂർവ്വം ആഘോഷിക്കൂ. മഴ എന്തു ലഹരിയാണെന്നോ, മഴയിലൂടെയല്ലേ പുതുനാമ്പുകൾ പുത്തൻ സ്വപ്നങ്ങളുമായി വിടർന്നുണരുന്നത്” വില്യംസിന്റെ നാവ് കുഴഞ്ഞതായിരുന്നെങ്കിലും അയാളിലെ വാക്കുകൾക്ക് അപാര സൗന്ദര്യവും ലഹരിയുമുണ്ടെന്ന് ആ അർദ്ധബോധാവസ്ഥയിൽ പോലും പ്രൊഫസർ ഡെസ്മണ്ടിന് തോന്നിയിരുന്നു.

കതക് തുറന്ന് മുറിക്കകത്ത് കയറുമ്പോൾ ഇരുളിലെ മഴയിലൂടെ വെളിച്ചവുമായി കാത്തു കിടന്ന തന്റെ വെള്ളമാരുതി സിഫ്റ്റ് കാറിനകത്തേക്ക് വില്യംസ് കയറി ഡോറടയ്ക്കുന്നതു കണ്ടു. ഡ്രൈവ് ചെയ്യുന്നത് തീർച്ചയായും ആഗ്നസ് ആണെന്നറിയാം. ഏത് ആഘോഷങ്ങളിലും ആഗ്നസ് മനസ്സാന്നിദ്ധ്യം കൈവിടാറില്ലല്ലോ. ഇരുട്ടിനെ കീറിമുറിച്ച വെളിച്ചവുമായി സിഫ്റ്റ് മുന്നോട്ടെടുക്കുമ്പോൾ ഡ്രൈവിങ് സീറ്റിലിരുന്ന് ആഗ്നസ് പുറത്തേക്ക് മുകളിലെ നിലയിലെ തന്റെ ബാൽക്കണിയിലേക്ക് നോക്കി കൈവീശുന്നതു കണ്ടു. കാലുകൾ വേച്ചു വേച്ചു അർദ്ധബോധത്തോടെ, ബാൽക്കണിയുടെ കൈവരിയിൽ പിടിച്ച് നിന്നുകൊണ്ട് താനും അവൾക്കു പൂർണ്ണമനസ്സോടെ തിരിച്ച് കൈവീശി.

സത്യത്തിൽ പ്രൊഫസർ ഡെസ്മണ്ടിന്റെ മനസ്സിലപ്പോഴും വില്യംസിന്റെ വാക്കുകളുണ്ടായിരുന്നു. പരിഹാസത്തിന്റെ ചുവയല്ലാതെ മറ്റെന്ത് അർത്ഥമാണിതിനുള്ളത്. താനീ മഴയുടെ രാത്രി ചിന്തകളിലൂടെ ആഘോഷിക്കാൻ. തീർച്ചയായും ചിന്തകൾ ലഹരി തന്നെയല്ലേ. പലപ്പോഴും വില്യംസിന്റെ വാക്കുകളിൽ മുനയുള്ള പരിഹാസം കലർന്നിരുന്നത് മനസ്സിലാ

കുമായിരുന്നെങ്കിലും ഇല്ലെന്ന് നടിച്ച് ചിരിക്കുക മാത്രമേ ചെയ്തിരുന്നുള്ളൂ.

അക്ഷരങ്ങൾക്കും ലഹരിയുണ്ടെന്ന്, ആ ലഹരിയിലും സ്വയം മറന്ന് ആഹ്ലാദിക്കാൻ കഴിയുമെന്ന്, മൾട്ടി നാഷണൽ കമ്പനികളിലൂടെ മാത്രം സഞ്ചരിക്കുന്ന കോടീശ്വരൻ വില്യംസിന് എങ്ങനെ മനസ്സിലാകാൻ? പകലുകളും രാത്രികളും, രാത്രികളും പകലുകളും അക്ഷരങ്ങളെ മാത്രം പ്രണയിച്ച് അവയിലേക്ക് ആണ്ടിറങ്ങി, വിവാഹം കഴിക്കാൻപോലും മറന്ന ഒരു റിട്ടയേർഡ് പ്രൊഫസറായ താൻ തന്റെ ചിതലരിച്ച ചിന്തകളുമായി ആഘോഷിക്കട്ടെയെന്നാവും വില്യംസ് ധ്വനിപ്പിച്ചിരുന്നത്. പക്ഷേ, എന്നിരുന്നാലും താനാ വാക്കുകളിലൂടെയും ആഹ്ലാദം മാത്രമേ കണ്ടുള്ളൂവെന്ന് പ്രൊഫസർ ഡെസ്മണ്ടിനു തോന്നി. ആ ഒരു ചിന്തയോടെ തല ചരിച്ചു വച്ച്, ഭിത്തിയിൽ പറ്റിയിരുന്ന ഇളം പച്ചനിറത്തിലുള്ള ഒരു ചെറുപ്രാണിയെ കണ്ടപ്പോൾ പ്രൊഫസറിന്റെ ഹൃദയത്തിലൂടെ അറിയാതെയെങ്കിലും നേർത്ത പച്ച ഷിഫോൺ സാരിചുറ്റിയ, വില്യംസിന്റെ ഭാര്യ ആഗ്നസ് കടന്നുവരികയായിരുന്നു. പ്രൊഫസറുടെ കണ്ണുകളിലും ചുണ്ടുകളിലും കവിളുകളിലുമപ്പോൾ പ്രാണികൾ മുത്തമിടുന്നതുപോലെ തോന്നി. എല്ലാ പ്രാണികൾക്കും ഇളം പച്ചനിറം. ഓരോ പ്രാണിയും ഇളം പച്ചനിറത്തിലെ ഷിഫോൺ സാരി ചുറ്റിയ ആഗ്നസ് ആവുകയോ താനാ പ്രാണികളിലേക്ക് അഗാധമായ അന്ധമായ ഒരു ലഹരിയോടെ ആഴ്ന്നിറങ്ങുന്നതായോ പ്രൊഫസർ ഡസ്മണ്ടിന് പെട്ടെന്ന് തോന്നി. അദ്ദേഹത്തിന്റെ കണ്ണുകളിൽ അപ്പോൾ ജലം നിറയുന്നുണ്ടായിരുന്നു. കവിളുകൾ അറിയാതെ എന്തിനോവേണ്ടി തുടിക്കുന്നുമുണ്ടായിരുന്നു. മേശപ്പുറത്ത് പകുതി വായിച്ച് മടക്കിയിരുന്ന ഒരു കവിതാ പുസ്തകത്തിലേക്ക് നോക്കിയപ്പോൾ അദ്ദേഹം ഓർത്തു. താൻ ഇന്നലെയുടെ വരൾച്ചയിൽ, ഏകാന്തതയിൽ ഏകനായ ഒരു കവിയുടെ കവിതയിൽ ലയിച്ചിരുന്നപ്പോഴാണ്, വില്യംസിന്റെ ഫോൺ എത്തിയതെന്ന്.

“ഹലോ പ്രൊഫസറെ, ഇന്ന് രാത്രി ഡിന്നർ ഞങ്ങൾക്കൊന്നിച്ച്, തീർച്ചയായും വരണം.” മറുപടി പറയുന്നതിനു മുമ്പെ വില്യംസ് ഫോൺ കട്ട് ചെയ്തിരുന്നു. ഒരു പണിമുടക്കു ദിവസമായിരുന്നത് കൊണ്ട് പ്രത്യേകിച്ച് പുറത്തെങ്ങുംപോകാതെ കവിതകളുമായി ഏകാന്തത പങ്കിട്ടിരുന്നപ്പോഴായിരുന്നു വില്യംസിന്റെ ആ ഫോൺകോൾ. നിഷേധിക്കാനേ തോന്നിയില്ല. തീർച്ചയായും വില്യംസിന്റെ വീട്ടിലേക്കുള്ള ഒരു ക്ഷണവും താൻ നിരസിക്കാറില്ലെന്ന് പ്രൊഫസർ ഡെസ്മണ്ട് ഓർത്തു. നിരർത്ഥകമായി, എന്തെങ്കിലുമൊക്കെ വായിൽ വരുന്നതു വിളിച്ചു പറയുന്ന, കാരണമില്ലാതെപോലും വെറുതെ വായ് തുറന്ന് ഉറക്കെ ചിരിക്കുന്ന വില്യംസിനോടുള്ള സ്നേഹം കൊണ്ടായിരുന്നില്ല, അവിടേക്കുള്ള യാത്രകൾ ഒഴിവാക്കാതിരുന്നത്. മുറ്റം നിറയെ ഒരു പാട് പൂക്കളും അകത്തെ മുറികളിലെ ഭിത്തികളിൽ കലാമൂല്യമുള്ള പെയിന്റിങ്ങുകളുമടങ്ങുന്ന ആ ഭവനത്തിലേക്ക് തന്നെ എപ്പോഴും ആകർഷിച്ചിരുന്നത്, തീർച്ചയായും

ആഗ്നസ് എന്ന സുന്ദരിയുടെ സാന്നിദ്ധ്യം മാത്രമാണെന്ന് പ്രൊഫസർ ഡെസ്മണ്ട് ഓർത്തു. വെട്ടിത്തിളങ്ങുന്ന മനോഹരമായ കവിളുകളും ആലസ്യത്തിലമർന്നു കിടക്കുന്ന തിളങ്ങുന്ന നീണ്ട കണ്ണുകളും ചുവന്നു തുടുത്ത ചുണ്ടുകളും തന്നെ ആഗ്നസിലേക്ക് എപ്പോഴും ആകർഷിച്ചിരുന്നതായി പ്രൊഫസർക്ക് തോന്നി. നിരതെറ്റാത്ത പല്ലുകൾ കാട്ടി അവൾ മനോഹരമായി പുഞ്ചിരിക്കുമ്പോൾ മനസ്സുകൊണ്ട് മോഹിച്ചിട്ടുണ്ട്. അവൾ തന്റേതായിരുന്നെങ്കിൽ, തന്റെ മാത്രം ആഗ്നസായിരുന്നെങ്കിൽ, എങ്കിൽ ഒരുപക്ഷേ, തന്റെ ചിന്തകളൊന്നും ഇതുപോലെ ആയിരുന്നിരിക്കില്ല. താൻ അപാരമായി സ്നേഹിച്ചിരുന്ന, ഒരു ലഹരിപോലെ മനസ്സിലെപ്പോഴും കൂടെ കൊണ്ടു നടന്നിരുന്ന പല കവിതകളും ആഗ്നസിന്റെ ചുണ്ടുകളിലോ കവിളുകളിലോ നേർത്ത വിരൽത്തുമ്പുകളിലോ ഒഴുകിനടക്കുന്നതായി പ്രൊഫസർ ഡെസ്മണ്ട് പലപ്പോഴും ചിന്തിക്കുകയും ആ ചിന്തകളിലൂടെ അദ്ദേഹം വിദൂരതകളിലെ ഹരിതാഭങ്ങളിൽ നിന്ന് നൃത്തം ചെയ്തു പറന്നുവരുന്ന പ്രാണികളിലേക്ക് സ്വന്തം മനസ്സിനെ അപാരമായി ആഴ്ന്നിറക്കുകയും ചെയ്തു.

വില്യംസിന്റെ വീട്ടിലേക്കുള്ള ക്ഷണം. തീർച്ചയായും അവരുടെ 26-ാം വിവാഹവാർഷികത്തിന്റേത് ആയിരിക്കുമെന്ന് അല്പംപോലും ചിന്തിച്ചിരുന്നില്ല. അല്പമെങ്കിലും സൂചന അതിനെപ്പറ്റി നേരത്തെ കിട്ടിയിരുന്നെങ്കിൽ വിവാഹവാർഷിക സമ്മാനമായെങ്കിലും ആഗ്നസിനുവേണ്ടി താനെന്തെങ്കിലും കരുതിയിരുന്നേനെയെന്ന് അദ്ദേഹം ഓർത്തു.

വീടിനുപുറത്ത് എത്തിയപ്പോൾ തന്നെ അകത്തെ ആരവങ്ങൾ കേട്ടു. ആഹ്ലാദത്തിന്റെ ചിലമ്പൊലികൾ ആ ഭവനം നിറഞ്ഞുകവിഞ്ഞു ഒഴുകുന്നതുപോലെ തോന്നുകയോ, 46 വയസ്സുണ്ടായിട്ടും ഒരു മധുരപ്പതിനേഴുകാരിയുടെ ചുറുചുറുക്കോടും സൗന്ദര്യത്തോടുംകൂടി ആഗ്നസ് അവിടെയെല്ലാം പാറിപാറി നടക്കുന്നതായോ പ്രൊഫസർ ഡെസ്മണ്ടിനു തോന്നി. പ്രൊഫസറെ കണ്ടപ്പോൾ തന്നെ വില്യംസും ആഗ്നസും ഓടി അടുത്തു വന്നണഞ്ഞിരുന്നു. "ബുദ്ധിജീവിയായ അങ്ങയെ വിവരം മുൻകൂട്ടി അറിയിക്കാഞ്ഞതാണ്. ഇന്ന് ഞങ്ങളുടെ 26-ാം വിവാഹവാർഷികമാണ്."

വില്യംസ് അത് പറഞ്ഞ് പതിവുപോലെ വായ് തുറന്ന് ഉറക്കെ ചിരിയ്ക്കുകയായിരുന്നു.

"അങ്ങ് ഇങ്ങനെയുള്ള ചീള് വിശേഷങ്ങൾക്ക് ഒരുപക്ഷേ, വരാതിരുന്നെങ്കിലോ എന്നൊരു സംശയം, അതുകൊണ്ടാണ് മുൻകൂട്ടി പറയാതിരുന്നത്." വില്യംസ് അതുപറഞ്ഞ് നിർത്തിയപ്പോഴാണ് നഗരത്തിലെ മുന്തിയ ജുവലറി ഉടമ അനന്തപത്മനാഭന്റെ കമന്റ്.

"അവിവാഹിതനായ പ്രൊഫസർക്ക് എന്താ യീ വിവാഹിതരുടെ ആഘോഷങ്ങളിൽ കാര്യം. ഇത് ഞങ്ങൾ വിവാഹം കഴിഞ്ഞവർക്കുള്ളതാണ്." അയാളുടെ തമാശ കേട്ടാവണം അയാളുടെ ഭാര്യ, ദേഹം മുഴുവൻ സ്വർണ്ണംവാരിയണിഞ്ഞ്, തലമുഴുവൻ മുല്ലപ്പൂവും വാരിച്ചൂടിയ മുത്തുലക്ഷ്മി തന്റെ കറുത്തുതടിച്ച ദേഹം കുലുക്കി ചിരിക്കുന്നതു കണ്ടു. തമാ

ശയ്ക്ക് പറഞ്ഞതാണെങ്കിലും സത്യത്തിൽ പ്രൊഫസറുടെ ഹൃദയത്തിൽ അപ്പോൾ അമർഷം നുരച്ചു പൊന്തുകയായിരുന്നു. അപ്പോഴും അദ്ദേഹത്തിന്റെ മനസ്സിൽ വിവിധ വർണ്ണങ്ങളിലുള്ള കൊച്ചു പ്രാണികൾ വട്ടമിട്ടു പറക്കുന്നുണ്ടായിരുന്നു. എല്ലാ ആഘോഷങ്ങൾക്കും ആരവങ്ങൾക്കുമിടയിൽ ഏകനായി, ചുണ്ടിലെ നിസ്സംഗമായ ചിരിയുമായി വെറുതെ നിന്നപ്പോഴൊക്കെ ആഗ്നസും വില്യംസും ഓടിയെത്തിയിരുന്നു. ആഘോഷങ്ങളുടെ നിറങ്ങളിലേക്ക്, ലഹരികളിലേക്ക് അവർ തന്നെ അറിയാതെ വലിച്ചിറക്കുകയായിരുന്നു. മദ്യത്തിന്റെ ലഹരിയിൽ വറുത്ത ആട്ടിറച്ചി കടിച്ചു പറിച്ചു തിന്നുമ്പോഴും അനന്തകൃഷ്ണന്റെ കമന്റുണ്ടായിരുന്നു.

"പാവം പ്രൊഫസറെ കൊണ്ട് ഈ വീഞ്ഞ് കുടിപ്പിക്കുകയും ഇറച്ചി തീറ്റിക്കുകയും വേണോ വില്യമേ? താൻ അദ്ദേഹത്തിന് വല്ല മുന്തിയ പുസ്തകങ്ങളും കൊടുത്താൽ പോരേ അദ്ദേഹം അതുംകൊണ്ട് അവിടിരുന്നേനെ." അനന്തന്റെ ഉറക്കെയുള്ള ചിരിയിൽ മുറികൾ മുഴുവൻ ഒന്നിച്ചു കുലുങ്ങുന്നതുപോലെ തോന്നി. എല്ലാവരും ചിരിക്കുകയായിരുന്നു. മത്തുപിടിച്ചുള്ള ആ ചിരികൾക്കിടയിൽ, ഒരുപക്ഷേ, പ്രൊഫസർ അക്ഷോഭ്യനായത് തലച്ചോറിൽ പ്രകമ്പനം കൊള്ളാൻ തുടങ്ങിയ മദ്യത്തിന്റെ വീര്യം കൊണ്ടാവണം. അപ്പോഴും ആളുകൾക്കിടയിലൂടെ തെന്നി തെന്നി നീന്തി തുടിച്ചിരുന്ന ആഗ്നസിന്റെ തുടുത്ത മുഖത്തേക്കു പ്രൊഫസർ അറിയാതെ പലപ്പോഴും നോക്കി പോയിരുന്നു. ആ കണ്ണുകളിലെ മദനജലം മുഴുവൻ ഒറ്റവലിക്ക് കുടിച്ചു തീർക്കാൻ, ആ നേർത്ത വിരൽത്തുമ്പുകളെ ചുണ്ടുകളോട് ചേർത്ത് ഓമനിയ്ക്കാൻ, അറിയാതെപ്പോഴൊക്കെയോ മനസ്സു കൊതിക്കുന്നുണ്ടായിരുന്നു.

രാത്രി, മഴ കൊണ്ട് നിറഞ്ഞപ്പോൾ, അതിഥികളെല്ലാം പാതി മയക്കങ്ങളോടെ മഴയിലൂടെ തന്നെ ഒലിച്ചിറങ്ങിപ്പോയപ്പോൾ വില്യംസ് നിർബ്ബന്ധിച്ചതാണ്. "ഡെസ്മണ്ട് സാറിനിനി രാത്രിയിൽ പോകേണ്ട കാര്യമുണ്ടോ? ഇവിടെ തങ്ങിക്കൂടെ, മഴയിലാരും സാറിനെ കാത്ത് വീട്ടിലിരിപ്പില്ലല്ലോ."

വില്യംസിനോട്, വീട്, – വീടാണെന്നെ കാത്തിരിക്കുന്നതെന്ന് മറുപടി പറയണമെന്ന് തോന്നിയെങ്കിലും ഒന്നം പറയാതെതന്നെ ഇരുളിലേക്ക്, മഴയിലേക്ക്, നിവർത്തിപ്പിടിച്ച വലിയ കുടയുമായി ഇറങ്ങി നടക്കുകയായിരുന്നു, പിന്നിൽ നിന്ന് ആഗ്നസാണ് തടഞ്ഞത്.

"അയ്യോ– സാറെ ഈ മഴയത്ത് പോകല്ലേ, ഞങ്ങള് കൊണ്ടു ചെന്നു വിടാം." വില്യംസ് മദ്യത്തിൽ കുഴഞ്ഞിരുന്നതുകൊണ്ട് ആഗ്നസാണ് ഡ്രൈവ് ചെയ്തത്. മഴകൊണ്ടു നിറഞ്ഞ വഴികളിലൂടെ കാർ മുന്നോട്ടു നീങ്ങികൊണ്ടിരുന്നപ്പോഴെല്ലാം ഡെസ്മണ്ട് എന്ന അവിവാഹിതന്റെ ഹൃദയത്തിൽ കനലുകൾ ജ്വലിക്കുകയും, അവ ആളിക്കത്താതെ തനിയെ അണയുകയും ചെയ്തു. ആഗ്നസും വില്യംസും കൈവീശി യാത്ര പറഞ്ഞു പോയതിനു ശേഷവും രാത്രി ഒരുപാട് നീണ്ടു കിടന്നിരുന്നു. ആഞ്ഞുപെയ്യുന്ന മഴകൾക്കു ചെവി കൊടുത്ത്, ആകാശങ്ങളിലെ ഇരുളിലൂടെ

അപ്പോഴും അലഞ്ഞേക്കാവുന്ന കൊച്ചു പ്രാണികളുടെ നെടുവീർപ്പുകളെ ഹൃദയത്തിലേറ്റി വാങ്ങി, മദ്യലഹരിയിലൂടെ ഉറക്കത്തിലേക്ക് വഴുതുമ്പോഴും ഡെസ്മണ്ട് എന്ന റിട്ടയേർഡ് കോളേജ് പ്രൊഫസർക്ക് ആത്മാവിന്റെയുള്ളിന്റെയുള്ളിൽ ഒരിക്കലും പെയ്തുണരാത്ത മേഘങ്ങളോ, ചിറകു മുളയ്ക്കാത്ത പക്ഷിക്കൂട്ടങ്ങളോ ഉണ്ടായിരുന്നു. അപ്പോഴുമയാൾ ഒരിക്കൽപോലുമോർത്തില്ല. പിറ്റേന്നത്തെ പ്രഭാതത്തിൽ തന്റെ കിടപ്പുമുറി പ്രാണികളെക്കൊണ്ട് നിറയുമെന്ന്. ആ പ്രാണികളിലേക്ക്, താൻ അറിയാതെ, അറിയാതെ വഴുതിപ്പോയേക്കുമെന്ന്. ആകാശം അപ്പോൾ കൊച്ചു പ്രാണികളുടെ വെളിച്ചത്തുണ്ടുകൾ കൊണ്ട് നിറയുകയും അവയോരോന്നും അനർഗ്ഗള സൗന്ദര്യമായി ആഗ്നസിന്റെ മുഖഭാവത്തോടെ അയാളിലേക്ക് വന്നു നിറയുകയും ചെയ്തു.

അസ്തമന കടലുകൾ

"എന്റെ വധശിക്ഷ എത്രയും പെട്ടെന്ന് നടപ്പാക്കുക."

വിധി പ്രസ്താവനത്തിന് ശേഷം പ്രതിക്ക് എന്തെങ്കിലും പറയാനുണ്ടോ എന്ന കോടതിയുടെ ചോദ്യത്തിന് ഉത്തരം അയാൾക്ക് അത്രമാത്രമേ പറയാനുണ്ടായിരുന്നുള്ളൂ. തെല്ലു നേരത്തേക്ക് ജഡ്ജിയുടെ മുഖത്ത് അത്ഭുതം വിരിയുകയും അദ്ദേഹം പ്രതിയെ അതേ ഭാവത്തോടെ നോക്കുകയും ചെയ്തു. പ്രതിക്കൂട്ടിൽ നില്ക്കുന്ന യുവാവിന്റെ കണ്ണുകളിൽ ദൃഢതയും മുഖത്ത് നിസ്സംഗതയും മാത്രമേ തെളിഞ്ഞു നിന്നുള്ളൂ. അയാളുടെ അലക്ഷ്യമായി പാറിപ്പറന്നു കിടക്കുന്ന, അല്പം പിറകോട്ടു നീട്ടി വളർത്തിയ ചെമ്പൻ മുടിയിലേക്കും കവിളുകളിൽ പടർന്നു കിടക്കുന്ന താടിരോമങ്ങളിലേക്കും ജഡ്ജിയുടെ കണ്ണുകൾ നീണ്ടിരുന്നു. വെളുത്ത് കൊലുന്നനെയുള്ള ആ ശരീരം ഒരു കൊടുങ്കാറ്റിലും ആടിയുലയാത്ത ഒരു വടവൃക്ഷമാണെന്നാണ് ജഡ്ജിക്ക് തോന്നിയത്. തന്റെ മുമ്പിൽ എത്രയോ പ്രതികൾ വിധിന്യായം കേൾക്കാൻ തുടിക്കുന്ന മനസ്സോടും വിറയ്ക്കുന്ന ചുണ്ടുകളോടും വിളറിവെളുത്ത കണ്ണുകളോടും നിന്നിട്ടുണ്ട്. എത്രയോ പേർ ശിക്ഷാവിധി കേട്ട് പൊട്ടിക്കരയുകയോ ബോധംകെട്ട് നിലത്ത് വീഴുകയോ ചെയ്തിട്ടുണ്ട്. താൻ വധശിക്ഷ വിധിച്ച ഒരു പ്രതി പോലും ഇത്രത്തോളം കൂസലില്ലാതെ കൂട്ടിൽ നില്ക്കുകയോ എന്റെ മരണശിക്ഷ എത്രയും പെട്ടെന്ന് നടപ്പിലാക്കുക എന്ന് അഭ്യർത്ഥിക്കുകയോ ചെയ്തിട്ടില്ല. താൻ കണ്ടിട്ടുള്ള മുഖങ്ങളിലെല്ലാം ദൈന്യത മാത്രമേ നിറഞ്ഞു നിന്നിട്ടുള്ളൂവെന്ന് ജഡ്ജി ഓർത്തു.

ചൂടുകൂടിയ അന്നത്തെ പകലിലെല്ലാം ജഡ്ജിയുടെ മുന്നിൽ ആ യുവാവിന്റെ പതറാത്ത മുഖമുണ്ടായിരുന്നു. തന്റെ ഔദ്യോഗിക ജീവിതത്തിന്റെ അവസാന വിധി പ്രസ്താവ്യം തീർച്ചയായും ഒരു വധശിക്ഷ

യായി പോയത് തെല്ലൊന്നുമായിരുന്നില്ല അദ്ദേഹത്തെ ഉലച്ചത്. വധശിക്ഷകൾ സമൂഹത്തിൽ എത്രമാത്രം സ്വാധീനം ചെലുത്തിയിട്ടുണ്ടെന്നും ഓരോ വധശിക്ഷയിലൂടെയും തീർച്ചയായും കുറ്റങ്ങൾ അറ്റുപോകാറേയില്ലായെന്നും അദ്ദേഹം ഓർത്തു. തൂക്കുമരത്തിനടുത്തേക്ക് നീങ്ങുന്ന പ്രതിയുടെ മനസ്സിലൂടെ സഞ്ചരിക്കാൻ തുനിയുമ്പോഴെല്ലാം അദ്ദേഹം ഉറക്കത്തിൽ ഞെട്ടി ഉണരുകയോ ഉറക്കെ എന്തൊക്കെയോ പുലമ്പി വിളിക്കുകയോ ചെയ്തിട്ടുണ്ട്.

രാത്രി കനത്തതും നിലാവില്ലാത്തതുമായിരുന്നു. തടവറയ്ക്കുള്ളിലെ ഇരുളിൽനിന്ന് ഗൗതം എന്ന, വധശിക്ഷയ്ക്ക് വിധിക്കപ്പെട്ട പ്രതി ചിന്തിച്ചത് മുഴുവൻ തന്റെ അടുത്തുവരുന്ന മരണത്തെക്കുറിച്ച് മാത്രമായിരുന്നു. ജഡ്ജിക്കു മുന്നിലെ ദൃഢചിത്തതയും നിസ്സംഗതയുമെല്ലാം അയാളിൽനിന്ന് എപ്പോഴോ വീണുടയുകയായിരുന്നു. അകലെ അജ്ഞാത തീരങ്ങളിൽ നിന്ന് ഒഴുകി വരുന്ന തണുത്ത കാറ്റിൽ മുഴുവൻ നിറഞ്ഞു നില്ക്കുന്നത് മരണത്തിന്റെ ഗന്ധം മാത്രമാണെന്നും ആ ഗന്ധത്തിലൂടെ താൻ ഏതോ അജ്ഞാത ഗുഹകളിലേക്ക് അറിയാതെ വലിച്ചെറിയപ്പെടുകയാണെന്നും ഗൗതമിന് തോന്നി. പുറത്ത് എപ്പോഴോ തണുത്ത കാറ്റ് ആഞ്ഞു വീശാൻ തുടങ്ങുകയും ജയിൽ വളപ്പിലെ കൂറ്റൻ വൃക്ഷങ്ങളുടെ തലപ്പുകൾ അപസ്മാരം ബാധിച്ചവരെപോലെ ഉറഞ്ഞുതുള്ളുകയും ചെയ്തു. എപ്പോൾ വേണമെങ്കിലും മഴ പെയ്തേക്കാം. ഇരുളിലൂടെ പറന്നു പോകുന്ന ഏതൊക്കെയോ പക്ഷികളുടെ ചിറകടി ശബ്ദത്തിൽ ഗൗതമിന് എപ്പോഴോ സ്വയം നഷ്ടപ്പെടുന്നതായി തോന്നുന്നുണ്ടായിരുന്നു. വരണ്ട കാറ്റ് ആഞ്ഞുവീശുന്ന ഒഴിഞ്ഞ വയലുകൾക്കിടയിലൂടെ ഗൗതം എന്ന കൊച്ചുബാലൻ തുള്ളിച്ചാടിക്കളിക്കുകയോ പിറകെ നടക്കുന്ന ഗൗരിയെന്ന കൊച്ചനിയത്തിയോട് എന്തൊക്കെയോ തമാശകൾ പറഞ്ഞ് പൊട്ടിച്ചിരിക്കുകയോ ചെയ്തു. വിണ്ടുകീറിയ പാടങ്ങൾ നിറയെ പടർന്നുകിടക്കുന്ന നെൽച്ചെടികൾ മുറിച്ചെടുത്തതിന്റെ ഉണക്കക്കുറ്റികൾ. ആ ഉണങ്ങിയ കുറ്റികൾക്കിടയിൽ അവിടവിടെ കിളിർത്തു നില്ക്കുന്ന പച്ചപുൽത്തുമ്പുകൾ നക്കിത്തുടയ്ക്കുന്ന പശുക്കിടാങ്ങൾ, അവയുടെ മുകളിൽ കയറിയിരിക്കുന്ന വൃത്തികെട്ട കാക്കകൾ. മുഷിഞ്ഞ, ബട്ടൺ പോയ ട്രൗസർ കുത്തിയുടുത്ത് ഷർട്ടിടാത്ത മെലിഞ്ഞ ദേഹവുമായി ഗൗതം പാടങ്ങൾക്ക് നടുവിലൂടെ ഓടിത്തിമിർക്കുകയായിരുന്നു. കൂടെ ഓടിക്കളിക്കുവാൻ പാടുപെടുന്ന കൊച്ചനിയത്തിയുടെ കണ്ണുകളിലേക്ക് കുസൃതിനോട്ടമെറിഞ്ഞ് അവൻ എന്തൊക്കെയോ പറയുന്നുണ്ടായിരുന്നു.

ആകാശം പൊടിപടലങ്ങൾകൊണ്ട് നിറയുകയോ കാറ്റ് അലക്ഷ്യമായി ചീറി വീശിത്തുടങ്ങുകയോ ചെയ്തിരുന്നു. മേഘങ്ങൾ മഴത്തുള്ളികളെക്കൊണ്ട് നിറയുകയും അവ പെയ്തൊഴിയാതെ കറുത്ത് കനം തൂങ്ങി ദുർഭൂതങ്ങളെപ്പോലെ അന്തരീക്ഷത്തിൽ ഘനീഭവിച്ചു നില്ക്കുകയും ചെയ്തു. ഗൗതം വരണ്ട കാറ്റുകൾക്കിടയിലൂടെ ഗൗരിയുടെ കൈപിടിച്ച് ഓടുകയായിരുന്നു. ആ കുഞ്ഞുമുഖത്തിന്റെ തുടുപ്പിലേക്ക് ചുംബനങ്ങൾ

വർഷിച്ച് അവന്റെ ചുണ്ടുകൾ മന്ത്രിച്ചു കൊണ്ടിരുന്നത് സ്നേഹത്തിന്റെ മന്ത്രങ്ങൾ മാത്രമായിരുന്നു. എത്ര പെട്ടെന്നാണ് തങ്ങളുടെ ഗ്രാമത്തിന്റെ മുഖച്ഛായയിലേക്ക് യന്ത്രക്കാറ്റുകൾ ആഞ്ഞുവീശിയത്. യന്ത്രങ്ങളുടെ ഘോരശബ്ദങ്ങളിൽ തങ്ങളുടെ മാവു പൂക്കുന്ന കുന്നുകളും വെളുത്ത കൊറ്റികൾ തപസ്സിരിക്കുന്ന നീണ്ട വയലുകളും ഒരുപോലെ തച്ചുടയ്ക്കപ്പെട്ടത്. പിന്നിലെ മുഖങ്ങൾ ഒരിക്കലും പ്രത്യക്ഷപ്പെട്ടിരുന്നില്ലല്ലോ? ഘോരമുഖങ്ങളുള്ള ദിനോസറുകളെപ്പോലെ കൂറ്റൻ യന്ത്രങ്ങൾ ഗ്രാമമാറുകൾ തച്ചുടച്ച് നീങ്ങിയപ്പോൾ ഉഴുതുമറിക്കപ്പെട്ട തങ്ങളുടെ കളിയിടങ്ങളെ നോക്കി, പിഴുതെറിയപ്പെട്ട പൂമരങ്ങളെ നോക്കി, ഉറക്കെ ഉറക്കെ തേങ്ങിക്കരയുന്ന ഗൗരിയുടെ കണ്ണുകളിലെ ദുഃഖത്തിന്റെ തീരാത്ത നീരുറവകൾ തന്നെ എങ്ങോട്ടായിരിക്കും വലിച്ചെറിഞ്ഞത്. കോൺക്രീറ്റ് ദുർഭൂതങ്ങളെക്കൊണ്ട് തങ്ങളുടെ ഗ്രാമങ്ങൾ നിറയുന്നതും അവയ്ക്കിടയിലൂടെ ഒലിച്ചിറങ്ങി മായുന്ന എണ്ണമില്ലാത്ത ഗ്രാമവീടുകളിൽ തങ്ങളുടെ പ്രിയഭവനവും മാഞ്ഞു മറയുന്നതും കണ്ടുനില്ക്കാൻ കെല്പില്ലാതെ ഗൗരിയുടെ കൈയും പിടിച്ച് വരണ്ട കാറ്റുകൾക്കിടയിലൂടെ എങ്ങോട്ടോ യാത്ര തിരിച്ചതും ഓർമ്മയുണ്ട്. എല്ലാ കാറ്റുകളും തങ്ങളെ എങ്ങോട്ടോ പാറിപ്പറപ്പിച്ച് കൊണ്ടുപോകുന്നതായും ആ കാറ്റിന്റെ നിർത്താത്ത ഘോരശബ്ദങ്ങളിൽ ആരോരുമില്ലാത്ത തന്റെയും അനിയത്തിയുടെയും നിലവിളികൾ അലിഞ്ഞ് അലിഞ്ഞ് ഇല്ലാതാകുന്നതായും ഗൗതം അറിഞ്ഞിരുന്നു. ഏതു തുരുത്തിൽ വച്ചാകാം തന്റെ കൈകളിൽ നിന്ന് ഗൗരി ഊർന്ന് പോയത്, ഏത് അജ്ഞാതതീരങ്ങളിലാവാം അവൾ അലിഞ്ഞ് അപ്രത്യക്ഷമായത്... ആവോ? ജീവിതത്തിന്റെ ഇടനാഴികളിൽ തനിക്ക് ആരാണ് മറ്റൊരു മുഖം വലിച്ചെറിഞ്ഞുതന്നത്? തടവറയിൽ തണുത്ത കിടക്കവിരിയിൽ അമർത്തിപ്പിടിച്ച് അയാൾ ഗൗരിയുടെ പേരു ചൊല്ലി ഉറക്കെ തേങ്ങുന്നുണ്ടായിരുന്നു. "ഗൗരി, ഗൗരി എനിക്കു നിന്നെ കാണണം. കാണണം." ഒരിക്കലൂടെ ആ പാടവരമ്പുകളിലൂടെ നിന്റെ കൈപിടിച്ച് ഓടണം. ഗൗതമിന്റെ നിലവിളി എപ്പോഴോ ഉറക്കെ ആയിപ്പോകുന്നുണ്ടായിരുന്നു. അയാളുടെ കണ്ണുകൾ നിറഞ്ഞ് കവിഞ്ഞ് ഒഴുകുകയും കവിളുകൾ ശോകഭാരത്താൽ തുടിച്ചു നില്ക്കുകയും ചെയ്തു.

എവിടെയാണ്, എവിടെവച്ചാണ് തന്റെ ആകാശങ്ങളിലേക്ക് വിഷവിത്തുകളെ കാറ്റുകൾ പാറിപ്പറപ്പിച്ച് കൊണ്ടുവന്നത്. ഒന്നും ഓർമ്മയില്ല. ഒരുപക്ഷേ, ഓർക്കാൻ തോന്നുന്നുമില്ല. കൂടാരങ്ങൾ തനിക്കുമുന്നിൽ തുറക്കപ്പെട്ടത്, അവയ്ക്കുള്ളിലെ തീക്ഷ്ണഗന്ധങ്ങളിലെ വിഷച്ചീറ്റലുകളിൽ അറിയാതെ, അറിയാതെ താനമർന്നു വീണു പോയത്. കൂർത്തനഖങ്ങളും തുറിച്ചകണ്ണുകളും യന്ത്രത്തിന്റെ തലകളും എന്തൊക്കെയോ തന്റെ മസ്തിഷ്കത്തിലേക്ക് ഊതിവിടുകയായിരുന്നു ആരുടെ കൈയിലെ റിമോട്ട് കൺട്രോൾ ആവാം തന്നെ ചലിപ്പിച്ചിരുന്നത്.

ഗ്രാമവയലുകൾ, തോടുകൾ, തെച്ചി പൂക്കുന്ന കാടുകൾ, എല്ലാം ഏതോ വിസ്മൃതിയിലാണ്ടു പോയത് എന്നു മുതലാവാം? ചോരച്ചുവ

യുള്ള കണ്ണുകളോടെ അലഞ്ഞുതിരിഞ്ഞു നടന്നത് എത്ര മനുഷ്യാത്മാക്കളെ കൊന്നൊടുക്കാനായിരുന്നു? അടഞ്ഞ കൂടാരങ്ങളിലെ അരണ്ട വെളിച്ചത്തിൽ കേട്ടത് ഘോരമന്ത്രങ്ങൾ മാത്രമായിരുന്നില്ലേ? ലോകം തനിക്കു മുമ്പിൽ നിറം കെട്ടതായി തോന്നിയിരുന്നുവല്ലോ ഓരോ മനുഷ്യന്റെയും നിഴൽ കണ്ട് പേപിടിച്ച നായ്ക്കളെപ്പോലെ തങ്ങൾ എന്തെല്ലാം അലറി വിളിച്ചു. ഓരോ മനുഷ്യനെയും ചിഹ്നങ്ങൾകൊണ്ട് തിരിക്കുകയായിരുന്നുവല്ലോ തങ്ങൾ. എല്ലാ കൂടാരങ്ങളിൽനിന്നും ഹിംസ്ര ജന്തുക്കളെ പോലെ തങ്ങൾ എവിടെയൊക്കെ അലഞ്ഞു തിരിഞ്ഞു, നാവിൽ നിന്നിറ്റു വീഴുന്ന രക്തത്തുള്ളികളോടെ.

ആ തണുത്ത വെളുപ്പാൻ കാലം ഇന്നും മസ്തിഷ്കത്തിലെ തുരുമ്പുകൾക്കിടയിൽ ജ്വലിച്ചുണർന്നു കിടപ്പുണ്ട്, ഊതിക്കെടുത്താൻ ശ്രമിച്ചിട്ടും കാറ്റ് അപ്പോൾ വല്ലാതെ വീശിയുണരുന്നുണ്ടായിരുന്നു. അകലങ്ങളിലെ മന്ദസ്മിതവും പേറി. കൃത്യം അഞ്ചുമണിക്ക് പ്ലാറ്റ്ഫോമിലെത്തുന്ന ദീർഘദൂര തീവണ്ടിക്കുവേണ്ടി കാത്ത് പ്ലാറ്റ്ഫോമിലെ സിമന്റു ബെഞ്ചിൽ കൂനിക്കൂടിയിരുന്നപ്പോൾ മനസ്സ് തീർത്തും ശൂന്യമായിരുന്നു. മുന്നിലും പിന്നിലും ഒന്നുമില്ല. ഭൂതകാലവും ഭാവിയുമില്ല. തികച്ചും വർത്തമാനകാലം മാത്രം. ഓടിക്കിതച്ചെത്തുന്ന തീവണ്ടി. അത്രമാത്രം ലക്ഷ്യം പാളങ്ങൾക്കരികിൽ എവിടെയോനിന്ന ഒരു കാട്ടുമരത്തിൽനിന്ന് അറിയാത്തൊരു പക്ഷിയുടെ തേങ്ങൽ എപ്പോഴോ ചെവിയിലേക്ക് ഉതിർന്ന് വീണത് ഓർക്കുന്നുണ്ട്. മനസ്സ് ഒരു നിമിഷം പിടഞ്ഞിരുന്നുവോ? ആവോ? ഇല്ല. അങ്ങനെയൊന്നു സംഭവിക്കുവാൻ ഇടയില്ല. അങ്ങനെയൊന്നു സംഭവിച്ചിരുന്നെങ്കിൽ തനിക്കതിന് കഴിയുമായിരുന്നില്ല.

നേർത്തു നേർത്തു വരുന്ന ഇരുളിന്റെ മാറിലൂടെ കുതിച്ചോടുമ്പോൾ ചെവിയിലേക്ക് ആ ഉഗ്രസ്ഫോടനത്തിന്റെ ഭയാനകമായ ശബ്ദമെത്തിയിരുന്നു. താനപ്പോൾ ഏതു ലോകത്തിലായിരുന്നിരിക്കും? തന്റെ തലച്ചോറിനെന്തു സംഭവിച്ചിരുന്നു? ഹൃദയത്തിനെന്തു സംഭവിച്ചിരുന്നു? തന്റെ കണ്ണുകൾക്കും കാതുകൾക്കുമെന്തു സംഭവിച്ചിരുന്നു? ഒന്നുമറിയില്ല. ഇരുളുകളിലൂടെ, പകലുകളിലൂടെ കൂട്ടം തെറ്റുന്ന തെരുവുകളിലൂടെ, വെറുമൊരു നായയെപ്പോലെ അലഞ്ഞുതിരിഞ്ഞപ്പോൾ വാർത്തകൾ എവിടെനിന്നെല്ലാമോ ചെവികളിൽ എത്തുന്നുണ്ടായിരുന്നു.

പൊട്ടിത്തെറിച്ച ബോഗികൾക്കുള്ളിലെ കത്തിക്കരിഞ്ഞ ജഡങ്ങൾ, തലയറ്റ ഉടലുകൾ, അറ്റുകിടക്കുന്ന കൈകാലുകൾ ഊരിത്തെറിച്ച കണ്ണുകൾ, മാംസം മണത്തുനടക്കുന്ന കഴുകന്മാർ.

അടഞ്ഞ കൂടാരത്തിനുള്ളിൽ പിശാചുക്കൾ സംസാരിക്കുന്നുണ്ടായിരുന്നു. കണ്ണുകളുടെയും കാലുകളുടെയും തലച്ചോറുകളുടെയും വർഗ്ഗം തിരിക്കുന്നുണ്ടായിരുന്നു.

അറിയാതെ വീശിയ ഒരു കാറ്റിൽ ഏതോ ഒരു വന്മരം മുറിഞ്ഞു വീഴുകയും, ഒടിഞ്ഞ ചില്ലകളിൽനിന്ന് കൂട് വിട്ട പക്ഷികൾ ഇരുളിലേക്കു തന്നെ തുഴഞ്ഞകലുകയും ചെയ്യുന്നത് ഗൗതമറിയുന്നുണ്ടായിരുന്നു. അയാ

ളപ്പോൾ അറിയാതെ തേങ്ങുകയായിരുന്നു.

അയാളുടെ നിലവിളി കേട്ടാവണം, തടവറയ്ക്കു വെളിയിൽ വാർഡന്റെ നിഴൽ ചലിക്കുകയും എന്തോ അയാൾ പതിയെ മന്ത്രിക്കുകയും ചെയ്തത്. തടവറയിലെ ഇരുളിൽ തന്റെ കരയുന്ന കണ്ണുകൾ ഒളിപ്പിക്കുമ്പോൾ ഗൗതം വാർഡന്റെ സ്വരം കേട്ടിരുന്നു.

“ഉറക്കം വരുന്നില്ല അല്ലേ?”

പിന്നെ, അയാളിൽനിന്ന് ഒരു ദീർഘനിശ്വാസം മാത്രമേ കേട്ടുള്ളൂ.

“എനിക്ക് ദുഃഖമുണ്ട്. ഞാനെങ്ങനെ സഹിക്കും. നിനക്ക് എന്റെ മോന്റെ പ്രായമേ...” അയാളുടെ ചിലമ്പിച്ച സ്വരം ഗൗതം കേട്ടു. അയാൾ തന്റെ കിടക്കയിൽ കമിഴ്ന്നു കിടക്കുകയായിരുന്നു. വാർഡന്റെ മെല്ലിച്ച മുഖവും വിളറിവെളുത്ത കണ്ണുകളും കഴുത്തിൽ ചുറ്റിയുള്ള മഫ്ളറും അയാളുടെ മുന്നിൽ നിറയുന്നുണ്ടായിരുന്നു.

“നീയെന്താ മോനെ ദയയ്ക്കുവേണ്ടി അല്പം പോലും അപേക്ഷിക്കാഞ്ഞത്?” വാർഡന്റെ ചോദ്യത്തിലെ ദയയും സ്നേഹവും അയാൾ തിരിച്ചറിയുന്നുണ്ടായിരുന്നു. എപ്പോഴും തനിയെ എന്തെങ്കിലും സംസാരിച്ചുകൊണ്ട് നടക്കുന്ന വാർഡന്റെ ഉള്ളിന്റെയുള്ളിൽ ഒരിക്കലും വറ്റാത്ത സ്നേഹത്തിന്റെ നീരുറവയുണ്ടെന്ന് അയാൾക്ക് തോന്നിയിരുന്നു. അയാൾ വെളിച്ചത്തിൽ പോലും ഇരുളെന്നപോലെ നടക്കുന്നു. ഇരുളിനോട് സംസാരിക്കുന്നു. തനിയെ ചിരിക്കുന്നു. പിന്നെ ആരും കാണാതെ വിതുമ്പിക്കരയുന്നു. പലപ്പോഴും അയാളുടെ അറയ്ക്കു മുന്നിൽ അഴികളിൽ പിടിച്ചു ദീർഘനേരം നില്ക്കുകയും പിന്നെ പതുക്കെ എന്തൊക്കെയോ പിറുപിറുത്ത് നടന്നു നീങ്ങുകയും ചെയ്യുന്നു. ഗൗതമിനോട് പലപ്പോഴും അയാൾ പറഞ്ഞു.

“മോനെ, നിന്റെ മുഖം കാണുമ്പോഴെല്ലാം ഞാൻ എന്റെ മോനെ ഓർക്കുകയാണ്.” അയാൾ ഗൗതമിനോട് പറഞ്ഞുകൊണ്ടിരുന്നത് തന്റെ മകന്റെ കണ്ണുകളെക്കുറിച്ചാണ്. തന്റെ മകന്റെ പുഞ്ചിരിക്കുന്ന മുഖത്തെക്കുറിച്ചാണ്. അവന്റെ ഇഷ്ടങ്ങളെയും അനിഷ്ടങ്ങളെയും കുറിച്ചാണ് ഒടുവിൽ അവൻ യാത്ര പറഞ്ഞുപോയ ആ വെളുപ്പാൻ കാലത്തെക്കുറിച്ചാണ്.

പറഞ്ഞു നിർത്തുമ്പോഴെല്ലാം അയാളുടെ കണ്ണുകൾ നിറഞ്ഞു തൂവുന്നത് ഗൗതം കണ്ടിട്ടുണ്ട്. എവിടെവച്ചാകാം അയാൾക്ക് തന്റെ മകനെ നഷ്ടപ്പെട്ടത്? ആ വെളുപ്പാൻ കാലത്തെ...

ഓരോ തടവുപുള്ളിയെ കാണുമ്പോഴും അയാൾ ആ മുഖത്തേക്ക് പരതാറുണ്ട്. എവിടെയെങ്കിലും തന്റെ മകന്റെ ഛായ ഉണ്ടോ? ഒരിക്കലും അങ്ങനെയാകരുതേയെന്ന് പ്രാർത്ഥിക്കുമ്പോഴും മനസ്സിന്റെ കോണിൽ അയാൾ മകനെ മാത്രം തേടുകയായിരുന്നു. ഇരുളിന്റെ അരികു ചേർന്ന് അയാൾ നടന്നുപോകുന്ന ശബ്ദം ഗൗതം കേൾക്കുന്നുണ്ടായിരുന്നു. അയാൾ ഇരുളിനോട് തന്നെ ചോദിക്കുകയാവാം. തന്റെ മകൻ എവിടെയെന്ന്? അവൻ എവിടെയെങ്കിലും ജീവിച്ചിരുപ്പുണ്ടോ എന്ന്? അതോ ഏതെങ്കിലും തെരുവിലെ ഓടയിൽ...?

ഗൗതം ഇരുട്ടിനെ വാരിപ്പുണർന്ന് കിടക്കയിൽ കമിഴ്ന്നുകിടക്കുകയായിരുന്നു. തലയില്ലാത്ത ഉടലുകൾ ഒന്നിനു പുറകെ ഒന്നായി അയാൾക്കു മുന്നിലൂടെയപ്പോൾ കടന്നുപോയി. ഊരിത്തെറിച്ച കണ്ണുകളും, കൈവിരലുകളും അയാളുടെ ഹൃദയാന്തർഭാഗങ്ങളിൽകിടന്ന് ദീനദീനം വിലപിക്കുകയും ചാട്ടവാറടികളുടെ ധ്വനികളോട് അവയെല്ലാം അയാളിലേക്ക് നിരന്തരം കറുത്ത രക്തത്തുള്ളികൾ വീഴ്ത്തുകയും ചെയ്തു.

പുറത്തപ്പോൾ ശീതക്കാറ്റ് നില്ക്കുകയും മഴ തകർത്തുപെയ്യാൻ തുടങ്ങുകയും ചെയ്തിരുന്നു. ഗൗതം അപ്പോൾ ചെളിവെള്ളം തെറിപ്പിച്ച് നാട്ടുവഴികളിലൂടെ, പുഴവക്കുകളിലൂടെ, പുൽമൈതാനങ്ങളിലൂടെ, ഞാറയ്ക്കാപഴവും മുള്ളിക്കായും തെച്ചിപ്പഴങ്ങളും തിങ്ങിനില്ക്കുന്ന മലങ്കാടുകളിലൂടെ കൊച്ചനിയത്തിയെയും കൈകളിൽ തൂക്കി ഓടിമറയുകയായിരുന്നു.

തടവറയിൽ തറയിലേക്ക് മിഴികൾ നട്ട് അയാളുടെ ചുണ്ടുകൾ വീണ്ടും വീണ്ടും വിതുമ്പി, ഗൗരി, ഗൗരി നീയെവിടെയാണ് ഞാൻ നിനക്ക് ഞാറയ്ക്കാപ്പഴം പറിച്ചു തരണ്ടേ?

ഗൗതമിന്റെ ഹൃദയത്തിലപ്പോൾ കൊടുങ്കാറ്റുകൾ ആഞ്ഞുവീശുകയും അയാൾ കരയില്ലാകയങ്ങളിലേക്ക് ആഴത്തിൽ ആഴത്തിൽ മുങ്ങാൻ തുടങ്ങുകയും ചെയ്തു. എവിടെ ഏതു തുരുത്തിൽ വച്ചാണ് തന്റെ അനിയത്തി തന്റെ കൈയിൽനിന്ന് അടർന്നുപോയത്? ജയിൽപാതയിൽ വഴി തെറ്റി പറന്നകന്ന തന്നെയും കാത്തവൾ ലോകത്തിന്റെ ഏതു കോണിലാവാം? അതോ അവളുടെ മനസ്സിൽ താനെന്നേ മരിച്ചുപോയിരിക്കുമോ? മരണത്തിന്റെ പിശാചായി, കൊടും ഭീകരന്റെ കറുത്തമുഖമായി അവൾ തന്റെ ഓർമ്മകൾക്ക് നേരെ ഹൃദയകവാടങ്ങൾ വലിച്ചടച്ചിരിക്കുമോ? ആവോ? ഗൗതമിന്റെ കണ്ണുകൾക്കു മുന്നിലൂടെ നിഴലുകളോ നിറങ്ങളോ ചലിക്കുന്നുണ്ടായിരുന്നു രൂപങ്ങളില്ലാത്ത നിഴലുകൾക്കുള്ളിൽ കിടന്ന് ഗൗതം പിടയുകയും ഒരിറ്റു തുള്ളി മോചനത്തിന് വേണ്ടി അറിയാതെ ഹൃദയം കൊതിക്കുകയും ചെയ്തു.

"മോന് ഉറങ്ങാൻ കഴിയുന്നില്ല, അല്ലേ?" പുറത്ത് വാർഡന്റെ സ്വരം ഒരിക്കലൂടെ അയാൾ കേട്ടു.

"കേട്ടോ ഗൗതം. എന്റെ മോൻ എവിടെയെങ്കിലും ജീവിച്ചിരുപ്പുണ്ടാവാം. അതുതന്നെയാണ് എന്റെ മനസ്സ് എന്നോട് പറയുന്നത്. അതുകൊണ്ട് തന്നെയാണ് ഞാൻ ജീവിക്കുന്നതും."

ഗൗതം ഒന്നും പറയാതെ കണ്ണടച്ചു കിടക്കുകയായിരുന്നു. എപ്പോഴോ അന്തരീക്ഷം മുഴുവൻ തൂക്കുകയറുകൾ കൊണ്ട് നിറയുകയും ഓരോ കയറിന്റെ കുരുക്കിലും കിടന്ന് അയാൾ ദീനദീനം വിലപിക്കുകയും ചെയ്തു.

പുറത്തെ മഴകളിലൂടെ,
ശീതക്കാറ്റുകളിലൂടെ
ഇരുട്ടിന്റെ അഗാധനിലവിളികളിലൂടെ...

അപ്പോഴും അയാളെ തലയില്ലാത്ത ഉടലുകളോ ഊരിത്തെറിച്ച കണ്ണുകളോ വലയം ചെയ്യുന്നുണ്ടായിരുന്നു. വായുവിൽ നിരന്തരം ആടി നിന്ന തൂക്കു കയറുകൾ ഒരുനിമിഷം നിശ്ചലമാവുകയോ അയാൾ അതിരില്ലാത്ത അനന്തതയിലേക്ക്. അപാരതയിലേക്ക് വീണു പിടയുകയോ ചെയ്തു അപ്പോഴും അയാൾക്ക് മുന്നിൽ, പുള്ളിപ്പാവടയുമിട്ട്, നീണ്ട മുടി രണ്ടായി പിന്നിയിട്ട് തനിക്കു നേരെ ഓടിവരുന്ന കൊച്ചനിയത്തിയുടെ മുഖമുണ്ടായിരുന്നു.

കാലചിത്രങ്ങൾ

അത്രയും മിനുസമുള്ള നിലത്ത് തന്റെ കാല്പാദങ്ങൾപോലും മിന്നിത്തിളങ്ങുന്നതായി അയാൾക്കു തോന്നി. ചുവരിൽ തൂക്കിയിട്ടിരിക്കുന്ന ഛായാചിത്രത്തെയും നോക്കി അയാൾ ആ പൂമുഖത്ത് ഇരിക്കാൻ തുടങ്ങിയിട്ട് എത്രയോ നേരമായി. എന്തുകൊണ്ടോ മുഷിപ്പ് തോന്നിത്തുടങ്ങിയില്ല. ആ ഛായാചിത്രത്തിൽ നിറഞ്ഞുനിന്ന കൂറ്റൻ മരവും അതിൽ നിന്ന് പറന്നകലുന്ന പക്ഷികളും അയാളുടെ മനസ്സിൽ അറിയാതെ സ്ഥാനം പിടിച്ചിരുന്നു. താൻ ആ വൃക്ഷത്തണലിലേക്ക് ഓടിയണയുന്നതായോ, ആ പക്ഷിക്കൂട്ടങ്ങളിലേക്ക് നോക്കി വിസ്മയപൂർവ്വം നില്ക്കുന്നതായോ അയാൾക്കു തോന്നി.

ഇടയ്ക്ക് ഏതു സമയത്തോ ചായഗ്ലാസ് മുന്നിൽ വച്ചിട്ട് പരിചാരിക കടന്നുപോയത് അയാൾ അറിഞ്ഞിരുന്നു. അവർ അയാളുടെ മുഖത്തേക്ക് വിനയപൂർവ്വം നോക്കുകയും "അല്പസമയം കൂടി കാത്തിരിക്കു സാറിപ്പോഴെത്തും." എന്നു പറയുകയും ചെയ്തിരുന്നു. അയാൾ പകരമായി പുഞ്ചിരിക്കുക മാത്രം ചെയ്തുകൊണ്ട് വീണ്ടും വൃക്ഷം നിറഞ്ഞു നില്ക്കുന്ന ഛായാ ചിത്രത്തിലേക്ക് വെറുതെ കണ്ണുകൾ പായിച്ചു.

അയാൾക്ക് അല്പം പോലും തിരക്കു തോന്നിയില്ല. ഈ ലോകത്തിൽ ഒരുപക്ഷേ, തിരക്കില്ലാത്ത ഏക മനുഷ്യൻ താൻ മാത്രമായിരിക്കുമെന്ന് അയാൾ ഓർത്തു. അയാൾ കാണുന്ന മനുഷ്യരെല്ലാം തിരക്കിൽ ഓടുന്നവരാണ്. ബസ് സ്റ്റാന്റുകളിൽ, റയിൽവേ സ്റ്റേഷനുകളിൽ, ഫുട്പാത്തുകളിൽ സൂപ്പർ മാർക്കറ്റുകളിൽ, മത്സ്യച്ചന്തയിൽ എല്ലായിടത്തും തിരക്കിന്റെ മുഖങ്ങളേ അയാൾ കണ്ടിട്ടുള്ളൂ. എല്ലാവരും തിരക്കിൽനിന്ന് തിരക്കിലേക്ക് കുതിച്ചു പായുന്നതു കാണുമ്പോൾ ജീവിതമെന്ന പ്രഹേളികയെപ്പറ്റി

അയാൾ പലപ്രാവശ്യം ചിന്തിച്ചിട്ടുണ്ട്. ജീവിതം എവിടെയോ ആരംഭിക്കുന്നു. എവിടെയോ അവസാനിക്കുന്നു. ജനനത്തിനും മരണത്തിനും ഇടയിലൂടെ എന്തൊക്കെയോ കുത്തിയൊലിച്ചു പോവുകയാണ്. മലവെള്ളപ്പാച്ചിൽപോലെ, ചുമരിലെ ഛായാചിത്രം എപ്പോഴോ നേരിയ കാറ്റിൽ ചെറുതായി ഇളകി. അയാൾ വീണ്ടും ക്ഷമയോടെ തന്നെ പുറത്തേക്ക് നോക്കിയിരുന്നു. മനസ്സിൽ എവിടെയൊക്കെയോ, എന്തൊക്കെയോ വന്നു നിറയുകയാണ്. തികച്ചും യാദൃച്ഛികമായാണ് ഇന്നലെ അദ്ദേഹത്തെ ടൗണിലെ തിരക്കിനിടയിൽ കണ്ടുമുട്ടിയത്. താൻ ആയിരുന്നില്ല ആദ്യം തിരിച്ചറിഞ്ഞതെന്ന് അയാൾ ഓർത്തു. ചുമലിൽ ഏതോ കൈ സ്പർശിച്ചപ്പോഴാണ് തിരിഞ്ഞുനോക്കിയത്. വെളുത്ത് പൊക്കം കൂടി, കണ്ണട ധരിച്ച ആ മനുഷ്യന്റെ മുഖത്തേക്ക് ഒരു നിമിഷം നോക്കിനിന്നു. എവിടെയും കണ്ട ഓർമ്മയില്ല. അയാൾ ധരിച്ചിരുന്ന നീളൻ ജുബ്ബായിലേക്ക് നോക്കി അപരിചിതത്വത്തോടെ നിന്നപ്പോഴാണ് ആ സ്വരം അയാൾ കേട്ടത്.

"ഹരീന്ദ്രൻ അല്ലേ?" ഒരു നിമിഷം മനസ്സ് ആർത്തിരമ്പി. നഗരം തിരക്കി നിന്ന് തിരക്കിലേക്ക് തിരിച്ചൊഴുകുകയാണ്. ആരും ആരെയും ശ്രദ്ധിക്കാത്ത, തൊട്ടുമുന്നിൽ മറ്റൊരു മനുഷ്യജീവി ജീവനില്ലാതെ കിടന്നാൽ പോലും തിരിഞ്ഞുനോക്കാൻ സമയമില്ലാത്ത, തിരക്കിന്റെ നെട്ടോട്ടത്തിനിടയിൽ ആരാണ് തന്നെ തിരിച്ചറിഞ്ഞിരിക്കുന്നത്.

ആ അപരിചിതന്റെ പിന്നാലെ അയാളുടെ കാറിന്റെ നേരെ നടന്നപ്പോൾ മനസ്സ് വല്ലാത്ത അവസ്ഥയിലായിരുന്നു. തിരിച്ചറിഞ്ഞിരുന്നെങ്കിലും തന്റെ ആരോ ആണെന്ന് ഒരു തോന്നൽ. വൃക്ഷത്തണലിൽ പാർക്കു ചെയ്തിരുന്ന കാറിന്റെ സമീപമെത്തിയപ്പോഴാണ് അയാളുടെ നേരെ തിരിഞ്ഞ് ആ അപരിചിതൻ പറഞ്ഞത്.

"വരൂ, കുറച്ചു സമയം നമുക്ക് കാറിലിരുന്ന് സംസാരിക്കാം. എനിക്ക് ഹരീന്ദ്രനെ അറിയാം." അയാൾ തിരിച്ചൊന്നും പറഞ്ഞില്ല. കാറിൽ മറ്റാരുമില്ലായിരുന്നു. ഹൃദയത്തിലൂടെ എന്തൊക്കെയോ സംശയങ്ങൾ വീണ്ടും തലപൊക്കി.

കത്തിയെരിയുന്ന പകലിൽ നഗരം തിളച്ചുപൊന്തുന്നുണ്ട്. കാറ്റുപോലും ചുട്ടുപൊള്ളുകയായിരുന്നു. ആ ചൂടിലൂടെ ആയിരുന്നു അയാൾ തിളയ്ക്കുന്ന റോഡിലൂടെ നടന്നിരുന്നത്. പ്രത്യേകിച്ച് ലക്ഷ്യങ്ങൾ ഒന്നും ഇല്ലാത്തതുകൊണ്ട്, കാലുകൾക്ക് യാതൊരു തിരക്കുമില്ലാതെ നടക്കുമ്പോൾ, വെള്ളത്തിൽ പൊങ്ങിക്കിടക്കുന്ന പൊങ്ങുതടിപോലെ അയാൾ നീന്തുകയായിരുന്നു.

"ഹരീന്ദ്രൻ എന്നെ തിരിച്ചറിയുന്നില്ല, അല്ലേ?" എയർകണ്ടീഷൻഡ് കാറിന്റെ തണുപ്പിൽ, പതുപതുത്ത സീറ്റിൽ അമർന്നിരിക്കുമ്പോൾ അയാൾ തല്ക്കാലം പൊള്ളുന്ന വെയിലിനെ, റോഡിലെ തിളയ്ക്കുന്ന ടാറിന്റെ ചൂടിനെ മറക്കുകയായിരുന്നു. ഹരീന്ദ്രൻ എന്ന പേരുമാത്രം എവിടെനിന്നോ ഒലിച്ചിറങ്ങുന്നതായും ആ പേരിന്റെ ശീതളച്ഛായയിലൂടെ ഒരു

പാട് നേരം നീങ്ങുന്നതായും അയാൾക്കു തോന്നി.

അകലെയെവിടെയോ ഏഴിലംപാലകൾ ഇരുവശവും നിരന്നു നില്ക്കുന്ന റെയിൽപാളങ്ങളെയും, ആ റയിൽപ്പാളങ്ങളിലൂടെ വല്ലപ്പോഴും കടന്നുപോകുന്ന ട്രെയിനുകളെയും അയാൾ ഓർത്തു. ആ ഒഴിഞ്ഞ പ്ലാറ്റ്ഫോമിലെവിടൊക്കെയോ ഉറക്കം തൂങ്ങി കാണുന്ന സിമന്റു ബഞ്ചുകളിലിരുന്ന് സ്വപ്നം കണ്ടിരുന്ന ഹരീന്ദ്രൻ എന്ന ചെറുപ്പക്കാരന്റെ മുഖം അയാൾ പെട്ടെന്ന് ഓർത്തു. തല പോയ പനമരങ്ങളും കാട്ടുവള്ളികളും പടർന്നുകിടക്കുന്ന കാവിന്റെ തണലുകളിൽ സർപ്പദൈവങ്ങളെ അന്വേഷിച്ച് നടക്കുന്ന ഹരീന്ദ്രൻ എന്ന കൊച്ചുബാലന്റെ കൊച്ചു മുഖവും അയാളോർത്തു. എന്നു മുതലോ തനിക്കാ പേര് നഷ്ടപ്പെട്ടുപോയെന്നും തന്നെ ആരും ഇപ്പോൾ ആ പേരിൽ വിളിക്കാറില്ലെന്നും വേദനയോടെ അയാൾ ഓർത്തു.

അയളുടെ ചുണ്ടുകൾ മന്ത്രിക്കുകയായിരുന്നു. "ശരിയാണ്. ഞാൻ ഹരീന്ദ്രനാണ്. അങ്ങയെ എനിക്ക് മനസ്സിലായില്ലല്ലോ."

നീണ്ട ജുബ്ബാധരിച്ച വെളുത്ത പൊക്കം കൂടിയ മനുഷ്യന്റെ മുഖത്തെ ചിരി അയാൾ കണ്ടു. ആ ചിരിയിൽ നിറഞ്ഞുതുളുമ്പുന്ന സ്നേഹത്തെ അയാൾ തേടുകയായിരുന്നു പെയ്തുകൊണ്ടിരുന്ന ചൂടിൽനിന്ന് എ സി കാറിന്റെ ശീതളതയിലേക്ക് തന്നെ സ്നേഹപൂർവ്വം ആനയിച്ച, താൻ തിരിച്ചരിയാതെ പോകുന്ന തന്റെ ഏതു മിത്രമാണിത്?

"നോക്കൂ, ഹരീന്ദ്രൻ എന്റെ മുഖത്തേക്ക് ഒന്നുകൂടി നോക്കൂ. അവിടെ എന്തെങ്കിലും പരിചയം തെളിയുന്നുണ്ടോ?'

ആ അപരിചിതന്റെ ചോദ്യത്തിനുമുന്നിൽ അയാൾ ഒരിക്കലൂടെ പിന്നോട്ട് ഓടുകയായിരുന്നു. എവിടെയോ, എവിടെയോ ആ മുഖം വന്നു തങ്ങുന്നുണ്ടെന്നുള്ളത് സത്യം തന്നെ. അപ്പോഴയാൾ ഒരു കമുകിൻ തോട്ടത്തിന്റെ ശീതളച്ഛായയിലേക്ക് അറിയാതെ വഴുതുകയായിരുന്നു. പഴുത്ത, സ്വർണ്ണനിറമുള്ള കാമുകിൻ പാളകൾ അടർന്നുവീഴുന്നതും നോക്കി. തന്റൊപ്പം നടക്കുന്ന ആ ക്ഷീണിച്ച മുഖം അയാൾ കണ്ടു. കുഴിഞ്ഞ കണ്ണുകൾ, കീറിയ ട്രൗസറും എല്ലിൻകൂടു തെളിഞ്ഞു കാണുന്ന മാറിടവും, അയാൾ അത്ഭുതത്തോടെ തിളങ്ങുന്ന ജുബ്ബാക്കാരനിലേക്ക് നോക്കി. ചുണ്ടുകൾ അറിയാതെ മന്ത്രിച്ചു. "കുഞ്ഞൻ, കുഞ്ഞൻ എന്ന് ഇരട്ടപ്പേരുള്ള തോമസ്. വിശ്വാസം വരാതെ അയാൾ വീണ്ടും വീണ്ടും കുഞ്ഞനിലേക്ക് നോക്കുകയായിരുന്നു. 'മനുഷ്യന് ഇത്ര അന്തരമോ— ഒരു ജീവിതത്തിൽ?!"

നാലുകെട്ടും പടിപ്പുരയും കുളവും കുടുംബ ക്ഷേത്രവും സ്വന്തമായി ദൈവങ്ങൾ പോലുമുള്ള കുടുംബത്തിലെ ഏകസന്തതിയാണ് താനെന്ന് ഒരിക്കലൂടെ ഓർത്തപ്പോൾ അയാൾക്കുമുന്നിലെ പൊള്ളുന്ന പകൽ പോലും വെറും മിഥ്യയാണെന്ന് തോന്നി. തന്റെ ഷർട്ടുകളും ട്രൗസറുകളും വാങ്ങി ധരിച്ച്, അടുക്കളഭാഗത്ത്നിന്ന് തലേന്നത്തെ ഭക്ഷണങ്ങളും

വാങ്ങി പോയിരുന്ന കുഞ്ഞൻ എന്ന തോമസിന്റെ മുന്നിൽ ഹരീന്ദ്രൻ എപ്പോഴോ മഞ്ഞുപോലെ ഉരുകി ഉരുകി അവസാനിക്കുകയായിരുന്നു.

താൻ താമസിക്കുന്ന സ്ഥലവും വീട്ടിലേക്കുള്ള വഴിയും പറഞ്ഞു കൊടുത്തു പിരിയുമ്പോൾ കുഞ്ഞൻ എന്ന തോമസിന്റെ മുന്നിൽ, ചിതറിത്തെറിച്ച ചെമ്പൻ മുടികളും അഴുക്കു പുരണ്ട വേഷങ്ങളും വിലകുറഞ്ഞ റബ്ബർ ചെരുപ്പുകളും ധരിച്ച ഹരീന്ദ്രനായിരുന്നില്ല, നാലു കെട്ടിടത്തിന്റെ മുറ്റത്ത് ഓടിക്കളിക്കുന്ന, ക്ഷേത്രക്കുളത്തിൽ മുങ്ങിക്കുളിച്ചു നിവരുന്ന സ്വർണ്ണ നിറമുള്ള ഹരി ആയിരുന്നു.

തെരുവിലെ തന്റെ കൂടാരത്തിലിരുന്ന രാത്രി മുഴുവൻ അയാൾ ചിന്തിച്ചത്. ജീവിതത്തിന്റെ യാദൃച്ഛികതയെക്കുറിച്ചാണ്. എന്നോ ഒരിക്കൽ ഒരു പ്രഭാതത്തിൽ കേട്ടതാണ് കുഞ്ഞൻ നാടുവിട്ടെന്ന്. ആ നാടുവിട്ട കുഞ്ഞന്റെ ജീവിതം എവിടെയൂടെയെല്ലാമോ ഒഴുകിപരന്നിരിക്കാം. അയാളിലൂടെ ഉയർന്ന നെടുവീർപ്പിന് ഇരുട്ടിന്റെ ഗന്ധമായിരുന്നു. തന്റെ ജീവിതം മഹനീയമാകുന്നത് ഇപ്പോൾ എങ്ങനെയുള്ള പകലിലാണെന്ന് അയാൾ ഒരു ദീർഘനിശ്വാസത്തോടെ ഓർത്തു. അയാൾ അപ്പോൾ ഇരുളിന്റെ ആഴങ്ങളിലേക്ക് തന്നെ അറിയാതെ മുങ്ങിപ്പോവുകയായിരുന്നു.

പുലർച്ചെതന്നെ പുറപ്പെട്ടു. കുഞ്ഞൻ പറഞ്ഞുതന്ന വഴികളിലൂടെ, കൂറ്റൻ ഗേറ്റും പച്ചപ്പുല്ല് പാകി വളർത്തിയിരിക്കുന്ന വിശാലമായ മുറ്റവുമുള്ള കൂറ്റൻ ബംഗ്ലാവിനു മുന്നിൽ, അയാളുടെ ചുണ്ടുകളിൽ അറിയാത്തൊരു ചിരിയുണ്ടായിരുന്നു. എന്തിനെന്ന് അറിയാത്ത ചിരി. ഗേറ്റ് തുറന്നു തരുമ്പോഴുള്ള ഗൂർഖയുടെ മുഖത്തെ പരിഹാസം അയാൾ കണ്ടില്ലെന്ന് നടിച്ചു.

“ഹരീന്ദ്രൻ എങ്ങനെ ഇങ്ങനെയായി?” മുന്നിലെ തോമസിന്റെ ചോദ്യം അയാൾ കേട്ടു. ഉത്തരം പറയാൻ തോന്നിയില്ല. എന്തുപറയാൻ? വീണുടഞ്ഞ ജീവിതത്തിന്റെ തേങ്ങലുകൾ ഹൃദയത്തിൽ എപ്പോഴും ഉണ്ട്. അതാരോട് പറയാൻ? പേയിളകി ചെറുപ്പത്തിലേ മരിച്ച അച്ഛനെക്കുറിച്ച്, ശേഷം തലയ്ക്ക് സ്ഥിരത നഷ്ടപ്പെട്ട് തറവാടിന്റെ അകത്തളങ്ങളിലെ ഇരുളിലേക്ക് ചുരുണ്ടുപോയ അമ്മയെക്കുറിച്ച്, അന്യാധീനം വന്നുപോയ തറവാട്ട് സ്വത്തുക്കളെക്കുറിച്ച് — ഒന്നിനെയും കുറിച്ചോർക്കാൻ ഇഷ്ടമായില്ല. അതുകൊണ്ട് തന്നെ കുഞ്ഞന്റെ ചോദ്യത്തിനുമുമ്പിൽ വിളറിയ ഒരു ചിരി മാത്രം ശേഷിപ്പിച്ചപ്പോൾ മനസ്സിൽ വലിയൊരു ചോദ്യവുമുണ്ടായിരുന്നു.

കുഞ്ഞൻ എന്ന ദരിദ്രബാലൻ– എങ്ങനെ ഇങ്ങനെയായി?!

ഉത്തരങ്ങൾ ഒന്നുമില്ലാത്ത ചോദ്യങ്ങളിലേക്ക് വെറുതെ ഉറ്റുനോക്കിയപ്പോൾ അയാൾ ഒന്നും പറയാതെ കസേരയിൽ നിന്ന് എഴുന്നേല്ക്കുകയായിരുന്നു.

“ഹരി ഇങ്ങനെ ആക്രി പെറുക്കി തെരുവിലൂടെ അലയരുത്. ഈ ടൗണിൽ എനിക്കൊരുപാട് തൊഴിൽസ്ഥാപനങ്ങൾ ഉള്ളതാണ്. അവിടെ എവിടെയെങ്കിലും ഒരു ജോലി ഞാൻ...”

അയാൾ ബാക്കി കേൾക്കാൻ നിന്നിരുന്നില്ല. പുറത്തെ പൊള്ളുന്ന വെയിലോ തിളയ്ക്കുന്ന ടാറിന്റെ ചൂടോ അയാളെ എങ്ങോട്ടോ ക്ഷണിക്കുന്നുണ്ടായിരുന്നു. അപ്പോഴെല്ലാം അയാൾ മറന്നത് ഏഴിലം പാലകൾ പൂത്തുനില്ക്കുന്ന റെയിൽവേ സ്റ്റേഷനുകളോ, തിളങ്ങുന്ന സ്വർണ്ണ നിറമുള്ള പാളകൾ തൂങ്ങികിടക്കുന്ന കമുകിൻ തോട്ടങ്ങളോ, ദൈവങ്ങൾ ഉറങ്ങുന്ന കാവുകളോ ആയിരുന്നു.

ഇരുൾ വഴികൾ

ഞാനവനെ കണ്ടത് തീർച്ചയായും നല്ലൊരന്തരീക്ഷത്തിലല്ല. നഗരത്തിൽ അന്ന് മഴപെയ്യുന്നുണ്ടായിരുന്നു. തണുത്തകാറ്റു വീശിയ സന്ധ്യക്ക് ശേഷം പെയ്യാൻ തുടങ്ങിയ മഴ നഗരത്തിലെ എല്ലാ മേലാപ്പുകളിലൂടെയും പെയ്തു തകർത്തു. അവിടവിടെ പൊട്ടിക്കിടന്നിരുന്ന സ്ലാബുകൾക്കിടയിലൂടെ, ഓടയിലെ അഴുക്കുവെള്ളം പുറത്തേക്ക് കവിഞ്ഞ്, റോഡരികിലെ ചപ്പുചവറുകളുമായി മഴവെള്ളത്തിനൊപ്പം പരന്നൊഴുകാൻ തുടങ്ങിയിരുന്നു. നനഞ്ഞൊലിച്ച വാഹനങ്ങളിലൂടെ തണുത്ത മനുഷ്യർ എങ്ങോട്ടൊക്കെയോ യാത്ര ചെയ്തു. എവിടെനിന്നോ കൊത്തിയെടുത്ത ഭക്ഷണാവശിഷ്ടങ്ങൾ അറിയാതെ തറയിൽ വീണു പോയതിന്റെ ദുഖത്തോടെ, അഴുക്കുപുരണ്ട നഗര പ്രാന്തങ്ങളിലെ ഇരുട്ടിൽ നനഞ്ഞൊലിച്ച കാക്കകൾ പറക്കുന്നുണ്ടായിരുന്നു. ഇടതടവില്ലാതെ വീശിയ മിന്നലിലും മുഴങ്ങിയ ഇടിയിലും നഗരം വിറകൊള്ളുന്നുമുണ്ടായിരുന്നു. ആ രാത്രിയിലാണ് ഞാൻ നഗരത്തിലെ പേരുകേട്ട തിയേറ്ററിൽ ഇറങ്ങിയതിൽ ഏറ്റവും പുതിയ സിനിമ കാണാൻ എത്തിയത്. സത്യത്തിൽ ഇപ്പോഴിറങ്ങുന്ന സിനിമകളോടൊന്നും എനിക്ക് തീരെ താല്പര്യമില്ലായിരുന്നു. എവിടെയോ ആരംഭിച്ച് എവിടെയോ അവസാനിക്കുന്ന കുറെ കഥയില്ലായ്മകളുടെ ഘോഷയാത്ര. അത്രമാത്രമേ എനിക്കവയോട് തോന്നിയിരുന്നുള്ളൂ. അതുകൊണ്ട് തന്നെ മകൾ ഈ പുതിയ പടം കാണാൻ നിർബ്ബന്ധം പിടിച്ചപ്പോൾ ഞാനാദ്യം മടിച്ചതാണ്. ഒടുവിൽ മകളുടെ നിർബ്ബന്ധത്തിന് വഴങ്ങിയാണ് രാത്രി സെക്കന്റ് ഷോയ്ക്ക് ഇറങ്ങിയത് തന്നെ. എന്തോ തിരക്ക് അശേഷം തോന്നിയില്ല. മഴയുടെ രാത്രി ആയിരുന്നതുകൊണ്ടാവാം തീയേറ്ററിനകത്തും താരതമ്യേന ആളൊഴിഞ്ഞ നിലയിലായിരുന്നു.

ചിത്രം തുടങ്ങിയപ്പോൾ എന്തുകൊണ്ടോ എനിക്കിഷ്ടപ്പെട്ടു തുടങ്ങി. വളരെ റിയലിസ്റ്റിക്കായി ജീവിത ഗന്ധത്തോടെയാണ് ആ ചിത്രം അണിയിച്ചൊരുക്കിയിരിക്കുന്നത്. അധികം കഥാപാത്രങ്ങളില്ലാതെ ഉള്ള കഥാപാത്രങ്ങളുടെ, വളരെ തന്മയത്വത്തോടെയുള്ള ചില ഷോട്ടുകളിലൂടെയായിരുന്നു ചിത്രം മുന്നോട്ടു പൊയ്ക്കൊണ്ടിരുന്നത്. നായകനും നായികയും പരസ്പരം കണ്ടുമുട്ടുന്ന അപൂർവ്വവേളകളേ ചിത്രത്തിൽ ഉണ്ടായിരുന്നുള്ളൂ. അതും ആൾക്കൂട്ടത്തിന് നടുവിലെ ബഹളത്തിലൂടെ, പെട്ടെന്ന് മിന്നുന്ന ഷോട്ടുകളിലൂടെയാണ് നായകനെയും നായികയെയും ആദ്യം അവതരിപ്പിച്ചത് തന്നെ. അങ്ങനെ അവർ പരസ്പരം കണ്ടുമുട്ടുന്ന ഷോട്ടുകൾ സൂപ്പർമാർക്കറ്റിന്റെ തിരക്കിനിടയിൽ വച്ചോ, തിരക്കേറിയ ഫുട്പാത്തിൽ വച്ചോ, തിരക്കുള്ള ബസിനുള്ളിൽ വച്ചോ ആക്കി ഒതുക്കിയത് സംവിധായകന്റെ കഴിവിന്റെ ഒരു പ്രകടനം തന്നെയായി എനിക്ക് തോന്നി. അവർ പലപ്പോഴും കണ്ടുമുട്ടുന്നെങ്കിലും ഒരിക്കൽപോലും അധികം സംസാരിക്കുന്നില്ല. ഹൃദയം തുളയ്ക്കുന്ന ഒരു നോട്ടമോ അല്ലെങ്കിൽ ഒന്നോ രണ്ടോ വാക്കുകളോ മാത്രമേ അവർക്കുവേണ്ടി ചിത്രത്തിലുള്ളൂ. എങ്കിലും അവർ ആ ചിത്രത്തിന്റെ ജീവനാഡികൾ തന്നെയാണെന്ന് പറയാതെ പറഞ്ഞുകൊണ്ടുതന്നെയാണ് സംവിധായകൻ ചിത്രത്തെ മുന്നോട്ടു കൊണ്ടുപോയത്. ബാക്കിയെല്ലാം അവർ ജീവിക്കുന്ന സമൂഹത്തിന്റെ ചിത്രീകരണമാണ്. അവർ തമ്മിൽ ഗാഢമായ ഹൃദയബന്ധം ഉണ്ടെന്ന് കാഴ്ചക്കാർക്ക് തോന്നിക്കാൻ വേണ്ടി ആ ചിത്രത്തിലുള്ളത് ഒരു റയിൽവേ സ്റ്റേഷൻ ചിത്രീകരണമാണ്. എങ്ങോട്ടോ പോകാൻ വേണ്ടി രണ്ടുപേരും ഒരേസമയം ആ സ്റ്റേഷനിൽ എത്തുകയും, (എവിടേക്ക് പോകാനാണെന്ന് ആ ചിത്രത്തിൽ ധ്വനിപ്പിക്കുന്നേയില്ല). ഒരേ പ്ലാറ്റുഫോമിൽ വണ്ടി കാത്തു നില്ക്കുകയും ചെയ്യുന്ന രംഗമാണ് അത്. നായികയ്ക്ക് പോകേണ്ട ട്രെയിൻ ആദ്യമെത്തുകയും അവൾ തോൾസഞ്ചിയും തൂക്കി ധൃതിയിൽ ട്രെയിനിന്റെ ജനറൽ കമ്പാർട്ടുമെന്റിലേക്ക് കയറുകയും ചെയ്യുമ്പോൾ അറിയാതെയെങ്കിലും വെറുതെയൊന്ന് തിരിഞ്ഞു നോക്കുകയും തന്നെത്തന്നെ നോക്കി നില്ക്കുന്ന നായകന്റെ കണ്ണുകളുമായി അവളുടെ കണ്ണുകൾ ഉടക്കുകയും ചെയ്യുന്നു. ആ രംഗം വളരെ കരുതലോടെ തന്നെയാണ് ആ യുവ സംവിധായകൻ, കൈകാര്യം ചെയ്തിരിക്കുന്നത്. ആ ഒരു നോട്ടത്തിൽ ഈ ഭൂമിയിലെ സ്നേഹം മുഴുവൻ നിനക്കു ഞാൻ തരുന്നു എന്നു നായകൻ പറയുന്നതായിട്ടോ, എവിടെയായാലും എന്റെ സ്നേഹം മുഴുവൻ നിങ്ങൾക്കുതന്നെയാണ് എന്ന് നായിക പറയുന്നതായിട്ടോ രണ്ടുപേരുടെയും ചുണ്ടനക്കാതെ തന്നെ സംവിധായകൻ അവരെക്കൊണ്ട് പ്രേക്ഷകരെ ധരിപ്പിക്കുന്നു. തീർച്ചയായും ചിത്രം ശരിക്കും റൊമാന്റിക് മാത്രമല്ല റിയലിസ്റ്റിക് തന്നെയാണെന്നെനിക്ക് തോന്നി.

പക്ഷേ, ആ ചിത്രത്തിന്റെ ഗതി എന്നെയുൾപ്പെടെയുള്ള തീയേറ്ററിലെ ചുരുക്കം പ്രേക്ഷകരെ തീർച്ചയായും എങ്ങോട്ടോ അജ്ഞാതതീരങ്ങളിലേക്ക് നയിക്കുന്നതായിരുന്നു. ആ ചിത്രം അവസാനിക്കുന്ന ഷോട്ട്

അത്തരത്തിലുള്ളതായിരുന്നു. പെൺകുട്ടിയുടെ ജോലിയോ, പേരോ നാടോ ഒന്നും ചിത്രത്തിൽ വെളിവല്ലെങ്കിലും ഒരു സന്ധ്യക്ക് അവൾ തൊഴിൽ കഴിഞ്ഞ് ക്ഷീണിച്ച മുഖത്തോടെ തിരക്കേറിയ ബസിൽ കയറി നഗരപ്രാന്തത്തിലുള്ള ചേരിയിൽ എത്തുന്ന രംഗത്തിൽ സംവിധായകൻ പ്രേക്ഷകരെ വളരെ സൂക്ഷ്മതയോടെ അവരുടെ ശ്രദ്ധ പിടിച്ചുനിർത്തുന്നു. ഇടുങ്ങിയതും ദുർഗ്ഗന്ധം വമിക്കുന്നതുമായ ഒരു ഇടറോഡിലൂടെ വളരെ വേഗത്തിൽ നടന്നു പോകുന്ന പെൺകുട്ടിയിലേക്കും ആ റോഡിനൊരു വശത്തുകൂടി ഒഴുകുന്ന അഴുക്കുവെള്ളത്തിന്റെ ചാലിലേക്കും ക്യാമറ വളരെ കരുതലോടെ ചലിക്കുന്നതു കാണാം. പക്ഷേ, എന്നെ വിസ്മയിപ്പിച്ചത് ആ വഴി ഒരിക്കലും അവസാനിക്കുന്നതായി കാണിക്കുന്നില്ലായെന്നുള്ളതാണ്. അനന്തമായി ആ ഇടവഴിയിലൂടെ, പെൺകുട്ടിയുടെ വേഗത്തിലുള്ള നടത്തത്തിലേക്ക് ക്യാമറ ചലിപ്പിച്ച്, ചലിപ്പിച്ച് ഒടുവിൽ ആ പെൺകുട്ടി ഒരു ബിന്ദുപോലെ എവിടെയോ മായുകയാണ്, പ്രേക്ഷകന്റെ ദൃഷ്ടിയിൽ നിന്ന്. ആ ഇടവഴിക്ക് വശങ്ങളിലായി, മുഷിഞ്ഞു നാറിയ തകരടിന്നുകൾ കൊണ്ട് മറച്ച ചെറ്റക്കുടിലുകളെയും അവയ്ക്ക് മുന്നിലുള്ള അശകളിൽ കാറ്റിലാടി കിടക്കുന്ന അഴുക്കുപുരണ്ട നിറം മങ്ങിയ തുണികളെയും അവയുടെ മുറ്റങ്ങളിൽ ചിതറിക്കിടക്കുന്ന വിലകുറഞ്ഞ വീട്ടുപാത്രങ്ങളെയും ക്യാമറ പ്രേക്ഷകരുടെ കണ്ണുകളിൽ പതിപ്പിക്കുന്നുണ്ട്. അവയിലൂടെയെല്ലാം ജീവിത മഹാഗന്ധങ്ങൾ പടർന്നു കിടക്കുന്നത് വ്യക്തമാണ്.

പക്ഷേ, ആ പെൺകുട്ടി എവിടെയും ഒരു ചെറ്റക്കുടിലിലും അവളുടേതായി കയറുന്നത് ചിത്രത്തിലില്ല. ഒടുവിൽ ചിത്രം അവസാനിക്കുന്നതും അങ്ങനെതന്നെയാണ്. ആ രാത്രി അവസാനിക്കുകയാണ്, ലോകത്ത് ഒന്നും പുതുതായി സംഭവിച്ചിട്ടില്ലാത്ത മട്ടിൽ. എവിടെയോ ഒരു ചെറ്റക്കുടിലിൽ പുലരുംവരെ മുനിഞ്ഞു കത്തിയിരുന്ന ഒരു മണ്ണെണ്ണ വിളക്ക് എപ്പഴോ എങ്ങനെയോ തറയിൽ തട്ടിമറിയുകയും ആ വെളിച്ചം കെട്ട് പൂർണ്ണ അന്ധകാരം നിറയുന്നതും ചിത്രത്തിലുണ്ട്. പക്ഷേ, ആ പെൺകുട്ടി എവിടെ ഏതുവഴിയിൽ എങ്ങോട്ടുപോയി എന്നോ അവൾ ഏതു വഴിയിൽ അപ്രത്യക്ഷയായി എന്നോ ചിത്രത്തിൽ വ്യക്തമല്ല. ആരും അവൾക്കു വേണ്ടി കാത്തിരിക്കുന്നതും കാണിക്കുന്നില്ല. രാത്രി ഏറെയായിട്ടും മുനിഞ്ഞു കത്തിക്കൊണ്ടിരുന്ന മണ്ണെണ്ണ വിളക്ക് തട്ടി തറയിൽ വീണ് കെട്ടുപോകുന്നത് കാണിക്കുന്നതൊഴികെ. പക്ഷേ, അവിടെയാണ് ചിത്രത്തിന്റെ വിജയം എന്നെനിക്ക് തോന്നി. ആ പെൺകുട്ടിയുടെ തിരോധാനം ലോകരാരും അറിയുന്നില്ലെങ്കിലും നായകന്റെ രണ്ടു കണ്ണുകൾ മാത്രമാണ് അതിനു വേണ്ടി ചിത്രം പിന്നീട് അവലംബിക്കുന്നത്. നഗരത്തിലെ മഴയിലൂടെയും വെയിലിലൂടെയും അലഞ്ഞു തിരിയുന്ന ചെറുപ്പക്കാരനിലൂടെ ചിത്രം അവസാനിക്കുകയാണ്. അയാൾ അലയുന്ന വഴികളിലെങ്ങും കാറ്റോ മഴയോ ഇല്ലായിരുന്നു. ലോകം എല്ലാം പഴയതുപോലെ തന്നെയായിരുന്നു. പക്ഷേ, ഓരോ നിമിഷത്തിലും അയാൾ ഘോരമായ

മഴയ്ക്കുള്ളിലോ ആഞ്ഞു വീശുന്ന കൊടുങ്കാറ്റുകൾക്കുള്ളിലോ ആയിരുന്നു. യഥാർത്ഥത്തിൽ ആ ഒരു അവസ്ഥ അപ്പോൾ ഇല്ലായിരുന്നുവെങ്കിലും അയാൾ മാത്രം ആ ഭയാനകമായ അവസ്ഥകളിലൂടെ ആടിയുലയുകയായിരുന്നു. മനസ്സിലെവിടെയൊക്കെയോ നൊമ്പരത്തിന്റെ കുമിളകൾ ഉദിച്ചുയരുന്നുണ്ടായിരുന്നു മകളും ഭാര്യയും ഒന്നും സംസാരിച്ചില്ല. അവരും ഒരു പക്ഷേ, ചിത്രത്തെക്കുറിച്ച് തന്നെ ചിന്തിക്കുകയാവാം.

മഴ തോർന്നിരുന്നെങ്കിലും നനഞ്ഞൊലിച്ച് കിടന്നിരുന്ന റോഡിലൂടെ ഞാൻ വേഗത കുറച്ച് ഡ്രൈവ് ചെയ്യുകയായിരുന്നു. അപ്പോഴും എന്റെ മനസ്സ് എന്നോടു ചോദിച്ചു. ആ പെൺകുട്ടിക്ക് എന്ത് സംഭവിച്ചു കാണും? ഈ ലോകത്തിന്റെ ഏത് ഓരത്താവും അവൾ അപ്രത്യക്ഷമായത്? അവളുടെ തിരോധാനത്തിൽ നായകനായി വിവക്ഷിക്കപ്പെടുന്ന ചെറുപ്പക്കാരന് പങ്കുണ്ടായിരിക്കുമോ? ഹേയ്, അങ്ങനെയൊരിക്കലും വരില്ല. ഞാനെന്റെ മനസ്സിനെ പെട്ടെന്ന് തന്നെ തിരുത്തി. റെയിൽവേ സ്റ്റേഷനിൽ വച്ചുള്ള ആ ഷോട്ടിൽ നിന്നുതന്നെ അയാൾക്ക് ആ പെൺകുട്ടിയോടുള്ള ഗാഢാനുരാഗം വ്യക്തമാണ്. പക്ഷേ, അവൾ പിന്നെ എവിടെ? ഇരുട്ടിന്റെ ഏതെങ്കിലും ശക്തികൾ അവളെ ആ അഴുക്കു ചാലിലേക്ക് തള്ളിയിട്ട് കശാപ്പു ചെയ്തിരിക്കുമോ? ആ ഇടുങ്ങിയ വഴി ഒരിക്കലും അവസാനിക്കാതെ അനന്തമായി കാണിക്കുന്നതെന്താണ്? കാറ്റും മഴയും ഇല്ലാത്തപ്പോൾ പോലും നായകൻ കാറ്റിൽ ആടിയുലയുകയും മഴയിൽ നനഞ്ഞു വിറയ്ക്കുകയും ചെയ്യുന്നത് എന്തുകൊണ്ടാണ്? ചോദ്യങ്ങൾ ഒന്നിനു പുറകെ ഒന്നായി എന്നെ സംശയത്തിന്റെ കടലിലേക്ക് തള്ളിയിട്ടപ്പോഴാണ് തികച്ചും യാദൃച്ഛികമായി ഞാനവനെ കണ്ടത്. എന്റെ സുഹൃത്ത് രാമകൃഷ്ണന്റെ മകൻ വിനയനെ. എന്റെ വണ്ടി അപ്പോൾ തീയേറ്ററിന് മുന്നിലുള്ള ഇടറോഡിൽനിന്ന് ഒരു വളവ് തിരിഞ്ഞ് മെയിൻ റോഡിലേക്ക് ഇറങ്ങുകയായിരുന്നു. ആ വളവിലെ ഇടുക്കിൽ വച്ചാണ്, പെട്ടി ഓട്ടോയുടെ വശത്തായി, അടഞ്ഞുകിടന്ന കടത്തിണ്ണയുടെ പിറകിൽ ഞാനവനെ കണ്ടത്. നനഞ്ഞൊലിച്ച് ഒരു നായ അപ്പോൾ ഓരിയിട്ടുകൊണ്ട് അവന്റെ അരികിലൂടെ ഇരുട്ടിലേക്ക് ഓടിമറയുന്നുണ്ടായിരുന്നു അവന്റെ വേഷം ഒരു നീല ടീ ഷർട്ടും കറുത്ത ലുങ്കിയുമായിരുന്നു. ഞാൻ കാണുമ്പോൾ അവൻ റോഡിലേക്ക് തിരിഞ്ഞ് നിന്ന് സിഗററ്റ് ആഞ്ഞു വലിക്കുകയായിരുന്നു. പെട്ടെന്നാണ് എന്റെ കണ്ണുകളുമായി അവന്റെ കണ്ണുകൾ കൂട്ടിമുട്ടിയത്, ഒരു നിമിഷം അവൻ പതറാതിരുന്നിരിക്കില്ല. അവനെ ആ സമയത്ത്, ആ സ്ഥലത്ത് കണ്ടത്, തീർച്ചയായും നല്ലൊരു കാഴ്ചയായി എനിക്ക് തോന്നിയില്ല. എന്റെ മുന്നിലുള്ള അവന്റെ രൂപം അങ്ങനെയല്ലല്ലോ. മാത്രമല്ല എന്റെ മുന്നിൽ ഒരു സിഗററ്റ് ആഞ്ഞു വലിക്കുന്ന രീതിയിൽ രാത്രി സമയത്ത് ആ വിജനതയിൽ വന്നുപെട്ടത് അവനെ തീർച്ചയായും അസ്വസ്ഥമാക്കാതിരിക്കില്ല.

“അത് നമ്മുടെ രാമകൃഷ്ണൻ ചേട്ടന്റെ മകൻ വിനയല്ലേ? അവനെന്തുവാ ഈ രാത്രിയിൽ ഇവിടെ ഒറ്റയ്ക്ക്?” ഭാര്യയുടെ ശരിക്കും പരിഭ്രമ

ത്തിൽ നിറഞ്ഞ വാക്കുകളായിരുന്നു അത്. തന്റെയും മനസ്സിൽ അത്ര തന്നെ പരിഭ്രമമുണ്ടായിരുന്നു. അവനെക്കുറിച്ചൊരു ചിത്രം അങ്ങനെയല്ലേ മനസ്സിലുള്ളത്. ഈ അടുത്ത സമയങ്ങളിലൊന്നും അവനെ കാണാറി ല്ലെങ്കിലും എനിക്ക് പരിചയമുള്ള വിനയന്റെ മുഖം വളരെ സൗമ്യമായതും സ്നേഹത്തിന്റേതുമായിരുന്നു. വീട്ടിൽ അവൻ രാമകൃഷ്ണന്റെയും ഭാര്യ കൗസല്യയുടെയും ഏകപുത്രനുമാണ്. തീർച്ചയായും ഈ രീതിയിൽ അവനെ രാത്രിയിൽ തെരുവിന്റെ ഓരത്ത് കണ്ടത് നല്ലതിനാണെന്ന് തോന്നുന്നേയില്ല. വണ്ടി നിർത്തി അവനോട് വിവരം ചോദിക്കുകയോ, വണ്ടിയിൽ കയറ്റി അവന്റെ വീട്ടിൽ കൊണ്ടുചെന്നാക്കുകയോ ചെയ്തു കൂടായിരുന്നോയെന്ന് ഭാര്യ പലവട്ടം ഓർമ്മിപ്പിച്ചപ്പോൾ താൻ തിരി ച്ചൊന്നും പറയാതെ വണ്ടി മുന്നോട്ടെടുക്കുകയായിരുന്നു. അതു തനിക്കും തോന്നാതിരുന്നില്ല. പക്ഷേ, എന്തോ എവിടെയോ ഒരു നിഗൂഢത. അവൻ തന്നെക്കണ്ട് ആകെ പരിഭ്രമിച്ചിട്ടുമുണ്ട്. കൈലി മടക്കിക്കുത്തി സിഗററ്റ് ആഞ്ഞുവലിച്ച് അവന് തന്റെ മുന്നിൽ എങ്ങനെ ഒരു നിമിഷമെങ്കിലും പ്രത്യക്ഷപ്പെടാനാവും. അതുകൊണ്ടുതന്നെയാവും അവൻ തന്നെ കണ്ട മാത്രയിൽ യാന്ത്രികമായി തന്നെ പുറംതിരിഞ്ഞു നിന്നത്. അങ്ങനെ തന്നിൽ നിന്ന് പുറം തിരഞ്ഞ് നില്ക്കുന്ന അവനെ എങ്ങനെയാണ് വണ്ടി നിർത്തി വണ്ടിയിലേക്ക് കയറാൻ ക്ഷണിക്കുന്നത്. എന്നിരുന്നാലും യാത്ര യിൽ മനസ്സ് ശരിക്കും അസ്വസ്ഥമായിരുന്നു. കണ്ടിറങ്ങിയ സിനിമയിലെ പെൺകുട്ടിയുടെ തിരോധാനം ഹൃദയത്തിലെവിടെയോ ഒരു വിങ്ങൽ അവ ശേഷിപ്പിക്കുമ്പോൾ ആണ് രാമകൃഷ്ണന്റെ മകനെ ഈ സാഹചര്യത്തിൽ കാണാനിട വന്നത്. അവന്റെ നില്പ് തീർച്ചയായും ഒരുശരിക്കുള്ള നില്പായി തോന്നിയില്ല.

രാമകൃഷ്ണനെ വിളിച്ച് പറഞ്ഞാലോയെന്ന് ചിന്തിച്ചെങ്കിലും ഒരു തീരുമാനത്തിലെത്താൻ കഴിഞ്ഞില്ല. ദൂരെ നഗരത്തിലൊരു കോളേജിൽ പഠിക്കുന്ന മകൻ വിനയൻ, ഇടയ്ക്ക് വീട്ടിൽ വന്നിട്ടുണ്ടെന്ന് രാമകൃഷ്ണൻ ഫോണിൽ പറഞ്ഞിട്ട് കുറച്ച് ദിവസങ്ങളേ ആയിട്ടുള്ളൂ ആ മകൻ രാത്രി യിൽ ഒഴിഞ്ഞ റോഡിൽ സിഗററ്റ് വലിച്ച് അസ്വാഭാവികതയോടെ നില്ക്കു ന്നത് രാമകൃഷ്ണനറിഞ്ഞാൽ, അല്ലെങ്കിൽ ഉറങ്ങികിടക്കുന്ന രാമകൃ ഷ്ണനെ താൻ വിളിച്ചറിയിച്ചാൽ രാമകൃഷ്ണനും ഭാര്യയും ചെറുതായി ട്ടായിരിക്കില്ല പരിഭ്രമിക്കുന്നത്. മാത്രമല്ല, രാമകൃഷ്ണന്റെ ഭാര്യ ഒരു ഹാർട്ട്പേഷ്യന്റാണെന്നുകൂടി അറിയാം എന്നിരുന്നാലും, താൻ ഒന്നും ചെയ്യാതിരുന്നാൽ അതും തെറ്റാകില്ലേ എന്നൊരു ഉൾവിളി. നഗരത്തിലെ ഏതെങ്കിലും വിധ്വംസക പ്രവർത്തനത്തിന് കൂട്ടാളിയാവാൻ അവൻ ആരെയോ കാത്തുനില്ക്കുകയാണെന്നൊരു തോന്നൽ. ആരൊക്കെയോ അവനോടൊപ്പം വന്നു ചേരുമെന്നും അവരൊന്നിച്ച് രാത്രിയുടെ കനത്ത ഇരുളിൽ നഗരത്തിൽ ഏതെങ്കിലും അനിഷ്ടപ്രവൃത്തി ചെയ്തേക്കുമെന്നും മനസ്സ് അറിയാതെ പറയുകയായിരുന്നു. ഭാര്യയോടും മകളോടും അത് പങ്ക് വച്ചില്ലെങ്കിലും ആ ചിന്തയുടെ ഭയത്തിൽകൂടി തന്നെയാണ് ഇരുളി

ലൂടെ വേഗത കുറച്ച് ഡ്രൈവ് ചെയ്തു കൊണ്ടിരുന്നത്.

രാത്രി അപ്പോൾ അത്ഭുതകരമാം വിധം നിശ്ശബ്ദവും നിഗൂഢവുമാണെന്ന് തോന്നി. തെളിഞ്ഞു കത്തി കിടന്നിരുന്ന തെരുവു വിളക്കുകൾ ഉണ്ടായിട്ടുകൂടി. ഭാര്യ അപ്പോഴും ഇടയ്ക്ക് പറഞ്ഞുകൊണ്ടിരുന്നത്, അവൻ രാത്രിയിൽ തനിച്ച് അവിടെ നില്ക്കുന്നത് എന്തിനാണെന്നാണ്? രാമകൃഷ്ണൻ ചേട്ടനും ഭാര്യയും അറിഞ്ഞിട്ടില്ലേ അവൻ വീട്ടിൽനിന്ന് ഇറങ്ങി പോയെന്ന്? ഈ ചോദ്യങ്ങൾ തന്നെയാണ് തന്റെ മനസ്സിലുമുള്ളതെങ്കിലും താൻ അവിടെ വണ്ടിനിർത്താതിരുന്നതും, അവനെ ക്ഷണിക്കാതിരുന്നതും ശരിയായോ തെറ്റായോയെന്ന് മനസ്സ് വീണ്ടും വീണ്ടും വിചാരണ ചെയ്തു കൊണ്ടിരുന്നു.

തെരുവു വിളക്കിന്റെ വെളിച്ചത്തിൽ മിന്നലുപോലെ കണ്ട അവന്റെ മുഖം തീർച്ചയായും താൻ കണ്ടുപരിചയിച്ച വളരെ സ്നേഹവും ഒതുക്കവുമുള്ള വിനയത്തിന്റെ മുഖമായിരുന്നില്ല. ഒരുപക്ഷേ, താൻ വണ്ടി നിർത്തിയാൽതന്നെ, തന്റെയൊപ്പം തന്റെ ഭാര്യയും പ്രായപൂർത്തിയായ മകളുമാണുള്ളത്. അവനിൽ നിന്നൊരിക്കലും അപ്രിയമായതൊന്നും സംഭവിക്കില്ലെന്ന് ഉറപ്പിക്കാമെങ്കിലും തീർച്ചയായും അവനു ചുറ്റും ഇരുട്ടിന്റെ മുഖമുള്ള കൂട്ടാളികൾ വേറെ കാണുമെന്നും അവർക്കിടയിലേക്ക് തങ്ങൾ അകപ്പെട്ടാൽ ഒരുപക്ഷേ, രാമകൃഷ്ണന്റെ മകൻ വിനയൻ വിചാരിച്ചാൽ പോലും അവരിൽ നിന്ന് തങ്ങളെ രക്ഷിക്കാൻ കഴിയില്ലായെന്നും തനിക്ക് തോന്നി. എന്നിരുന്നാലും മനസ്സിൽ എവിടെയോ ഒരു നൊമ്പരം ഉണർന്നു തന്നെയിരുന്നു. ഒടുവിൽ ഏതോ ഒരു നിമിഷത്തിൽ, അപ്പോൾ തോന്നിയ ഒരു ധൈര്യത്തിലാവാം ഫോൺ എടുത്ത് രാമകൃഷ്ണന്റെ നമ്പറിലേക്ക് ഡയൽ ചെയ്തത്. ആദ്യ റൗണ്ട് ബെല്ലടിച്ചു തീർന്നതിന് ശേഷം, വീണ്ടും ഒന്നുകൂടി നമ്പർ ഡയൽ ചെയ്തപ്പോഴാണ് ഉറക്കച്ചവോടെയുള്ള രാമകൃഷ്ണന്റെ സ്വരം അങ്ങേത്തലയ്ക്കൽ കേട്ടത്.

"എന്താ പ്രഭാകരാ ഈ പാതിരാത്രിക്ക്... എന്താ വല്ല വിശേഷവുമുണ്ടോ?" രാമകൃഷ്ണന്റെ പരിഭ്രമത്തിലുള്ള ചോദ്യത്തിന് വളരെ പതിയെയാണ് പ്രതികരിച്ചത്. "ഹേയ് ഒന്നുമില്ല. ഞങ്ങൾ ഒരു സിനിമ കണ്ട് മടങ്ങുകയായിരുന്നു. ഇടയ്ക്ക് വണ്ടിയിൽ പെട്രോൾ തീർന്നുപോയി. ഇനി വീട്ടിലേക്ക് മൂന്ന് കിലോമീറ്ററെങ്കിലും വരും. നമ്മുടെയാ പഴയ പോസ്റ്റാഫീസിനടുത്ത് വരെയേ എത്തിയുള്ളൂ പറ്റുമെങ്കിൽ.." ബാക്കി പറയാൻ അവസരം തരാതെ തന്നെ രാമകൃഷ്ണൻ ഇടയ്ക്ക് കയറി. പറഞ്ഞു.

"അതിനെന്തിനാ താൻ വിഷമിക്കുന്നത്, വീട്ടിലിപ്പോൾ വിനയൻ ഉണ്ട്. അവനോട് ഇവിടത്തെ വണ്ടിയെടുത്ത് കൊണ്ട് അങ്ങോട്ട് വരാൻ പറയാം. നിങ്ങൾ വണ്ടിയിൽ തന്നെയിരുന്നോളൂ. ഭാര്യയും മകളുമൊക്കെ കൂടെയുള്ളതല്ലേ സൂക്ഷിക്കണം. ഇപ്പോഴത്തെ കാലം അങ്ങനെയാ." ഹൃദയത്തിൽ അപ്പോൾ ഒരു വാൾ മിന്നൽപോലെ വീശുകയായിരുന്നു. ഒരായിരം നിഗൂഢതയുടെ ചോദ്യങ്ങൾ എവിടെനിന്നോ അലയടിച്ചുയരുന്നതുപോലെ തോന്നി. രാമകൃഷ്ണനോട് തിരിച്ച് ഒന്നും പറയാൻ കഴിയു

ന്നതിനു മുമ്പേ അവൻ ഫോൺ കട്ട് ചെയ്തിരുന്നു.

"എന്തിനാ, നിങ്ങൾ വണ്ടിയിലെ പെട്രോൾ തീർന്നുവെന്ന് രാമകൃഷ്ണൻ ചേട്ടനോട് കള്ളം പറഞ്ഞത്." ഭാര്യയുടെ ചോദ്യത്തിന് മറുപടി പറഞ്ഞില്ലെങ്കിലും സ്വയം വീണ്ടും വീണ്ടും ചോദിക്കുകയായിരുന്നു. ഒരായിരം ചോദ്യങ്ങൾ. അപ്പോഴും മുമ്പിലെവിടെയോ രാമകൃഷ്ണന്റെ മുഖമുണ്ടായിരുന്നു. മകനെത്തേടി മകന്റെ മുറിയിലേക്ക് ചെല്ലുന്ന രാമകൃഷ്ണന്റെ മുഖം. പെട്ടെന്നൊരുൾവിളിപോലെ ഫോണെടുത്ത് രാമകൃഷ്ണനെ വീണ്ടും വിളിക്കുകയായിരുന്നു. "എടോ താൻ മകനെയിപ്പോൾ വിളിച്ചുണർത്തണ്ട. ഞങ്ങൾക്ക് മറ്റൊരു വണ്ടി കിട്ടി." ഫോൺ കട്ടാക്കി അറിയാതെതന്നെ സ്വയം പറഞ്ഞു. ഇതാണ് ശരി. പാതിരാ നേരത്ത് മുറിയിൽ മകനില്ലെന്നറിഞ്ഞാൽ രാമകൃഷ്ണന്റെയും ഭാര്യയുടെയും അവസ്ഥ ചിന്തിക്കാവുന്നതേയുള്ളൂ. വണ്ടി അപ്പോൾ വീടടുക്കാറായിട്ടുണ്ടായിരുന്നു. പക്ഷേ, മനസ്സിപ്പോഴും തെരുവിലെ ഒഴിഞ്ഞ റോഡിൽ ആരെയോ കാത്തെന്ന വണ്ണം നില്ക്കുന്ന വിനയന്റെ മുഖവും, അവന്റെ ചുണ്ടിലെരിഞ്ഞു തീർന്നു കൊണ്ടിരുന്ന സിഗററ്റിന്റെ ജ്വലനവുമായിരുന്നു. രാത്രി മുഴുവൻ ഉണർന്നുതന്നെ കിടന്നു. അരുതാത്തതൊന്നും എങ്ങും സംഭവിക്കരുതേയെന്ന പ്രാർത്ഥനയോടെ. ഹൃദയത്തിൽ അപ്പോൾ മറ്റൊരു ചോദ്യവുമുണ്ടായിരുന്നു. വിനയന്റേതല്ലാതെ, യുവ സംവിധായകൻ എറിഞ്ഞു തന്ന ചോദ്യം? ആ പെൺകുട്ടി. അവസാനിക്കാത്ത ഇടുങ്ങിയ ദുർഗ്ഗന്ധം നിറഞ്ഞ റോഡിൽ എവിടെയാണ് അപ്രത്യക്ഷയായത്? അവൾ സഞ്ചരിച്ചു കൊണ്ടിരുന്ന ഇടുങ്ങിയ റോഡ് എവിടേക്കാണ് അനന്തമായി നീണ്ടു കിടന്നിരുന്നത്? ഏതെല്ലാം തെരുവുകളാണ് രാത്രികളുടെ നിഗൂഢതയിൽ ഉണർന്നിരിക്കുന്നത്, അടക്കിപ്പിടിച്ച് ശബ്ദങ്ങളുമായി, രാമകൃഷ്ണന്റെ മാത്രമല്ല, ആരുടെയെല്ലാം പുത്രന്മാരാണ് ഇരുളിലൂടെ, ലക്ഷ്യമില്ലാതെ അലഞ്ഞു കൊണ്ടിരിക്കുന്നത്? രാത്രിയുടെ ഏതൊക്കെയോ വേളയിൽ ജനാല തുറന്നിട്ട് ഇരുളിലേക്ക് നോക്കി. ഏതോ രാപ്പക്ഷികളുടെ വിലാപവും കേട്ട് ഉണർന്നിരിക്കുമ്പോഴും മനസ്സിലെ മായാത്ത ചിത്രങ്ങളായി ഉയർന്നു വന്നിരുന്നത് രാമകൃഷ്ണന്റെ മകൻ വിനയന്റെയും രാത്രിയിൽ കണ്ട സിനിമയിൽ എവിടേക്കെന്നില്ലാതെ പോയ്മറഞ്ഞ പെൺകുട്ടിയുടെയും മുഖമായിരുന്നു...

അടുത്ത പ്രഭാതം ഒരുപക്ഷേ..? അതായിരുന്നു അയാൾ ചിന്തിച്ചത്.

മൂന്നാമത്തെ മുന്നറിയിപ്പ്

അത് അയാൾക്ക് നഗരഭരണകൂടത്തിൽനിന്നു കിട്ടിയ മൂന്നാമത്തെ മുന്നറിയിപ്പായിരുന്നു. താങ്കൾ എത്രയും പെട്ടെന്ന് ആ സ്ഥലത്ത് നിന്ന് ഒഴിഞ്ഞുമാറേണ്ടതാണ്. അല്ലെങ്കിൽ താങ്കളുടെ കച്ചവടവസ്തുക്കൾ അവിടെനിന്ന് കണ്ടുകെട്ടി നഗരസഭ ഏറ്റെടുക്കും. ആദ്യത്തെ നോട്ടീസിൽ വളരെ കൃത്യമായി പറഞ്ഞത്, താങ്കൾ അനധികൃതമായി നഗരസഭയ്ക്കു കീഴിലുള്ള ആ സ്ഥലം കൈയേറുകയും നിരവധി വർഷങ്ങളായി അവിടെ തന്റെ കച്ചവടം നിർബ്ബാധം നടത്തി വരികയുമാണ്. തീർച്ചയായും ഈ നോട്ടീസ് കിട്ടി പത്തുദിവസത്തിനകം അവിടെനിന്ന് ഒഴിഞ്ഞു പോകേണ്ടതാണ്. അയാൾ ആ മുന്നറിയിപ്പ് അവഗണിച്ചത് മനഃപൂർവ്വമല്ല. കാര്യം അയാൾക്ക് തന്റെ ജീവിതം വീണ്ടും കരുപ്പിടിപ്പിക്കുവാൻ മറ്റൊരിടവുമില്ലായിരുന്നു. അതുകൊണ്ടുതന്നെ ആ നോട്ടീസ് കഷണത്തെ മനഃപൂർവ്വമല്ലെങ്കിലും അവഗണിക്കാനേ കഴിഞ്ഞുള്ളൂ. പത്തുദിവസത്തിനു ശേഷവും നഗരസഭയിൽനിന്ന് കടുത്ത നടപടികളൊന്നുമുണ്ടാകാതെ മറ്റൊരു നോട്ടീസ് അയയ്ക്കുകയായിരുന്നു. അതിലും അത് തന്നെയായിരുന്നു ഉള്ളടക്കം. മറ്റെല്ലാ കച്ചവടക്കാരും റോഡരികിലെ കച്ചവട സാമഗ്രികളുമായി മറ്റെവിടെയോപോയി മറഞ്ഞിരുന്നുവെങ്കിലും അയാൾ വീണ്ടും അവിടെ തുടരുകയായിരുന്നു. അതിനുള്ള ധൈര്യം അയാൾ മനപൂർവ്വം സമാഹരിച്ചെടുത്തതല്ല, തന്റെ ഹൃദയത്തിൽനിന്ന്. പരിതസ്ഥിതികൾ അത്ര മാത്രം ശോചനീയമായിരുന്നു. അയാളുടേത്. മാത്രമല്ല, മറ്റു കച്ചവടക്കാരിൽനിന്ന് തികച്ചും വ്യത്യസ്തവുമായിരുന്നുവല്ലോ അയാളുടെ കച്ചവട സാധനങ്ങൾ. നഗരത്തിൽ മാത്രമല്ല, സംസ്ഥാനത്ത് ഒരിടത്തു നിന്നു പോലും കിട്ടാൻ കഴിയാത്ത എല്ലാ സമകാലിക ആനുകാലികങ്ങളും പത്രങ്ങളും പുസ്തകങ്ങളും അയാൾ എത്ര കൃത്യതയോടെ വരുത്തുകയും

ആവശ്യക്കാർക്ക് കൊടുക്കുകയും ചെയ്യുന്നു. അതുകൊണ്ടുതന്നെ അയാളുടെ ഉപഭോക്താക്കൾ മറ്റുള്ളവരിൽ നിന്ന് തികച്ചും വ്യത്യസ്തമായിരുന്നു. റോഡരികിലെ അയാളുടെ കച്ചവടസ്ഥലം അന്വേഷിച്ച് ദൂരെ സ്ഥലങ്ങളിൽ നിന്നുപോലും വരുന്നവരിൽ യുവാക്കളും, വൃദ്ധരും, മദ്ധ്യവയസ്കരുമുണ്ടായിരുന്നു. ഇന്നോ ഇന്നലെയോ തുടങ്ങിയതല്ലല്ലോ അയാളും ആ നഗരറോഡും തമ്മിലുള്ള ബന്ധം. എല്ലാ മഴയിലും മഞ്ഞിലും വെയിലിലും അയാൾ ആ നഗരങ്ങളോടൊപ്പം ഉണ്ണുകയും ഉറങ്ങുകയും ഉണരുകയും ജീവിതത്തെ ആ അക്ഷരങ്ങളോടൊപ്പം മുന്നോട്ട് കൊണ്ടുപോവുകയും ചെയ്തു. അതുകൊണ്ടുതന്നെ നഗരഭരണകൂടത്തിന്റെ മൂന്നാമത്തെ മുന്നറിയിപ്പിന് മുന്നിലും അയാൾ പതറാതെ തന്നെ നിന്നു. ഒരുപക്ഷേ, ചുറ്റുവട്ടത്തുള്ള മറ്റു വഴിയോരക്കച്ചവടക്കാരെല്ലാം തന്നെ എവിടെയോ പോയി മറഞ്ഞിരിക്കുന്നത് അയാൾ അറിയാഞ്ഞിട്ടല്ല. എപ്പോഴും വഴിയാത്രക്കാരുടെ തിക്കും തിരക്കും അനുഭവപ്പെട്ടിരുന്ന വഴിയോര വസ്ത്രക്കച്ചവടക്കാരും വിവിധയിനം പഴവർഗ്ഗങ്ങളും പച്ചക്കറികളും നിരത്തിവച്ച് കച്ചവടം നടത്തിയിരുന്ന ചെറിയ ചെറിയ കച്ചവടക്കാരുമൊക്കെ എവിടേക്കെന്നില്ലാതെ പോയ്മറഞ്ഞിരിക്കുന്നു. അയാൾ അവരെക്കുറിച്ച് ചിന്തിക്കാതിരുന്നില്ല. ഈ ലോകത്തിന്റെ ഏത് അജ്ഞാത തീരത്തേക്കാവും ആ മനുഷ്യരും അവരുടെ ചെറിയ ജീവിതങ്ങളും പോയ്മറഞ്ഞതെന്ന് അയാൾ പലപ്പോഴും ചിന്തിച്ചു. ഒത്തൊരുമിച്ചൊരു പ്രതിരോധം അയാളുടെ മനസ്സിൽ നാമ്പെടുത്തതുമാണ്.

പക്ഷേ, ഒടുവിൽ അയാൾ മാത്രം അവശേഷിക്കുകയായിരുന്നു. എണ്ണിയാലൊടുങ്ങാത്ത നിരവധി ആനുകാലികങ്ങളും പുസ്തകങ്ങളുമായി. സത്യത്തിൽ അയാളുടെ മനസ്സിൽ ഇത്രത്തോളം ധൈര്യം എവിടെനിന്ന് കിട്ടിയെന്ന് അയാൾക്കു പോലുമറിയില്ല. മൂന്നാമത്തെ മുന്നറിയിപ്പ് കിട്ടിയതിനു പിറ്റേന്നും ഒന്നും സംഭവിക്കാത്തതുപോലെ അയാൾ നിരത്തിൽ ചെല്ലുകയും പുസ്തകങ്ങളുടെയും ആനുകാലികങ്ങളുടെയും ലോകത്തേക്ക് വഴുതി വീഴുകയും ചെയ്തു. എന്തുകൊണ്ടാണ് അയാൾ ഭയക്കാതിരുന്നത് നഗര ഭരണകൂടത്തെ? എപ്പോൾ വേണമെങ്കിലും അധികാരികൾ തന്റെ മുമ്പിൽ പ്രത്യക്ഷപ്പെട്ടേക്കുമെന്നും തനിക്കുനേരെ ശിക്ഷയുടെ കനത്തവാൾ ആഞ്ഞുവീശിയേക്കുമെന്നും ഓർക്കാതിരിക്കുന്നതല്ല. എന്നിട്ടും ആത്മാവിന്റെ അകക്കാമ്പുകളിൽനിന്ന് ഉയർന്നുവരുന്ന ഏതോ ഒരു ഊർജ്ജം അയാളെ നിലനിർത്തുകയായിരുന്നു. ജീവിതത്തിന്റെ എല്ലാ മേലാപ്പുകളും അയാൾക്ക് അക്ഷരങ്ങളിൽ കൂടി മാത്രമായിരുന്നതുകൊണ്ടാവാം ആ അക്ഷരങ്ങളിലുറങ്ങുന്ന അഗ്നി അയാളിലേക്ക് നിരന്തരം ഊർജ്ജം വർഷിച്ചത്. ആ ഊർജ്ജ പ്രവാഹത്തിലൂടെതന്നെ അയാൾ ഉണരുകയും ഉറങ്ങുകയും ചെയ്തുകൊണ്ടേയിരുന്നു. എപ്പോൾ വേണമെങ്കിലും തന്റെ മുന്നിൽ പ്രത്യക്ഷപ്പെട്ടേക്കാവുന്ന അധികാരത്തിന്റെ മൂർച്ചയുള്ള വാളുകളെ അയാൾ ഓർത്തതേയില്ല. ജീവിതത്തിൽ അത്രമേൽ ഒരു ആത്മബന്ധം അയാൾക്ക് അക്ഷരങ്ങളുമായുണ്ടായിരുന്നു.

പ്രതീക്ഷിച്ചതുതന്നെ ആയിരുന്നു ദിവസങ്ങൾക്കുശേഷമെങ്കിലും സംഭവിച്ചത്. മറ്റൊരു മുന്നറിയിപ്പിന്റെ ഒരു ധ്വനിയുമില്ലാതെയാണ് അയാൾക്കു മുന്നിൽ നഗരസഭയുടെ വണ്ടിവന്നുനിന്നതും അധികാരി ജ്വലിക്കുന്ന മുഖത്തോടെ അയാൾക്കു നേരെ ചീറിയടുത്തതും.

"നീ എന്തു ധരിച്ചെടാ ഇവിടം നിന്റെ തറവാട്ടുമുതലാണോ? വാരി എടുക്കെടാ നിന്റെ പുത്തോനും ചപ്പുചവറുമൊക്കെ."

അയാളിലൂടെ ഭയത്തിന്റെ ജ്വലനമായിരുന്നില്ല അപ്പോൾ ഒഴുകിയത്. വീണുടയുന്ന അഭിമാനത്തിന്റെ നേർശബ്ദങ്ങളായിരുന്നു. ഒരുകാരണവശാലും അവിടംവിട്ട് പോകില്ലെന്നും തന്റെ ഉപജീവനം ഇതുമാത്രമാണെന്നും ലോകത്ത് മറ്റൊരിടത്തും തന്റെയീ തൊഴിലിനുപറ്റിയ സ്ഥലം കിട്ടില്ലെന്നും അയാൾ ധരിച്ചിരുന്നു. അതുകൊണ്ടുതന്നെയാണ് ഇത്ര ദിവസമായിട്ടും അവിടം വിട്ടുപോകാതെ, തന്റെ ഉപജീവനവുമായി അവിടെ തന്നെകൂടിയതും.

അയാൾ നോക്കിനില്ക്കെ തന്നെയാണ് ആരൊക്കെയോ അയാളുടെ പത്രമാസികകളും പുസ്തകങ്ങളുമൊക്കെ വാരി നിരത്തിലേക്കെറിഞ്ഞതും. അതൊരു കൊടുങ്കാറ്റിന്റെ ആരംഭമായിരുന്നു. ആകാശത്തു നിന്ന് തീപ്പൊരികൾപോലെ മിന്നൽപ്പിണരുകൾ ഭൂമിയിലേക്ക് നിരന്തരം ഇറങ്ങിവരുകയും ലോകത്തെ വിറപ്പിക്കുന്ന തരത്തിൽ ഇടിശബ്ദങ്ങൾ ഒന്നിനുപിറകെ ഒന്നായി പ്രകമ്പനം കൊള്ളുകയും ചെയ്തു. അയാൾക്ക് അയാളുടെ കണ്ണുകളെ വിശ്വസിക്കാൻ കഴിഞ്ഞില്ല. കാതുകളെ വിശ്വസിക്കാൻ കഴിഞ്ഞില്ല. തീർത്തും അവിശ്വസനീയമായതെന്തൊക്കെയോ അയാളുടെ അന്തരംഗത്തിലൂടെ ചീറിയടിക്കുകയായിരുന്നു. ആഞ്ഞുവീശിയ കൊടുങ്കാറ്റ് അയാളുടെ ഹൃദയത്തിന്റെ ഓരോ തന്തുവിനെയും ജ്വലിപ്പിച്ച് ജ്വലിപ്പിച്ച് ഉണർത്തുകയായിരുന്നു. അപ്പോഴാണ് ആ ചോദ്യം ലോകത്തിന്റെ നേർക്ക് അധികാരികൾക്ക് നേർക്ക്, അയാൾ ലവലേശം ഭയമില്ലാതെ ആഞ്ഞെറിഞ്ഞത്. എന്തുകൊണ്ട് എന്തുകൊണ്ട് എനിക്കീ തെരുവുപോലും നിഷേധിക്കപ്പെടുന്നു ജീവിക്കുവാൻ? ആകാശത്തേക്ക് തലയുയർത്തി നില്ക്കുന്ന ബഹുനിലകെട്ടിടങ്ങളുടെ നിഴൽപ്പരപ്പിനുതാഴെയുള്ള ചെറിയൊരിടംപോലും തനിക്കു എന്തുകൊണ്ട് നിഷേധിക്കപ്പെടുന്നു? അതൊന്നും അയാൾ സ്വയം ചോദിച്ചു തുടങ്ങുന്നതായിരുന്നില്ല. എല്ലാ പുസ്തകങ്ങളിൽനിന്നും, എല്ലാ വാരികകളിൽനിന്നും, എല്ലാ മാസികകളിൽ നിന്നുമുള്ള എണ്ണിയാലൊടുങ്ങാത്ത അക്ഷരങ്ങൾ അയാളിലേക്ക് ഊർജ്ജത്തിന്റെ അവസാനിക്കാത്ത പ്രവാഹം പകരുകയായിരുന്നു എല്ലാ അക്ഷരങ്ങളുടെയും കണ്ണുകൾ അയാൾ കണ്ടു. എല്ലാ അക്ഷരങ്ങളുടെയും ശബ്ദങ്ങൾ അയാൾ കേട്ടു. എല്ലാ അക്ഷരങ്ങളും ശബ്ദിക്കുകയാണ്. ഹൃദയത്തിൽനിന്ന് അലയടിക്കുന്ന കൊടുങ്കാറ്റിന്റെ ഊർജ്ജത്തോടെ.

തെരുവിലേക്ക് വലിച്ചെറിയപ്പെട്ട അയാളുടെ പുസ്തകശേഖരത്തിലൂടെ തലയുയർത്തി നിന്ന കഥാപാത്രങ്ങൾ നിമിഷനേരം കൊണ്ട് തെരുവുകൾ നിറയുകയായിരുന്നു. അവരുടെ കണ്ണുകളിലൂടെ ജ്വലിച്ച പ്രകാശ

ത്തിൽ തെരുവിലപ്പോൾ തീജ്വാലകൾ നിറയുകയും ചെയ്തു. പൊരിയുന്ന വെയിലിലെ ചൂടിൽ മറ്റൊരു ജ്വലനമായി അയാൾ തലയുയർത്തി തന്നെ നിന്നു. നഗരത്തിലൂടപ്പോൾ പൊടിമണ്ണ് അകാരണമായി ആകാശത്തിലേക്ക് ഉയരുകയും നഗരം മുഴുവനായും ചുവന്ന മൺതരികൾ കൊണ്ട് നിറയുകയും ചെയ്തു. പാതയോരത്തെ വെയിലിലേക്ക് ആഞ്ഞെറിയപ്പെട്ട പുസ്തങ്ങളുടെ താളുകളിൽനിന്ന് ആയിരം ജ്വലിക്കുന്ന മിഴികളോടെ എഴുത്തിന്റെ ശക്തികൾ പുറത്തേക്ക് പ്രവഹിക്കുകയായിരുന്നു. ഒരധികാരവർഗ്ഗത്തിനും കീഴടങ്ങാതെ.

അയാളുടെ കണ്ണുകൾക്ക് മുന്നിലൂടപ്പോൾ കാലാകാലങ്ങളിലെ എഴുത്തുകാരുടെ മഹാപ്രവാഹമായിരുന്നു. വ്യാസനും വാല്മീകിയും എഴുത്തച്ഛനും ഗോർക്കിയും നെരൂദയുമെല്ലാം അയാൾക്കു മുന്നിലപ്പോൾ ഉണ്ടായിരുന്നു. അവരുടെ കണ്ണുകളെ അയാൾ കണ്ടു. ആ കണ്ണുകളിലെ പ്രകാശത്തെ അയാൾ കണ്ടു. ആ പ്രകാശങ്ങളിലൂടെ ഒരായിരം ജ്വലനങ്ങളും അയാൾ കണ്ടു. അവരുടെ ശബ്ദങ്ങളെ അയാൾ കേട്ടു. കാലങ്ങളിലൂടെ ഒഴുകി പരക്കുന്ന ആ ശബ്ദങ്ങൾക്ക് ആയിരം സമുദ്രങ്ങളുടെ ആർത്തിരമ്പലും മഹാപർവ്വതങ്ങളുടെ ഗാംഭീര്യവുമുണ്ടെന്ന് അയാൾക്ക് തോന്നി. കാരണം അയാൾ ഉണ്ടതും ഉറങ്ങിയതും സ്വപ്നം കണ്ടതുമെല്ലാം അവരോടൊപ്പം മാത്രമായിരുന്നു. അതുതന്നെ ആയിരുന്നു അയാളുടെ ഊർജ്ജവും. നഗരങ്ങളിൽ നിറഞ്ഞ അക്ഷരപ്രവാഹങ്ങളുടെ കുത്തൊഴുക്കിൽ ഒരായിരം ശബ്ദങ്ങൾ നൂറ്റാണ്ടുകളിലൂടെ ഒഴുകി വരികയും ആ ശബ്ദത്തിലൂടെ തന്നെ വിയർത്തൊലിച്ച തന്റെ മുഖവുമായി അധികാരികൾക്കു നേരെ അയാൾ വിരൽ ചൂണ്ടുകയും ചെയ്തു. അതൊരു ആരംഭം മാത്രമായിരുന്നു..

മഹത്തായ വിപ്ലവം അഥവാ രക്തരഹിത വിപ്ലവം

ഈ ഉറുമ്പുകളും പാറ്റകളും പല്ലികളും കൊതുകുകളുമൊക്കെ എനിക്ക് നേരെ ഇത്ര പെട്ടെന്നൊരു വിപ്ലവം ആരംഭിക്കുമെന്ന് ഞാൻ സ്വപ്നേപി ചിന്തിച്ചില്ല. തീർച്ചയായും അവർക്കും വിപ്ലവം നടത്താവുന്ന തേയുള്ളു. മനുഷ്യന് മാത്രമുള്ള ഒരു അവകാശമായി ഞനതിനെ കാണുന്നേയില്ല. അതുകൊണ്ട് തന്നെ അവരുടെ വിപ്ലവത്തെ ഞാൻ താഴ്ത്തി പറയുന്നതുമില്ല. പക്ഷെ, എങ്കിലും ഈ നിസ്സഹായ ആയ എന്നോട് ഇത്ര പെട്ടെന്ന്, ഒരു മുന്നറിയിപ്പുമില്ലാതെ ഒരു വിപ്ലവം തുടങ്ങേണ്ട ആവശ്യമുണ്ടായിരുന്നോയെന്ന് അവർ തന്നെ പിൽക്കാലത്തെങ്കിലും ചിന്തിക്കാതിരിക്കില്ല. കാരണം ഞാൻ അത്രമേൽ സാധുവായിരുന്നു. സാധു എന്ന് ഞാൻ തന്നെ എന്നെ സംബോധനയായിട്ട് നൽകുന്നതിന്റെ പൊരുൾ എനിക്കറിയില്ല. ഒരു പക്ഷെ ഹിറ്റലറും മുസോളിനിയുമൊക്കെ ത്തന്നെ, അവരെ അവർ സംബോധന ചെയ്തിരിക്കുന്നത് സാധു എന്നായിക്കൂടെന്നില്ല. തീർച്ചയായും ഒരു കാരണവശാലും എനിക്ക് ഹിറ്റ്ലറുടെയോ മുസ്സോളിനിയുടെയോ മനസ്സ് ഒരിക്കലും ഉണ്ടാകില്ലെന്ന് മനുഷ്യപറ്റുള്ള ആർക്കും മനസ്സിലാക്കാവുന്നതേയുള്ളൂ. കാരണം ഒരു ഉറുമ്പിന്റെ വേദന എന്റെ വേദന തന്നെയാണ്. ഒരു പാറ്റയുടെ വേദനയും എന്റെ വേദനയാണ്. ഒരു പല്ലിയുടെയും കൊതുകിന്റെയും വേദനയും എന്റെ വേദന തന്നെയാണ്. അപ്പോൾ എനിക്കെങ്ങനെ ഒരു ക്രൂര മനസ്സ് കിട്ടും.? തീർച്ചയായും അതൊന്നുമല്ല പ്രശ്നം.

പ്രശ്നങ്ങൾ തുടങ്ങിയത് ആദ്യം ഉറുമ്പുകളിൽ നിന്നു തന്നെയായിരുന്നു. എനിയ്ക്ക് ഉറുമ്പുകളോടൊരു പ്രത്യേക വൈരാഗ്യമോ വെറുപ്പോ സത്യത്തിൽ ഇല്ലായിരുന്നു. ഞാനും അവരുമൊക്കെ ഒന്നിച്ചു തന്നെയാണ് ഈ വീട്ടിൽ ഉണരുന്നതും ഉറങ്ങുന്നതും ചിന്തിയ്ക്കുന്നതുമെല്ലാം തന്നെ.

അവർ അവരുടേതായ ലോകത്തുകൂടെ സഞ്ചരിക്കുന്നു. ഞാൻ എന്റേതായ ലോകത്തുകൂടെയും സഞ്ചരിക്കുന്നു. പരസ്പരം ഞങ്ങൾ മാർഗ്ഗതടസ്സമാവുന്നുമില്ലായിരുന്നു. പക്ഷെ എന്തുകൊണ്ടോ, ഒരു പ്രഭാതം മുതൽ ഉറുമ്പുകളുടെ തലച്ചോറിലൂടെ എന്തൊക്കയോ പ്രതിപ്രവർത്തനങ്ങൾ തുടങ്ങുകയും അവയെല്ലാം കൂട്ടം കൂടാൻ തുടങ്ങുകയും അരുതാത്ത എന്തൊക്കെയോ പ്രവർത്തികളിലേയ്ക്ക് വഴുതി വീഴാൻ തുടങ്ങുകയും ചെയ്തു. അവരുടെ ആക്രമണം ആദ്യം ആരംഭിച്ചത് പഞ്ചസാരടിന്നിൽ കടന്നു കയറിക്കൊണ്ടാണ്. സത്യത്തിൽ ആ പഞ്ചസാര ടിൻ ഞാനെത്ര ബലമായി അടച്ചിരുന്നതാണ്. പക്ഷെ എപ്പോഴോ ഒരെറുമ്പ് അതിനകത്ത് കടന്നുകയറുകയും, ആ ടിന്നിലിരുന്ന് ഒളിപ്രവർത്തനത്തിലൂടെ കുറേ എറുമ്പുകളെ കൂടി അങ്ങോട്ടേയ്ക്ക് എത്തിക്കുകയും ചെയ്തു. ഞാൻ ശരിക്കും നിസ്സഹായ ആയിരുന്നു. ചായയ്ക്ക് പഞ്ചസാര ഇടാൻ ടിൻ തുറക്കുമ്പോഴാണ്, പഞ്ചസാരയ്ക്ക് മുകളിലൂടെ പാടവിരിച്ച് കിടക്കുന്ന ഉറുമ്പിൻ കൂട്ടങ്ങളെ കണ്ട് ഞാൻ അമ്പരന്ന് പോയത്. പക്ഷെ അവയ്ക്കൊന്നിനും പോറലേൽപ്പിക്കാതെ തന്നെ ഞാൻ സ്പൂൺ ഉപയോഗിച്ച് ആവശ്യത്തിനുള്ള പഞ്ചസാര എടുക്കുകയും ടിൻ അതുപോലെ തന്നെ അടച്ചുവയ്ക്കുകയും ചെയ്തു. അവർ അവിടെയൊരു മധുരപ്രളയത്തിലൂടെ തുഴയുകയാണെന്ന് എനിക്കറിയാം. ആ മാസ്മരിക ലോകം അവർക്ക് സ്വന്തം. ആ സ്വകാര്യതകളിലേയ്ക്ക് കടന്നു കയറുന്നത് തീർച്ചയായും തെറ്റു തന്നെയാണ്. മനുഷ്യരുടേതു മാത്രമല്ല ആരുടെയും സ്വകാര്യതകളിലേക്കുള്ള കടന്നു കയറ്റം തെറ്റുതന്നെയാണ്. ഓരോ ജീവിക്കും അലിഖിതങ്ങളായ അവകാശങ്ങൾ തന്നെയുണ്ട്. അതുകൊണ്ട് തന്നെ എനിക്കവരെ വേദനിപ്പിക്കാനേ തോന്നിയില്ല. പാവം ഉറുമ്പുകൾ, അവർ അങ്ങനെ തന്നെ ജീവിക്കട്ടെയെന്നു കരുതി. ഇതൊന്നും വെറുതെയങ്ങു പറയുന്നതല്ല. തീർച്ചയായും എന്റെ മനോഗതി അതുതന്നെയായിരുന്നു. അല്ലെങ്കിൽ എത്ര ഉറുമ്പിൻ കൂട്ടങ്ങളെ എനിക്ക് കൂട്ടത്തോടെ കൊല്ലാനുള്ള അവസരങ്ങൾ ലഭിച്ചതാണ്. പക്ഷെ അങ്ങനെ ഞാൻ ചെയ്യാത്തത് ഈ ഭൂമിയിൽ അവർക്കും എനിക്കുമെല്ലാം തുല്യ അവകാശങ്ങൾ ആണുള്ളതെന്ന് അറിയാവുന്നതുകൊണ്ടാണ്.

ഉറുമ്പുകൾ പിന്നെയും പിന്നെയും എവിടെയെല്ലാം കടന്നുകയറ്റങ്ങൾ തുടർന്നു വെന്നോ?! ഞാനതിശയിച്ചുപോവുകയാണ്. ഈ കുഞ്ഞുറുമ്പുകൾക്ക് ഇത്ര മാത്രം വൈരാഗ്യബുദ്ധി എന്നോട് തോന്നുന്നത് എന്തിന്? അവർ എല്ലാ മുറികളിലൂടെയും തലങ്ങും വിലങ്ങും സഞ്ചരിക്കുന്നുണ്ടായിരുന്നു. ജനാലപ്പടികളിൽ, ഭിത്തിയരികുകളിൽ, ഡൈനിംഗ് ടേബിളിൽ, വസ്ത്രങ്ങൾ അടുക്കിവെച്ചിരിക്കുന്ന അലമാരകളിൽ, അടച്ചുവച്ചിരിരിക്കുന്ന ആഹാരപദാർത്ഥങ്ങളിൽ എന്നുവേണ്ട ഉറുമ്പരിക്കാത്ത ഒരു സ്ഥലംപോലും വീട്ടിൽ ഇല്ലാതായികൊണ്ടിരിക്കുന്നത് ഞാനറിഞ്ഞു. പക്ഷെ, എന്നിട്ടും ഞാൻ കണ്ണടച്ചു. പാവം അവർ കൂടി ജീവിക്കട്ടെ, സർവ്വസ്വതന്ത്രരായി, എന്നുമാത്രമേ ചിന്തിച്ചുള്ളൂ.

ഉറുമ്പുകൾ അറിയാതെ മറ്റുവർഗ്ഗങ്ങളും എനിക്കെതിരെ ഗൂഢാലോചന നടത്തുന്നുണ്ടായിരുന്നു. പാറ്റകളായിരുന്നു. അതിൽ ഒരു വർഗ്ഗം ഞാൻ അടുക്കിവച്ചിരിക്കുന്ന പത്രക്കെട്ടുകൾക്കുള്ളിലും വസ്ത്രങ്ങൾക്കുള്ളിലുമെല്ലാം പാറ്റകൾ നിർബാധം സഞ്ചരിച്ചു തുടങ്ങിയിരുന്നു. എന്റെ വസ്ത്രങ്ങളിൽ പലതും പാറ്റ കരണ്ടുതിന്നാനും തുടങ്ങിയിരുന്നു. ഞാനെന്നിട്ടും കണ്ണടച്ചു. പാറ്റകൾ, അവരും ഈ ഭൂമിയിലെ അന്തേവാസികൾ– അതെനിക്കറിയാം. അതുകൊണ്ട് തന്നെയാണ് ഞാനവയ്ക്കു നേരെയും മൗനിയായത്. പല രാവുകളിലും പാറ്റകൾ മുറികൾക്കു നടുവിലൂടെ തലങ്ങും വിലങ്ങും പായുന്നത് ഞാൻ ഉറക്കത്തിലും കേട്ടിരുന്നു. ചില പാറ്റകൾ മുറികൾക്കുള്ളിലൂടെ ചിറക് വച്ച് പറക്കാനും തുടങ്ങിയിരുന്നു.

ഗൂഢാലോചനയ്ക്ക് കൂട്ടു നിൽക്കുന്ന മറ്റു രണ്ടുകൂട്ടർ ഒട്ടും മോശമായിരുന്നില്ല. അവ പല്ലികളും കൊതുകുകളുമായിരുന്നു. ചുവരിൽ ഓരോ ഭാഗത്തുകൂടിയും തേരാപാരാ അലഞ്ഞുകൊണ്ടിരുന്ന പല്ലികൾ എവിടെയൊക്കെയോ ഇരുന്ന് ചിലച്ചുകൊണ്ടിരുന്നത് സത്യത്തിൽ എനിക്ക് അരോചകമായിരുന്നു. പക്ഷെ ഞാൻ മിണ്ടിയില്ല. ഞാനവയ്ക്ക് നേരയും കണ്ണടച്ചു.

കൊതുകുകളുടെ കാര്യത്തിൽ ഒരൊത്തുതീർപ്പും അസാദ്ധ്യമായിരുന്നു. കാരണം എന്റെ സന്ധ്യകളെ മുഴുവൻ അരോചകമാക്കുന്നതിൽ മുഖ്യപങ്ക് വഹിക്കുന്നത് കൊതുകുകൾ തന്നെയാണ്. അവ എന്റെ കൈകളിലും കാലുകളിലും മുഖത്തുമെല്ലാം ഒരു ദയയുമില്ലാതെ കടിക്കുന്നുണ്ടായിരുന്നു. അവിടെയും ഞാൻ നിസ്സഹായ ആവുകയായിരുന്നു. സത്യത്തിൽ വീടിത് ആരുടെതാണെന്ന് ഞാൻ പലവട്ടം ചിന്തിച്ചു. അവരുടെതാണോ അതോ എന്റെതാണോ?, വീടിന്റെ താക്കോൽ എനിക്കാണോ അവർക്കാണോ സ്വന്തം?. പക്ഷെ ഒരു കാര്യം ഞാൻ ഓർത്തു, ഒരു താക്കോലും എനിക്ക് സ്വന്തമായിട്ടില്ല. അവരാണ് ഭൂരിപക്ഷം. ആ ഭൂരിപക്ഷമാണിപ്പോൾ ഒരു വശത്ത് നിന്നുകൊണ്ട് എനിക്കുനേരെ വിപ്ലവം പ്രഖ്യാപിക്കുന്നത്. ഒന്നുകിൽ ഞാൻ അല്ലെങ്കിൽ അവർ എന്ന സ്ഥിതിയിലേയ്ക്ക് കാര്യങ്ങൾ പോവുകയായിരുന്നു. എനിക്കവരോട് പൊരുതുവാൻ അല്പവും ഇഷ്ടമില്ലായിരുന്നു. അവയെ കൂട്ടത്തോടെ കൊന്നിട്ട് വിജയം പ്രഖ്യപിച്ച് ആഹ്ലാദിക്കുവാൻ എനിക്ക് തോന്നിയതേയില്ല. ഞാൻ നിശബ്ദയായി, നിസ്സഹായ ആയി എന്റെ താവളത്തിൽ ചുരുണ്ടുകൂടിക്കൊണ്ടെയിരുന്നു.

വീട് ക്രമേണ ക്രമേണ അവർ കയ്യേറിക്കൊണ്ടിരിക്കുക തന്നെയായിരുന്നു. അതെനിക്കു മനസ്സിലാവുന്നുണ്ടായിരുന്നു. എന്നിട്ടും ഞാൻ നിശബ്ദയായി. അപ്പോഴെല്ലാം ഉറുമ്പുകളുടെ തലച്ചോറുകൾ കൂടുതൽ കൂടുതൽ പ്രവർത്തന നിരതമാവുന്നുണ്ടായിരുന്നു.

പാറ്റയുടെയും പല്ലിയുടെയും കൊതുകിന്റെയുമെല്ലാം തലച്ചോറിലൂടെ ജീവിക്കാനുള്ള അവകാശത്തിനുവേണ്ടിയുള്ള പോരാട്ടങ്ങളുടെ ജീനുകൾ പ്രവഹിക്കുകയായിരുന്നു.

അനുനിമിഷം നിശബ്ദയായിക്കൊണ്ടിരുന്ന എനിക്കു നേരെ ഉറുമ്പുകൾ എപ്പോഴോ വാളോങ്ങുന്നതുപോലെ തോന്നി. കൊതുകുകൾ എപ്പോഴോ വെടിയുതിർക്കുന്നതുപോലെ തോന്നി. ഞാൻ ഇവിടം വിട്ട് പോകേണ്ടതുണ്ടോ? അറിയില്ല, ഭൂമിയുടെ ഏതറ്റത്തേക്കാണ് ഞാൻ പോകേണ്ടത്.? ഞാൻ അപ്പോഴും ചിന്തിച്ചു. ഈ വീട് ആരുടേതാണ്? എന്റേതോ അതോ അവരുടെതോ? ഞങ്ങൾക്ക് തമ്മിൽ ഒരു ഐക്യത്തിന്റെ സമവാക്യം തീർക്കാവുന്നതേയുള്ളു. ഞാനവരുടെ ഒരു ആഭ്യന്തരകാര്യത്തിലും ഇടപെടാൻ പോവുകയില്ലായെന്ന് വാക്കാൽ അല്ലാതെ എഴുതി ഒപ്പിട്ടുകൊടുക്കുവാനും തയ്യാറാണ്. എല്ലാമുറികളിലും അവർ അവരുടെതായ താവളങ്ങൾ സൃഷ്ടിച്ചുകൊണ്ട് അവരുടേതായ ജീവിതം അവിടെ ആഘോഷിക്കട്ടെ. ഞാനെന്തിന് അതിൽ ഇടപെടണം? ഞാൻ എന്റേതായ ലോകത്തിൽ, എന്റേതായ ചിന്തകളിൽ ജീവിച്ചാൽ പോരെ? എന്റെ ചിന്തകൾക്കുമേൽ അവർ ഇടപെടുന്നില്ലല്ലോ.

തീർച്ചയായും അതുതന്നെയാണ് ശരിയെന്ന് തോന്നുന്നു. ഞാൻ കണ്ണടച്ചുതുറന്നപ്പോൾ പാറ്റകളും പല്ലികളും ഉറുമ്പുകളും കൊതുകുകളുമെല്ലാം വളരെ ആഹ്ലാദത്തോടെ നൃത്തം ചവിട്ടുന്നതായോ പാട്ട് പാടുന്നതായോ എനിക്കു തോന്നി. ഞാൻ അപ്പോൾ അവർക്ക് നടുവിലായിരുന്നു. അവർ എനിക്കുചുറ്റിനും. അപ്പോൾ ഞങ്ങൾക്ക് തമ്മിൽ ഒരു വിടവുമില്ലായിരുന്നു. ഒരു രക്തരഹിത വിപ്ലവത്തിലൂടെ സമാധാനം സൃഷ്ടിക്കപ്പെടുക യായിരുന്നു. അപ്പോൾ ഞാൻ തികച്ചും സന്തോഷവതി തന്നെ. എന്റെ വീട് എന്റേത് മാത്രമല്ല, അവർക്ക്കൂടിയുള്ളതാണെന്ന തിരിച്ചറിവിൽ അവർക്ക് നേരെ ഞാൻ സ്നേഹത്തിന്റെ കടാക്ഷം മാത്രം ചൊരിഞ്ഞു.

എപ്പോഴോ വാളുകളും തോക്കുകളും ഷെല്ലുകളുമെല്ലാം എവിടെയോ വീണ് അപ്രത്യക്ഷമായിരുന്നു. ഒരു മഹത്തായവിപ്ലവം അഥവാ രക്തരഹിത വിപ്ലവം അങ്ങനെ അവസാനിച്ചു. ചരിത്രത്തിന്റെ താളുകളിലൂടെ ഞങ്ങൾ ഒന്നിച്ച് യാത്ര ചെയ്യുവാൻ തുടങ്ങുകയാണ്. എന്റെ വീട് ഇപ്പോൾ എത്ര മനോഹരം, ആധിപത്യത്തിന്റെ ഒരധികാര ചിഹ്നവും അവശേഷിപ്പിക്കാതെ. എന്റെ വീടിന്റെ ഉള്ളറകളിൽ സത്യത്തിൽ സോഷ്യലിസത്തിന്റെ തെളിനീരായിരുന്നു ഒഴുകിക്കൊണ്ടിരുന്നത്. ചൂഷകരും ചൂഷിതരും ഇല്ലാത്ത, ഉള്ളവനും ഇല്ലാത്തവനും ഇല്ലാത്ത ഒരു സമത്വസുന്ദര ലോകം. അതുതന്നെയായിരുന്നു എന്റെ വീട്. ഉറുമ്പുകൾ ഇപ്പോൾ ഉറങ്ങിക്കാണും, പല്ലികൾ ഇപ്പോൾ ഉറങ്ങിക്കാണും, പാറ്റകളും കൊതുകുകളുമെല്ലാം ഇപ്പോൾ ഉറങ്ങിക്കാണും ഞാനും ഉറങ്ങാൻ പോവുകയാണ്.

മരങ്ങൾക്കിടയിലെ മൗനങ്ങൾ

ഞാൻ മഞ്ഞമരങ്ങൾക്കിടയിലൂടെ നടക്കുകയായിരുന്നു. ഇലകളും പൂക്കളും ഒരു പോലെ മഞ്ഞിച്ചു നിന്ന ആ മരങ്ങൾക്കിടയിലൂടെ കാറ്റ് മഴ പോലെ പെയ്തിറങ്ങുന്നതുകണ്ടു. ഓരോ പൂവും ഒരോ തളിരും കാറ്റിലൂടെ ഉലഞ്ഞ് വിസ്മയത്തോടെ ലോകത്തെ നോക്കുന്നു. അതൊരു നനഞ്ഞ പ്രഭാതമായിരുന്നു. തലേന്ന് രാത്രി പെയ്ത മഴയിൽ നനഞ്ഞൊലിച്ചുകിടന്ന വീഥികളിലൂടെ കൊഴിഞ്ഞു വീണ മഞ്ഞപ്പൂക്കൾ അലസതയോടെ ഒഴുകി നടക്കുന്നതുകണ്ടു. എന്റെ ഹൃദയത്തിലൂടെയപ്പോൾ എന്തിന്റെയൊക്കയോ ധ്വനികളായിരുന്നു. തലച്ചോറ് പ്രക്ഷുബ്ദവുമായിരുന്നു. ഇന്നൊരു തിരക്കിന്റെ ദിവസമാണ്. ഒരുപാട് കാര്യങ്ങൾ ചെയ്തുതീർക്കേണ്ടതുണ്ട്. പല ആനുകാലികങ്ങളിലേക്കും കൊടുക്കാമെന്നേറ്റ കവിതകൾ പൂർത്തിയാക്കണം. വായിച്ചു പകുതിയാക്കിരിക്കുന്ന പല പുസ്തകങ്ങളും വായിച്ചു തീർക്കണം. അതുപോലെ തന്നെ ഒരു അഭിമുഖം കൊടുക്കുകയും വേണം. യാദൃച്ഛികമായാണ് ആ അഭിമുഖത്തിനു സമ്മതിച്ചത്. അപ്രതീക്ഷിതമായി ലഭിച്ച ഒരു ഫോൺകോൾ. അങ്ങേതലയ്ക്കൽ നിന്ന് വളരെ സ്വാതന്ത്ര്യത്തോടെയുള്ള സംസാരം.

"നരേന്ദ്രൻ, നിന്റെയൊരു അഭിമുഖത്തിനുവേണ്ടി ഞാൻ എത്ര നാളായി കാത്തിരിക്കുന്നുവെന്നോ. അടുത്ത ഞായറാഴ്ച ഞാൻ അങ്ങോട്ടു വന്നോട്ടെ, തിരക്കാണെന്ന് അറിയാം. എങ്കിലും എനിക്കുവേണ്ടി അല്പസമയം." ആദ്യം ഞെട്ടൽ തോന്നി. ആരാണ് ഇത്ര സ്വാതന്ത്ര്യത്തോടെ നീ എന്ന് സംബോധന ചെയത് തന്നോട് സംസാരിക്കുന്നത്. ആദ്യം ഒട്ടും മയമില്ലാത്ത സ്വരത്തിൽ തന്നെ പറഞ്ഞു.

"നിങ്ങൾ ആരാണ് ?എവിടെ നിന്നാണ് "?

"ഓ – അതു പറയാൻ വിട്ടുപോയി അല്ലേ. ഞാൻ ജയൻ, നിന്റെ

ഗ്രാമത്തിൽ നിന്ന്. ഞാനൊരു പ്രാദേശിക മാസിക നടത്തുന്നുണ്ട്, അതിലേക്കാണ് നിന്റെ അഭിമുഖം ചേദിച്ചത്''. ഹൃദയത്തിലൂടെയപ്പോൾ വല്ലാത്തൊരു കുളിരുകോരുന്നതു പോലെ തോന്നി. എല്ലാ അഗ്നിപുഷ്പങ്ങൾക്കു മുകളിലും വിടർന്നു വിരിയുന്ന നനുത്ത പുഷ്പമാണ് ബാല്യകാലസൗഹൃദമെന്ന് അപ്പോൾ ഓർത്തു. ജയനെ ഓർത്തപ്പോൾ പ്രദീപിനെ ഓർത്തു, വസന്തനെ ഓർത്തു, ദേവനെ ഓർത്തു. പഴയ ക്ലാസ്മുറിയും, സ്കൂൾമുറ്റവും മുറ്റത്തിനരികിലെ വേലിപ്പടർപ്പിൽ പടർന്നു കിടന്നിരുന്ന പേരറിയാത്ത വയലറ്റു പൂക്കളെയും ഓർത്തു. ആ വയലറ്റു പൂക്കളിലൂടെ തെന്നിയടിച്ചിരുന്ന കാറ്റിൽ നിറഞ്ഞു നിന്ന ഇലഞ്ഞിപ്പൂക്കളുടെ ഗന്ധത്തെയും ഓർത്തു. കാലം എത്ര വേഗമാണ് കടന്നപൊയ്ക്കൊണ്ടിരിക്കുന്നത്. ഏതെല്ലാം തുരുത്തുകളിലൂടെയാണ് എന്തൊക്കെയോ ഒഴുകി പാഞ്ഞു കൊണ്ടിരിക്കുന്നത്?!. പൂക്കൾ കായ്കളാവുകയോ കായ്കൾ പഴങ്ങൾ ആവുകയോ ഒടുവിൽ ആ പഴങ്ങളിലെ വിത്തുകളിൽ നിന്ന് വീണ്ടും പുതിയ തളിർച്ചെടികൾ ജനിയ്ക്കുകയോ ചെയ്യുമ്പോഴും – കാലം നിസ്സംഗമായി ഒഴുകി കൊണ്ടെയിരിക്കുന്നു. ഗ്രാമത്തിന്റെ നനുത്ത ഓർമയിൽ ഹൃദയം കുളിർത്തു. ആഢ്യതയോടെ തലയുയർത്തി നിൽക്കുന്ന പഴയ സ്കൂൾ കെട്ടിടത്തിലെ പഠിച്ച ക്ലാസ്മുറികൾ. ഗ്രാമറോഡിൽ നിന്ന് അല്പം ഉള്ളിലോട്ട് നടന്നാൽ ചെന്നെത്തുന്ന സ്കൂൾ മുറ്റത്തിന് നടുവിൽ നിൽക്കുന്ന കൂറ്റൻ മാവ്. ആ മാവിൽ നിന്ന് കൊഴിഞ്ഞു വീഴുന്ന പഴുത്ത മാങ്ങകൾക്കു വേണ്ടി ഓടിയണയുന്ന സൗഹൃദ കൂട്ടങ്ങൾ. ക്ലാസ് മുറിയിലെ നരച്ച ബെഞ്ചിലും ഡസ്ക്കിലും വെറുതെ കോറിയിട്ടിരിക്കുന്ന വരകൾ, ചില പേരുകൾ, പടങ്ങൾ.

ഹെഡ്മിസ്ട്രസ് രേവതി ടീച്ചറുടെ കറുത്ത കണ്ണടയ്ക്കു പിന്നിലെ തിളങ്ങുന്ന കണ്ണുകളിലെ സ്നേഹഭാവം. ആ കണ്ണുകൾക്കു മുന്നിൽ എപ്പോഴും ദുർബ്ബലനായി പോകുന്നതു പോലെ തോന്നിയിട്ടുണ്ട്. സ്നേഹം എപ്പോഴും തന്നെ കീഴടക്കിയിട്ടേയുള്ളൂ. നിമിഷങ്ങളുടെ മൗനത്തിനു ശേഷം ആഹ്ലാദത്തോടെ പറഞ്ഞു. "ജയൻ – തീർച്ചയായും വരൂ നഗരത്തിലേക്ക്. നിന്റെ മാസികയിലേക്ക് ഞാൻ എന്റെ അഭിമുഖം തരാം". ജയന്റെ ആഹ്ലാദത്തിന്റെ സ്വരം അങ്ങേതലയ്ക്കൽ കേട്ടു. "നരേന്ദ്രൻ നിന്റെ വിജയങ്ങളെല്ലാം ഞങ്ങളുടെയും വിജയങ്ങളാണ്. നിനക്ക് ദേശീയ അവാർഡു കിട്ടിയപ്പോൾ ഈ ഗ്രാമത്തിൽ എന്ത് ഉത്സാഹമായിരുന്നുവെന്നോ. അന്നൊക്കെ നിന്നെ ഇങ്ങോട്ടു ക്ഷണിക്കണമെന്നു കരുതിയിരുന്നു. പക്ഷെ ഒരിക്കൽ പോലും നിന്നെ ഫോണിൽ ബന്ധപ്പെടാൻ കഴിഞ്ഞില്ല." ജയന്റെ മറുപടിയിൽ താനാകെ ചുരുങ്ങുന്നതുപോലെ തോന്നി. എന്തുകൊണ്ട് തനിക്കു തന്റെ ഗ്രാമത്തിലേക്ക് വിളിക്കാതെ തന്നെ ചെല്ലാൻ കഴിഞ്ഞില്ല. എത്ര ഔന്നിത്യത്തിന്റെ കൊടുമുടിയിൽ എത്തിയാലും ഹൃദയത്തിൽ ഒഴുകുന്ന രക്തത്തിന് ആ ഗ്രാമത്തിന്റെ സ്നേഹച്ചുവയല്ലേയുള്ളത്. എന്നോ അവിടെ നിന്ന് ആ സ്കൂളിൽ നിന്ന് പടിയിറങ്ങുമ്പോൾ വേദനയുടെ മുഖങ്ങളെ കണ്ടിരുന്നു. പക്ഷെ താൻ കാലങ്ങ

ളിലൂടെ ഒഴുകുകയായിരുന്നു. ഏതൊക്കെയോ നഗരങ്ങളിലൂടെയുള്ള പ്രയാണങ്ങൾ. പുതിയ സ്ഥലങ്ങൾ, പുതിയ വീഥികൾ, പുതിയ കൂട്ടുകാർ.

എല്ലാ വീഥികളിലെയും തിരക്കിൽ ഒറ്റപ്പെട്ടവനെപ്പോലെ നടക്കുമ്പോഴെല്ലാം ഒരു പാട് ചോദ്യങ്ങൾ ഹൃദയത്തിൽ വീണ്ടുമുണ്ടായിരുന്നു.

കാലം ഇത് എങ്ങോട്ട്? അത് പലപ്പോഴും പല രാത്രികളിലും പകലുകളിലും ഒരു പോലെ സ്വയം ചോദിച്ചു. ഈ മണ്ണിനും മരങ്ങൾക്കും ആയുസ്സ് എത്രനാൾ? മനുഷ്യൻ എന്ന ജീവി ഈ ഭൂമിയെ അടക്കി വാഴുന്നതെത്ര നാൾ? കാറ്റിനും കടലിനും പറയാനുള്ള കഥകൾ കാലങ്ങളിലൂടെ എത്ര നാൾ പെയ്യാൻ കഴിയും? ചോദ്യങ്ങൾ, ചോദ്യങ്ങൾ, ചോദ്യങ്ങൾ. എല്ലാ ചോദ്യങ്ങളെയും ഹൃദയത്തിന്റെ അറകളിലൂടെ താഴിട്ട് പൂട്ടി, മൗനത്തിലൂടെ പ്രയാണം തുടർന്നുകൊണ്ടിരിക്കുമ്പോൾ എപ്പോഴൊക്കെയോ അവ കവിതകളായി കുത്തിക്കുറിച്ചു വയ്ക്കുമ്പോൾ തീർച്ചയായും ഓർത്തില്ല രാജ്യം ആദരിക്കുന്ന ഒരു വലിയ കവിയായി താൻ മാറുമെന്ന്.

ഇന്ന് ജയൻ എത്തുന്നു ഒരുപാട് ദൂരങ്ങൾ താണ്ടി, തന്റെ പ്രാദേശിക മാസികയിലേക്ക് ഒരു അഭിമുഖത്തിനുവേണ്ടി. ആത്മാവിൽ ഒരു സംതൃപ്തി തോന്നുന്നുണ്ടോ? ആവോ? ജയനോടു ചോദിച്ചിരുന്നു പ്രദീപിനെപ്പറ്റി, വസന്തനെപ്പറ്റി, ദേവനെപ്പറ്റി,രേവതി ടീച്ചറിനെപ്പറ്റി. പ്രദീപൻ നാട്ടിൽ ഒരു ബുക്ക് സ്റ്റാൾ നടത്തുന്നു. ദേവൻ ഗൾഫിൽ പോയി. വസന്തനെക്കുറിച്ചു കേട്ടപ്പോൾ ദുഃഖം തോന്നി. ഒരു നല്ല ഗായകനായിരുന്ന അവൻ ഒരു ചുമട്ടുതൊഴിലാളി ആയത്രേ. എല്ലാവരെയും കാണാൻ മനസ്സ് വല്ലാതെ കൊതിച്ചു. ക്ലാസിൽ ഒരു പാട് ആൺകുട്ടികൾ ഉണ്ടായിരുന്നിട്ടും എപ്പോഴും ക്ലാസ്സ് ലീഡർ പദവി ലഭിച്ചിരുന്ന അംബികയുടെ അകാലത്തിലെ ആത്മഹത്യ, രേവതി ടീച്ചറിനെ വാർദ്ധ്യകൃത്തിൽ ബാധിച്ച മറവിരോഗം. എല്ലാം നൊമ്പരത്തോടെ കേട്ടപ്പോൾ അറിയാതെയെങ്കിലും മനസ്സിനെ കുറ്റപ്പെടുത്തി. എന്തുകൊണ്ട് ഇത്രനാൾ, ജയൻ എന്ന ബാല്യകാലസുഹൃത്ത് ഫോൺ നമ്പർ തേടിപിടിച്ച് തന്നെ ഒരു അഭിമുഖത്തിന് വേണ്ടി വിളിക്കുന്നതുവരെ തന്റെയാ പഴയ നാടിനെ, മാമ്പൂക്കളുടെയും ഇലഞ്ഞിപ്പൂക്കളുടെയും ഗന്ധം പേറുന്ന കാറ്റൊഴുകുന്ന ആ പഴയ നാടിനെ എന്തുകൊണ്ട് ഓർത്തില്ല?.

കവിതകൾ കാലങ്ങളിലൂടെ ഒഴുകിയപ്പേൾ, അനുമോദനങ്ങളുടെ പ്രവാഹങ്ങളിൽ ഹൃദയം നിറഞ്ഞുതൂവിയപ്പോൾ ഉള്ളിലെപ്പോഴും ഒരു ഏകാന്തപഥികന്റെ നൊമ്പരങ്ങൾ മാത്രമായിരുന്നു. കാലമെന്തെ ഇങ്ങനെ? വേട്ടയാടപ്പെടലിന്റെ തീരങ്ങളിലൂടെ, കറുത്ത തിരമാലകൾ ആഞ്ഞടിക്കുന്ന കടൽത്തീരങ്ങളിലൂടെ മൗനത്തിന്റെ മന്ത്രം മാത്രം ധ്യാനിച്ച് വെറുതെ അലയുമ്പോഴും അറിയുന്നുണ്ടായിരുന്നു പുറത്തെ കോലാഹലങ്ങൾ. കത്തുന്ന കണ്ണുകൾ, തിളയ്ക്കുന്ന ചോര, അമർഷത്തിന്റെ കൊടുങ്കാറ്റുകൾ. കാലത്തിന് വല്ലാത്ത നിറപകർച്ച. എവിടെയൊക്കെയോ എന്തി

ന്റെയൊക്കെയോ ധ്വനികൾ. കവിതകളിൽ നുരഞ്ഞു പൊന്തുന്ന അമർഷങ്ങൾ കണ്ട് കാലം പതിയെ ചോദിക്കുന്നതുപോലെ തോന്നി. താനിത് എന്തൊക്കെയാണ് എഴുതി കൂട്ടുന്നത്?. ആർക്കൊക്കെ എതിരെയാണ് തന്റെ കവിതകൾ ചലിക്കുന്നതെന്ന് അറിയാമോ?. തനിക്ക് ഭയമില്ലേ? ചൂളാത്ത മുഖഭാവത്തോടെ ആ ചോദ്യങ്ങളെ നേരിടുകയായിരുന്നു. ഭയമോ–? എന്തിന്? ആരെ ഭയക്കണം? ഹൃദയത്തിന്റെ ചോദ്യങ്ങൾ രക്തത്തിന്റെ നിറത്തിൽ കടലാസിൽ പകർത്തുമ്പോൾ എന്തിനു ഭയം തോന്നണം. എങ്കിലും അജ്ഞാതസുഹൃത്തുക്കൾ പലപ്പോഴും കത്തെഴുതി, ഫോൺ ചെയ്തു. "അങ്ങ് സൂക്ഷിക്കണം അങ്ങയുടെ ജീവൻ വലുതാണ്. ആ കവിതകൾ കാലത്തിന്റെ ശബ്ദങ്ങൾ ആണ്. സൂക്ഷിക്കുക ജീവൻ സൂക്ഷിക്കുക".

എല്ലാ സന്ദേശങ്ങൾക്കും മുൻപിലും മൗനിയായി. പക്ഷെ ഒരിക്കൽ പോലും പിന്നോട്ട് പാദങ്ങൾ ചലിച്ചിട്ടില്ല, മുന്നോട്ടു മാത്രമേ അവയ്ക്ക് പ്രയാണമുണ്ടായിരുന്നുള്ളു. ഹൃദയത്തിനും മനസ്സിനുമെല്ലാം അങ്ങനെ തന്നെയായിരുന്നു. ആയിരം കത്തുന്ന കണ്ണുകളിലെ അമർഷങ്ങളെ കണ്ടു. ഉയർന്ന താഴുന്ന വാളുകളിലെ മിന്നലുകൾ കണ്ടു. നിറതോക്കുകളിലെ തിരകളുടെ ഭീഷണി കണ്ടു. പക്ഷെ അപ്പോഴും ഹൃദയത്തിലൂടെ എല്ലാ ഭീഷണികൾക്കുമെതിരെ ഊർജ്ജത്തിന്റ പ്രവാഹമുണ്ടായിരുന്നു. ആരൊക്കെയോ ചേർന്ന് കാലത്തെ പിന്നോട്ടടിപ്പിക്കുന്നുണ്ട്. ആ ശക്തികൾക്കുമേൽ ആഞ്ഞടിക്കേണ്ടത് കാലഘട്ടത്തിന്റെ ആവശ്യം തന്നെയല്ലേയെന്ന് ഹൃദയം മന്ത്രിച്ചു. ആ മന്ത്രങ്ങളിലൂടെ തന്നെ ജീവിതം മുന്നോട്ടു കൊണ്ടു പൊയ്ക്കൊണ്ടിരുന്നപ്പോഴാണ് പഴയ ബാല്യകാല സുഹൃത്തിന്റെ സ്നേഹത്തിന്റെ സ്വരം കേട്ടത്.

വഴികളിൽ മഞ്ഞമരങ്ങൾ അവസാനിക്കുന്നുണ്ടായിരുന്നില്ല. എല്ലാ മരങ്ങൾക്കു മുകളിലൂടെയും മേഘപടർപ്പുകൾ അലസരായി അലയുകയായിരുന്നു. കൊഴിഞ്ഞു വീണു കിടന്ന നനഞ്ഞ പൂക്കളുടെ ദുഃഖങ്ങളെ ഹൃദയത്തിലേറ്റുവാങ്ങി, ഒരുപാട്ദൂരം പിന്നിടുമ്പോഴും അറിഞ്ഞു, താനിന്ന് ഏറെ ദൂരം സഞ്ചരിച്ചിരിക്കുന്നു പതിവിലും കൂടുതലായി. ഏതൊക്കെയോ വഴികളിലൂടെ നടക്കുകയായിരുന്നു. വഴികൾ, വഴികൾ, വഴികൾ. എല്ലാവഴികളിലുമുറങ്ങുന്ന ഒരുപാട് മൗനങ്ങൾ. ആ മൗനങ്ങളിലൂടെ മറ്റൊരു മഹാമൗനമായി മാറുകയായിരുന്നു.

അപ്പോഴുമോർത്തു, ഇന്ന് തന്റെ ഗ്രാമത്തിൽ നിന്ന് ജയൻ എന്ന പഴയ സുഹൃത്ത് എത്തുന്നു, അവന്റെ പ്രാദേശിക മാസികയിൽ ചേർക്കാൻ തന്റെയൊരു അഭിമുഖത്തിനുവേണ്ടി. മനസ്സ് അപ്പോൾ അറിയാതെയെങ്കിലും സ്വയം ചോദിച്ചു, അവന്റെ ചോദ്യങ്ങൾ എന്താവും? മഞ്ഞമരങ്ങൾക്കിടയിലെ മൗനങ്ങൾക്കപ്പോൾ ആയിരം തിരമാലകളുടെ ആർത്തിരമ്പലായിരുന്നു.

രക്തത്തിന്റെ നിലവിളികൾ

നഗരാതിർത്തിയിലുള്ള ഒരു വിശാലമായ മൈതാനത്തിൽ വച്ചാണ് ആ റിക്രൂട്ട്മെന്റ് നടന്നു കൊണ്ടിരുന്നത്. ഏതൊക്കെയോ ദൂരദേശങ്ങളിൽ നിന്ന് ഏതൊക്കെയോ ഭാഷകളുമായി വ്യത്യസ്ത വേഷങ്ങളോടെ നിരന്നുനിന്ന ജനങ്ങളുടെ നിര നഗരാതിർത്തിയും കടന്ന് വീണ്ടും നീണ്ടു കിടന്നിരുന്നു. അതൊരു ശൈത്യകാലത്തിന്റെ പുലർകാലമായിരുന്നു. ഏഴുമണിയ്ക്ക് ആരംഭിക്കേണ്ട റിക്രൂട്ട്മെന്റിനു വേണ്ടി വിവിധ ദേശങ്ങളിൽ നിന്ന് ആളുകൾ രാത്രികാലത്ത് തന്നെ വന്ന് തെരുവോരങ്ങളിൽ എവിടെയെക്കയോ തമ്പടിച്ചിരുന്നു. പുലർകാലത്തിന്റെ തണുപ്പിലൂടെ ആരംഭിച്ച റിക്രൂട്ട്മെന്റ് മദ്ധ്യാഹ്നത്തിന്റെ ചൂടിലും അവസാനിക്കാത്ത നിരയോടെ തുടർന്നു കൊണ്ടിരുന്നു. റിക്രൂട്ട്മെന്റ് നടത്തുന്ന തൊഴിൽ ദാതാക്കളുടെ അനൗൺസ്മെന്റ് രാവിലെ മുതൽതന്നെ അന്തരീക്ഷമാകെ മുഴങ്ങിനിന്നിരുന്നു. ഓരോ തൊഴിലന്വേഷിയ്ക്കും തന്റെ വിദ്യാഭ്യാസത്തിനും അഭിരുചിയ്ക്കും അനുസരിച്ചുള്ള തൊഴിൽ അവരെ കാത്തിരിക്കുന്നുവെന്നും, പത്രത്തിൽ കണ്ട പരസ്യത്തിലൂടെ വന്നെത്തിയ എല്ലാവരും അച്ചടക്കത്തോടെ റിക്രൂട്ട്മെന്റുമായി സഹകരിക്കണമെന്നുമായിരുന്നു, തുടരെ തുടരെ മുഴങ്ങികൊണ്ടിരുന്ന അനൗൺസ്മെന്റ്. ജനത്തിന്റെ മുഖം നിറയെ പ്രതീക്ഷയും ഹൃദയത്തിൽ നെടുവീർപ്പുകളുമായിരുന്നു. തിരഞ്ഞെടുക്കപ്പെടുന്നവരെയും കാത്ത് കമ്പനിയുടെ നീല വലിയ അഞ്ചു ബസ്സുകൾ നഗരാതിർത്തിയിൽ പുലർകാലം മുതൽ തന്നെ പാർക്കു ചെയ്യുന്നുണ്ടായിരുന്നു.

ജനം ഓരോരുത്തരും തങ്ങളുടെ യോഗ്യത തെളിയിക്കുന്ന സർട്ടിഫിക്കറ്റുകളും, ശാരീരികക്ഷമത തെളിയിക്കുന്ന ഡോക്ടർമാരുടെ ഫിറ്റ്നസ് സർട്ടിഫിക്കറ്റുകളുമായി തങ്ങളുടെ ഊഴവും കാത്ത് നീണ്ടനിരയിൽ

അക്ഷമയോടെ കാത്തുനിന്നു. കൈയിൽ ഭക്ഷണമോ വെള്ളമോ കരുതാതിരുന്ന അവർക്കുവേണ്ടി കമ്പനിയുടെ ആൾക്കാർ തന്നെ ഭക്ഷപ്പാതികളും വെള്ളം നിറച്ച കുപ്പികളും വിതരണം ചെയ്യുന്നുണ്ടായിരുന്നു. നിരകളിൽ നിന്നു കൊണ്ടുതന്നെ അവർ പൊതിയിലെ ആഹാരം വാരിവലിച്ചുകഴിയ്ക്കുകയും ജലം കുടിയ്ക്കുകയും ചെയ്തു. തണുത്ത പ്രഭാതത്തിനുശേഷമുള്ള മദ്ധ്യാഹ്നം പൊള്ളുന്നതും വരണ്ടക്കാറ്റ് വീശുന്നതുമായിരുന്നു. ഒലിച്ചിറങ്ങുന്ന വിയർപ്പുതുള്ളികളോടെ ജനം ക്യൂവിൽ തിക്കിതിരക്കി നില്ക്കുകയും അറിയാതെ തന്നെ പലപ്പോഴും പരസ്പരം അമർഷത്തോടെ എന്തൊക്കെയോ പുലമ്പുകയും ചെയ്തു. നഗരത്തിൽ അപ്പോൾ തൊഴിലമ്പേഷികളുടെ തിക്കും തിരക്കും കാരണം ക്രമാതീതമായി ചുവന്ന മൺത്തരികൾ മുകളിലേയ്ക്ക് പറന്നുയരുകയും അന്തരീക്ഷം പൊടിപടലങ്ങൾകൊണ്ട് നിറയുകയും ചെയ്തു. പൊള്ളുന്ന പകലിനുശേഷം കടന്നുവന്ന സന്ധ്യയിൽ മഞ്ഞുകട്ടകൾ അന്തരീക്ഷത്തിൽ നിന്ന് നിർബാധം കൊഴിയാൻ തുടങ്ങുകയും വൈകുന്നേരം വരെ ക്യൂവിൽ നിന്ന് കാല്കുഴഞ്ഞ മനുഷ്യർ തണുപ്പിൽ മരവിച്ചു തുടങ്ങുകയും ചെയ്തു. സന്ധ്യ ഇരുളാൻ തുടങ്ങിയപ്പോൾ കമ്പനിയുടെ വക അനൗൺസ്മെന്റ് വീണ്ടും ഉച്ചത്തിൽ മുഴങ്ങികേട്ടു. ഇന്നത്തെ തിരഞ്ഞെടുപ്പ് അവസാനിച്ചിരിക്കയാണ്. തിരഞ്ഞെടുക്കപ്പെട്ട ഓരോരുത്തരും അതിർത്തിയിൽ പാർക്കുചെയ്യുന്ന നീലവണ്ടികളിൽ കയറേണ്ടതാണ്. തിരഞ്ഞെടുക്കപ്പെടാത്തവർ തീർച്ചയായും നിരാശരാകേണ്ടതില്ലെന്നും കമ്പനിയുടെ അടുത്ത റിക്രൂട്ട്മെന്റ് അധികം താമസിയാതെ തന്നെ നടക്കുകയും അതിലേയ്ക്ക് നിങ്ങൾക്കായിരിക്കും മുൻഗണനയുമെന്നുള്ള അനൗൺസ്മെന്റ് മുഴങ്ങിയപ്പോൾ നീണ്ടു കിടന്ന നിരകളിൽ നിന്ന് ജനം അമർഷത്തോടെ എന്തൊക്കെയോ പുലമ്പുകയും നഗരത്തിന്റെ ഇരുളിന്റെ വഴികളിലൂടെ എങ്ങോട്ടെന്നില്ലാതെ എവിടെക്കോ പോയി മറയുകയും ചെയ്തു. നീലനിറമുള്ള നീളൻ ബസ്സുകൾ അഞ്ചെണ്ണത്തിലും തിരഞ്ഞെടുക്കപ്പെട്ടവർ അത്യാഹ്ലാദത്തോടെ തിക്കിതിരക്കി കയറുകയും, സൂചികുത്താൻപോലും ഇടമില്ലാതെ ജനത്തെക്കൊണ്ട് പള്ള നിറഞ്ഞ ബസ്സുകൾ ഇരുട്ടിലൂടെ അജ്ഞാതമായ ഏതൊക്കെയോ ഒറ്റപ്പെട്ട പ്രദേശങ്ങളിലൂടെ കടന്നുപോവുകയും ചെയ്തു. സൈഡ് മറയ്ക്കാത്ത ബസ്സിന്റെ വശങ്ങളിലൂടെ തണുത്ത കാറ്റ് ഉള്ളിലേയ്ക്ക് ആഞ്ഞുവീശി. തിങ്ങിനിറഞ്ഞ ജനം ആ തണുപ്പിലൂടെ പരസ്പരം അപ്പോൾ ചൂട് കരുകയായിരുന്നു.

നീല ബസ്സുകൾ രാത്രിയുടെ മാറിലൂടെ യാത്ര ആരംഭിച്ചിട്ട് മണിക്കൂറുകൾ കഴിഞ്ഞെങ്കിലും അവർ എത്തിച്ചേരേണ്ട സ്ഥലം പിന്നെയും ഒരുപാട് ഒരുപാട് അകലെയാണെന്ന് തോന്നിപ്പിയ്ക്കുന്ന വിധത്തിലായിരുന്നു ബസ്സിലെ കമ്പനിയുടെ ഡ്രൈവർമാർ സംസാരിച്ചിരുന്നത്. യാത്രയുടെ ദൈർഘ്യത്തെക്കുറിച്ച് ജനത്തിന് വിവരം കൊടുക്കുന്നുണ്ടായിരുന്നെങ്കിലും ഒരിക്കൽപ്പോലും അഞ്ചുബസ്സുകളിലെയും ഡ്രൈവർമാർ ബസ്സിൽ തിങ്ങി നിറഞ്ഞുനില്ക്കുന്ന ജനത്തിനോട് സൗഹൃദം കാണിയ്ക്കുകയോ

അവരോട് സംസാരിക്കുകയോ ചെയ്തില്ല. അപ്പോഴും പുറത്തെ ഇരുളിലേയ്ക്കും തണുപ്പിലേയ്ക്കും നോക്കിയുള്ള ജനത്തിന്റെ യാത്ര തുടർന്നു കൊണ്ടെയിരുന്നു. ഇരുളിലൂടെ ബസ്സ് കടന്നുപോയ അജ്ഞാത ദേശങ്ങളിൽ നിന്ന് എന്തിന്റെയൊക്കയോ ഗന്ധം ബസ്സിനുള്ളിലേക്ക് പരക്കുന്നുണ്ടായിരുന്നു. കരിഞ്ഞമാംസത്തിന്റെയും ശവംനാറിപ്പൂക്കളുടെയും ഗന്ധം പേറി വന്ന തണുത്തകാറ്റായിരുന്നു അപ്പോൾ വീശിയിരുന്നത്. അപ്പോഴെല്ലാം ബസ്സ് കടന്നുപൊയ്ക്കൊണ്ടിരുന്നത് ഏതോ ശവപ്പറമ്പിലൂടെയാണെന്ന് തോന്നിക്കും വിധം എവിടെയെല്ലാമോ ചിതകൾ ആളിക്കത്തുകയും കരിഞ്ഞ മനുഷ്യമാംസത്തിന്റെ ഗന്ധം അന്തരീക്ഷത്തിൽ നിറഞ്ഞുനില്ക്കുകയും ചെയ്തു. ജനത്തിന്റെ ശരീരം മാത്രമല്ല, ഹൃദയവും കരളും ഓരോ കോശവും തണുപ്പിലൂടെ മരവിച്ചു തുടങ്ങുമ്പോഴും അവർ ഹൃദയത്തിലൂടെ ചെന്നെത്തേണ്ട സ്വപ്നഭൂമിയെ പറ്റി മാത്രം ചിന്തിച്ചു.

തികച്ചും അപ്രതീക്ഷിതമായിട്ടായിരുന്നു ഈ മൾട്ടിനാഷണൽ കമ്പനിയുടെ പരസ്യം പത്രങ്ങളിൽ പ്രത്യക്ഷപ്പെട്ടതും കൊടും ദുരിതത്തിലും പട്ടിണിയിലും കടന്നുപൊയ്ക്കൊണ്ടിരുന്ന മനുഷ്യരുടെ ഇടയിലേക്ക് അത് പ്രത്യാശയുടെ പ്രകാശം പരത്തിയതും. ബസ്സിൽ തിങ്ങിനിറഞ്ഞു നിന്ന പലരും, തൊഴിൽ കിട്ടാൻ തിരഞ്ഞെടുക്കപ്പെടാതെ മടങ്ങിപോകേണ്ടിവന്നവരുടെ ഹതഭാഗ്യത്തെക്കുറിച്ച് ചിന്തിക്കുകയും അവരോട് വല്ലാതെ പരിതപിയ്ക്കുകയും ചെയ്തു. രാത്രിയുടെ രണ്ടാം യാമം കടന്നപ്പോഴാണ് ബസ്സുകൾ ചാഞ്ഞുചരിഞ്ഞു കിടക്കുന്ന ഒരു മലഞ്ചെരിവിലൂടെ കയറ്റം കയറാനാരംഭിച്ചത്. ബസ്സുകൾ കടന്നു പൊയ്ക്കൊണ്ടിരുന്ന മലഞ്ചെരുവിലെ പാതയ്ക്ക് താഴെ അഗാധമായ കൊക്കകൾ ഇരുളിൽ മുങ്ങിക്കിടപ്പുണ്ടെന്നും ആ ഇരുളിലൂടെ നരഭോജികളായ മൃഗങ്ങൾ തലങ്ങും വിലങ്ങും രക്തമന്വേഷിച്ച് പാഞ്ഞു നടക്കുന്നുണ്ടെന്നും അറിഞ്ഞപ്പോഴും ജനത്തിന് ഭയമേ തോന്നിയില്ല. അവർക്ക് മുന്നിൽ അപ്പോഴും പ്രത്യാശയുടെ ഒരു തുരുത്ത് എവിടെയോ ഉണർന്നു കിടന്നു. മലഞ്ചെരിവിലൂടെ, കയറ്റങ്ങളിലൂടെ, മുൾക്കാടുകൾക്കിടയിലൂടെ പാഞ്ഞുകൊണ്ടിരുന്ന ബസ്സുകൾക്കുള്ളിൽ തിങ്ങി നിറഞ്ഞ മനുഷ്യർ തണുപ്പുകൊണ്ട് കോച്ചിവിറയ്ക്കുന്നുണ്ടായിരുന്നു. അപ്പോഴുമവരുടെ കരളിലൂടെ ആഹ്ലാദത്തിന്റെ നുരഞ്ഞുപൊന്തൽ ഉണ്ടായിരുന്നു.

ചുറ്റും കോട്ടമതിലുകൾ പോലെ തലയുയർത്തി നിന്ന മലകൾക്കു നടുവിലൂടെയുള്ള വീതികുറഞ്ഞ ചെമ്മൺപാതയിലൂടെ ഇഴഞ്ഞു നീങ്ങിയ വണ്ടികൾ പുലർച്ചയ്ക്കു മുൻപുതന്നെ അജ്ഞാതമായ ഏതോ ഒരു ദേശത്ത് എത്തിയിരുന്നു. അപ്പോൾ നേരം പുലർന്നു തുടങ്ങുകയായിരുന്നു. വെളിച്ചത്തിന്റെ വെള്ളിത്തേരുകൾ അപ്പോൾ ആകാശത്ത് നിന്ന് ഭൂമിയിലേക്ക് ഇറങ്ങി വരുന്നുണ്ടായിരുന്നു. തികച്ചും അജ്ഞാതവും അപരിചിതവുമായ വിശാലമായ ഒരു പ്രദേശത്ത് വണ്ടികൾ വിശ്രമിച്ചപ്പോൾ, അവയിൽ നിന്ന് ഉറക്കച്ചടവോടെ ജനങ്ങൾ താഴേയ്ക്ക്

ഒലിച്ചിറങ്ങി. ഉറക്കം നഷ്ടപ്പെട്ട കണ്ണുകളിലെ ആലസ്യത്തോടെ അവർ തേടിയത് തൊഴിൽ ദാതാക്കളായ കമ്പനി ഉദ്യോഗസ്ഥരെയാണ്. അവരുടെ പ്രതീക്ഷകൾക്ക് അല്പം പോലും മങ്ങലേല്പിക്കാതെ കമ്പനിയുടെ ഉയർന്ന ഉദ്യോഗസ്ഥർ ഇരമ്പി വരുന്ന ജനത്തെക്കാത്ത് പുലരുന്നതിനു മുൻപ് തന്നെ മുന്തിയ വാഹനങ്ങളിൽ ആ പ്രത്യേക സ്ഥലത്ത് എത്തുകയും ഇരമ്പിവന്ന ജനത്തെനോക്കി അഭിവാദ്യങ്ങൾ അർപ്പിക്കുകയും ചെയ്തു. "സ്വാഗതം.... പ്രിയപ്പെട്ടവരെ സ്വാഗതം. തൊഴിലില്ലാതെ പട്ടിണിയിലും അരാജകത്വത്തിലും കഴിയുന്ന നിങ്ങളെ ഉദ്ദേശിച്ച്, നിങ്ങൾക്കുവേണ്ടി കമ്പനി ആരംഭിച്ചിരിയ്ക്കുന്ന ഒരു പുതിയ പ്രോജക്ടിലേക്കാണ് നിങ്ങളെ ഓരോരുത്തരെയും റിക്രൂട്ട് ചെയ്ത് ഇങ്ങോട്ട് കൊണ്ടുവന്നിരിയ്ക്കുന്നത്." ജനത്തിന് അപ്പോഴും അറിയില്ലായിരുന്നു അവരെ തേടിയിരിക്കുന്ന തൊഴിൽ എന്തായിരിയ്ക്കുമെന്ന്. പരസ്യവാചകങ്ങളിൽ കമ്പനി പറഞ്ഞിരിക്കുന്നത് നിങ്ങളുടെ വിദ്യാഭ്യാസത്തിനും അഭിരുചിയ്ക്കുമനുസരിച്ചുള്ള തൊഴിലാവും നൽകുമെന്നാണ്. തീർച്ചയായും അവർ തികച്ചും സംതൃപ്തരായിരുന്നു. മാത്രമല്ല, അഭിരുചിയുടെ കാര്യത്തിൽ വിട്ടുവീഴ്ച ചെയ്യാൻ പോലും അവർ തയ്യാറാണ്. എന്തെങ്കിലും തൊഴിൽ കിട്ടുക, പട്ടിണിയിൽ നിന്ന് തങ്ങളെയും കുടുംബത്തെയും കരകയറ്റുക, അതിനുവേണ്ടി ഏതു തൊഴിലും അവർക്ക് സ്വീകാര്യം തന്നെയായിരുന്നു. അഞ്ചു വലിയ വണ്ടികളിൽ നിന്ന് കൂട്ടത്തോടെ ആളുകൾ താഴേക്ക് ഇറങ്ങിയപ്പോൾ പ്രദേശം മുഴുവൻ അവരെ കൊണ്ടു നിറയുകയായിരുന്നു. അവരുടെ കണ്ണുകൾ ആ അജ്ഞാതദേശത്തിലെ കാഴ്ചകളിലേക്ക് അറിയാതെ അലയുകയും പരസ്പരം എന്തൊക്കെയോ അതിശയത്തോടെ സംസാരിയ്ക്കുകയും ചെയ്തു. ഭൂമിയിൽ തന്നെയുള്ള ഒരു പ്രദേശമാണോ അതെന്നു പോലും പലരും സംശയിച്ചു, കാരണം അത്രമാത്രം നിഗൂഢത അവിടമെല്ലാം തളം കെട്ടിനിൽക്കുന്നതുപോലെ തോന്നി. മറ്റേതോ ഗ്രഹത്തിൽ നിന്ന് അറിയാതെ അടർന്നു വീണുപോയൊരു പ്രദേശമാണോ അതെന്ന് പോലും സംശയിക്കാവുന്നതേയുള്ളൂ. ചുറ്റിനും മലനിരകൾ കോട്ടകളായി തലയുയർത്തി നില്ക്കുന്നുണ്ട്. ഒരു ദേശത്തും ഇതുവരെയും കണ്ടിട്ടില്ലാത്ത വിധം തഴച്ചു വളരുന്ന പുൽച്ചെടികളും പേരറിയാൻ വയ്യാത്ത മരങ്ങളും അവിടമെല്ലാം കണ്ടു. മാത്രമല്ല പ്രദേശത്തിനു മുകളിലെ ആകാശത്തിനുപോലും മറ്റൊരു മുഖമുള്ളതുപോലെ തോന്നി. കനം തൂങ്ങികിടക്കുന്ന മേഘക്കൂട്ടങ്ങൾ ഏതോ മൂകഭാവത്തോടെ രാക്ഷസാകൃതിപൂണ്ട് ഭൂമിയിലേക്ക് ഉറ്റുനോക്കികിടന്നു. പുലർച്ചെ എത്തിയവർക്കെല്ലാം കമ്പനി ഭക്ഷണം തയ്യാറാക്കി വിതരണം ചെയ്യുന്നുണ്ടായിരുന്നു. വെന്ത ഇറച്ചി, ധാന്യമാവിന്റെ അപ്പം, ഏതോ കാട്ടുമരത്തിന്റെ രുചിയേറിയ പഴങ്ങൾ.. കിട്ടിയ ഭക്ഷണം ആർത്തിയോടെ വലിച്ചു വാരികഴിയ്ക്കുമ്പോഴും ജനത്തിന്റെ ഹൃദയത്തിൽ തൊഴിൽ എന്താണെന്നറിയാനുള്ള ആകാംക്ഷയാണ് നിറഞ്ഞിരുന്നത്. അകലെയായി കാണുന്ന ഒരു കൂറ്റൻ ഫാക്ടറിയെ ചൂണ്ടിക്കാട്ടി ഉദ്യോഗസ്ഥർ അവരോട് വളരെ മൃദുവായി

ത്തന്നെ പറഞ്ഞു. "നിങ്ങളെല്ലാം ആ ഭീമൻ തൊഴിൽ ശാലയിലെ തൊഴിലാളികളാവുകയാണ്. മുന്തിയ വേതനം നിങ്ങൾക്ക് അവിടെ നിന്ന് ലഭിക്കുകയും ചെയ്യും." ജനങ്ങളുടെ ഹൃദയങ്ങളിൽ പ്രതീക്ഷയുടെയും സന്തോഷത്തിന്റെയും പൂത്തിരികൾ അപ്പോൾ വിടർന്നുല്ലസിക്കാൻ തുടങ്ങുകയായിരുന്നു. വന്നെത്തിയവരെ ഭക്ഷണത്തിനു ശേഷം കമ്പനി ഉദ്യോഗസ്ഥർ ഫാക്ടറിയിലേക്ക് ആനയിച്ചു. മനോഹരമായി വെട്ടിയൊതുക്കിയ ഇലച്ചെടികളെയും പലനിറത്തിലെ പൂക്കളെയും കൊണ്ട് ഫാക്ടറിയ്ക്കുമുന്നിലെ വിശാലമായ മുറ്റം അലങ്കരിച്ചു കിടന്നിരുന്നു. കൂറ്റൻ ഗേറ്റ് ആരോ ബട്ടൺ അമർത്തിയതുപോലെ അവർക്കു മുന്നിൽ മലർക്കെ തുറക്കപ്പെടുകയും ഇരമ്പിവന്ന ജനം വരിവരിയായി അതിനുള്ളിലേക്ക് കയറുകയും ചെയ്തു. അപ്പോഴും അവരുടെ ഹൃദയത്തിലൊരു ചോദ്യം അറിയാതെ ഉയരുന്നുണ്ടായിരുന്നു. ഏത് തൊഴിലാവും തങ്ങളെ ഇവിടെ കാത്തിരിയ്ക്കുന്നത് ? യാതൊരു വിധ പൊടിയോ അഴുക്കോ ഇല്ലാതെ തികച്ചും മിനുസവും വെടിപ്പുമുള്ളതായിരുന്നു ഫാക്ടറിയിലേക്ക് കയറിച്ചെല്ലുമ്പോൾ ആദ്യം കാണുന്ന വിശാലമായ മുറി. ആ മുറിയുടെ നടുവിൽ സ്ഥാപിച്ചിരുന്ന മുന്തിയ ഇരിപ്പിടത്തിൽ ഇരുന്നിരുന്ന കമ്പനിയുടെ ഉയർന്ന ഉദ്യോഗസ്ഥൻ, ശബ്ദം ഉയർന്നതെങ്കിലും വളരെ സ്നേഹഭാവത്തോടെ ജനത്തെ നോക്കി വ്യക്തതയോടെ പറഞ്ഞു. "നിങ്ങൾക്ക് തീർച്ചയായും ആകാംക്ഷ ഉണ്ടാകും, നിങ്ങളെത്തേടിയിരിക്കുന്ന തൊഴിൽ എന്തെന്നറിയാൻ. ഒരു കാര്യം മനസ്സിലാക്കൂ, നിങ്ങൾ ഇവിടെ യാതൊരു തൊഴിലും ചെയ്യേണ്ടതില്ല. പക്ഷെ, നാട്ടിലെ നിങ്ങളുടെ ബന്ധുക്കൾക്ക് കമ്പനി മാസാമാസം വേതനം മുടങ്ങാതെ അയച്ചുകൊടുക്കും. അതിലൊരു വീഴ്ചയും വരില്ല. നിങ്ങൾ ഒരു കാര്യം മാത്രമേ ചെയ്യേണ്ടതുള്ളൂ, ഒന്നും ചെയ്യാതിരിക്കുകയെന്നുള്ളത്." കാറ്റുപോലെ വന്ന ജനം അത്ഭുതത്തോടെ പരസ്പരം നോക്കുകയും കണ്ണുകൾ കൊണ്ട് സംസാരിയ്ക്കുകയും ചെയ്തു. എന്ത്!... തങ്ങൾ ഒരു തൊഴിലും ചെയ്യാതെ കമ്പനി മുന്തിയ വേതനം നാട്ടിലെ തങ്ങളുടെ ബന്ധുക്കൾക്ക് അയച്ചുകൊടുക്കുമെന്നോ? അവരിലെ സംശയം തീർച്ചയായും അസ്ഥാനത്തല്ലെന്ന് മനസ്സിലാക്കിയ ആ ഉദ്യോഗസ്ഥൻ അവരോട് കൈകൾ കൊണ്ട് ശാന്തരാവാൻ ആഹ്വാനം ചെയ്ത ശേഷം ഉറച്ചതെങ്കിലും മൃദുവായ സ്വരത്തിൽ പറഞ്ഞു.

"ഈകമ്പനിയുടെ പ്രത്യേകതകളെക്കുറിച്ച് നിങ്ങൾക്കൊന്നുമറിയില്ലെന്നറിയാം. നിങ്ങൾക്കെന്നല്ല, ലോകത്തിലാർക്കും ഈ കമ്പനിയെക്കുറിച്ച് യാതൊന്നുമറിയില്ല. ഒരു പക്ഷെ മുഴുവൻ കാര്യങ്ങളും ഞങ്ങൾക്കുപോലുമറിയില്ല. എങ്കിലും അറിയാവുന്ന കാര്യങ്ങൾ, നിങ്ങളെ അറിയിക്കേണ്ട കാര്യങ്ങൾ മാത്രം പറയാം. ഈ കമ്പനിയെ നിയന്ത്രിക്കുന്നവർ, അഥവാ കമ്പനിയുടെ യഥാർത്ഥ ഉടമസ്ഥാവകാശികൾ ലോകത്തിന്റെ ഏതു ഭാഗത്താണെന്ന് ഞങ്ങൾക്കറിയില്ല. ഒരു പക്ഷെ ഈ കമ്പനിയുടെ ഉടമസ്ഥാവകാശം ഏതെല്ലാം രാജ്യങ്ങളിലേക്ക് പടർന്നു കിടക്കുന്നു

വെന്നും ഞങ്ങൾക്കറിയില്ല.” ജനത്തിന്റെ കണ്ണുകളിൽ നിറയെ അപ്പോൾ ചോദ്യങ്ങൾ മാത്രമായിരുന്നു. ഉത്തരമില്ലാത്ത ചോദ്യങ്ങളുടെ പ്രവാഹങ്ങൾ കൊണ്ട് അന്തരീക്ഷം മുഴുവൻ ഘനീഭവിച്ചുനിന്നപ്പോൾ ഒരിയ്ക്കൽ കൂടി ആ ഉയർന്ന ഉദ്യോഗസ്ഥൻ കൈകൾ കൊണ്ട് ജനത്തോട് ശാന്തരാവാൻ ആഹ്വാനം ചെയ്യുകയും മൈക്കിലൂടെ വീണ്ടും തന്റെ മുന്നറിയിപ്പ് തുടരുകയും ചെയ്തു.

“ഞാനൊരു ലഘുവിവരണം ഇപ്പോൾ നിങ്ങൾക്ക് നൽകാം. ശേഷം നിങ്ങൾ കമ്പനി പറയുന്നത് അനുസരിക്കുക മാത്രം ചെയ്യുക. അനുസരണ ഇവിടെ പ്രധാനമാണ്. അനുസരണയാണ് പ്രധാനം ഒരു പക്ഷെ പറയുന്ന കാര്യത്തിൽ വിയോജിപ്പുണ്ടെങ്കിലും നിങ്ങൾക്ക് ഇവിടെ നിന്ന് ഇനി പോകാൻ കഴിയില്ല. അത്രമേൽ നിങ്ങളുടെമേൽ കമ്പനിയുടെ അദൃശ്യ കരങ്ങൾ വലയം ചെയ്തുകഴിഞ്ഞു. മാത്രമല്ല, നിങ്ങൾക്ക് തീർച്ചയായും ഈ ഉടമ്പടിയിൽ വിയോജിപ്പ് കാണില്ലെന്നും കമ്പനിയ്ക്കറിയാം. കാരണം കാലഘട്ടത്തിന്റെ ആവശ്യമനുസരിച്ചാണ് കമ്പനി ഈയൊരു പുതിയ പ്രോജക്ട് ആരംഭിച്ചിരിക്കുന്നതുതന്നെ.” ജനം അപ്പോൾ ആകാംക്ഷയുടെ മുൾമുനയിൽ നില്ക്കുകയും ഉദ്യോഗസ്ഥന്റെ വാക്കുകൾക്ക് ചെവിയോർക്കുകയും ചെയ്തു.

“നോക്കൂ, എന്റെ വാക്കുകൾ ശ്രദ്ധിക്കൂ” - കറുത്ത കോട്ടും അതിൻമേൽ ചുവന്ന ടൈയും ധരിച്ച് കറുത്ത കണ്ണടയും വച്ച താടിയും ഉയരവുമുള്ള ഉദ്യോഗസ്ഥൻ ജനത്തിന്റെ ശ്രദ്ധ ക്ഷണിച്ചു.

“നോക്കൂ, ഇവിടെ ഉല്പാദിപ്പിക്കാൻ പോകുന്നത് ഒരു തരം ടോണിക്കാണ്. ഇതുവരെ ലോകത്തിൽ മറ്റെങ്ങും നിർമ്മിക്കാത്തതും, ഒരു പക്ഷേ നിർമ്മിക്കാൻ സാധിക്കാത്തതും ലോകത്തിലെ സമ്പന്നരാജ്യങ്ങളിലേക്ക് മാത്രം കയറ്റി അയയ്ക്കാനുമുള്ളതുമാണ്. ഇതിന്റെ ലോകത്തെ ഞെട്ടിവിറപ്പിക്കാനുള്ള ശേഷി കേട്ടാൽ നിങ്ങൾ അത്ഭുതപ്പെടും. അത്രമാത്രം വിവരണാതീതവും ഉജ്ജ്വലവുമാണ് അതിന്റെ ശേഷി. ഈ ടോണിക്ക് ഉപയോഗിക്കുന്നതിലൂടെ ശരീരത്തിന്റെ ഓജസ്സും തേജസ്സും വർദ്ധിക്കുന്നുവെന്നു മാത്രമല്ല, ബുദ്ധി രാക്ഷസീയമായി വളരുകയും, മരണത്തെപ്പോലും അതിജീവിക്കാൻ ഇതിന്റെ ഉപയോഗത്തിലൂടെ കഴിയുകയും ചെയ്യും. ഈ ടോണിക്കിനുവേണ്ടിയുള്ള ഒരുപാട് ഓഫറുകൾ സമ്പന്നരാജ്യങ്ങളിൽ നിന്ന് കമ്പനിക്ക് ധാരാളം ലഭിച്ചു കഴിഞ്ഞു.” ജനം അത്യന്തം ആകാംക്ഷാഭരിതരായി അത്ഭുതത്തോടെ ഫാക്ടറിയിൽ നിർമ്മിക്കാൻപോകുന്ന പുതിയ ഉല്പന്നത്തെക്കുറിച്ച് ചിന്തിയ്ക്കുകയും, തങ്ങളുടെ സേവനം ഇതിന്റെ ഉല്പാദനത്തിൽ ഏതു രീതിയാലാണ് വേണ്ടതെന്ന് അറിയാൻ ഉദ്യോഗസ്ഥന്റെ നേരെ ചോദ്യഭാവത്തിൽ നോക്കി നില്ക്കുകയും ചെയ്തു.

അതു മനസ്സിലാക്കിയിട്ടുതന്നെയാവണം കമ്പനി ഉദ്യോഗസ്ഥൻ തന്റെ കറുത്ത കണ്ണട അല്പം മുകളിലേക്ക് ഉറപ്പിച്ചു നിർത്തിയശേഷം മുന്നിലെ ജനത്തിനെ നോക്കിപറയാൻ തുടങ്ങിയത്. “ഇനി ഇതിൽ

നിങ്ങൾ എന്താണ് ചെയ്യേണ്ടത്, എന്നാണല്ലോ അറിയേണ്ടത്. ഞാനാദ്യമേ സൂചിപ്പിച്ചില്ലേ, നിങ്ങൾ ചെയ്യേണ്ടത് ഒന്നും ചെയ്യാതിരിയ്ക്കുക എന്നതാണെന്ന്. എങ്കിലും വളരെ വ്യക്തതയോടെ കാര്യങ്ങൾ ഞാൻ പറഞ്ഞുതരാം. കാരണം കമ്പനി എന്നെ അങ്ങനെ ചെയ്യാനാണ് ചുമതലപ്പെടുത്തിയിരിക്കുന്നത്. " ഉദ്യോഗസ്ഥൻ അപ്പോൾ ജനങ്ങൾക്കു നേരെ ഒന്നു കണ്ണോടിച്ചു. ഫാക്ടറിമുറ്റവും ഗേറ്റും കടന്ന് പുറത്തേയ്ക്കും ജനം ഒഴുകിയിരുന്നെങ്കിലും മൈക്കിലൂടെ അനൗൺസ് ചെയ്യുകയായിരുന്നതുകൊണ്ട് അവർക്കെല്ലാം അയാൾ പറയുന്നത് കേൾക്കാമായിരുന്നു. നേക്കൂ ഈ പുതിയയിനം ടോണിക്കിന്റെ നിർമ്മാണത്തിനുവേണ്ട അസംസ്കൃത വസ്തു എന്താണെന്ന് നിങ്ങൾക്കറിയില്ലല്ലോ. അതിൽ നിങ്ങൾക്ക് തീർച്ചയായും അഭിമാനിക്കാൻ കഴിയും. ലോകത്തെ ഞെട്ടിപ്പിയ്ക്കുന്ന, ജ്വലിപ്പിക്കുന്ന ഈ പുതിയയിനം ഉല്പന്നത്തിന്റെ അസംസ്കൃത വസ്തു നിങ്ങളുടെ തലച്ചോർ മാത്രമാണ്. മനുഷ്യതലച്ചോറല്ലാതെ മറ്റൊന്നും അതിലേയ്ക്ക് ആവശ്യമില്ല. ഒരു ടിൻ ടോണിക്കിന് ആവശ്യം പത്തുമനുഷ്യരുടെ തലച്ചോർ ആണ്. ഉപയോഗശൂന്യമായി നിങ്ങൾ കൊണ്ടു നടക്കുന്ന തലച്ചോർ നിങ്ങളിൽ നിന്ന് നീക്കം ചെയ്യുന്നതോടെ, തലച്ചോറില്ലാത്ത മനുഷ്യരായി നിങ്ങൾക്ക് വീണ്ടും ജീവിക്കാം. നിങ്ങളുടെ കണ്ണും ചെവിയും, കരളും ഹൃദയവുമെല്ലാം അപ്പോൾ മറ്റൊരു രീതിയിൽ പ്രവർത്തിച്ചു തുടങ്ങും.

തിങ്ങി നിറഞ്ഞ ജനങ്ങൾക്കിടയിലൂടെ അറിയാത്തൊരു ശബ്ദം ആകാശങ്ങൾ ഭേദിയ്ക്കുമാറ് അപ്പോൾ ഉയരാൻ തുടങ്ങിയെങ്കിലും അടുത്ത നിമിഷം തന്നെ അത് കെട്ടടങ്ങുകയും അവർ മൗനത്തിന്റെ അഗാധതയിലേക്ക് അമർന്നു വീഴുകയും ചെയ്തു. ഫാക്ടറിയുടെ എല്ലാ ഗേറ്റുകളും അപ്പോൾ നാലുവശത്തു നിന്നും അതിഭീകരമായ ശബ്ദത്തോടെ അവർക്കു പിന്നിൽ അടയുകയായിരുന്നു. അപ്പോൾ വീശാൻ തുടങ്ങിയ കാറ്റിന് മനുഷ്യമാംസത്തിന്റെ ഗന്ധമല്ലാതെ മറ്റൊന്നുമുണ്ടായിരുന്നില്ല.

www.ingramcontent.com/pod-product-compliance
Lightning Source LLC
LaVergne TN
LVHW040749051026
849519LV00007BA/2497
* 9 7 8 9 3 8 6 3 6 4 8 9 0 *